rawing by Laurie Baker

മാറുന്ന
മനസ്സുകൾ
മാലിന്യമകലുന്ന
തെരുവുകൾ

ആലപ്പുഴ വൃത്തിയാകുമ്പോൾ

marunna manassukal
malinyamakalunna theruvukal
alappuzha vrithiyakumbol
•
t m thomas isaac
m gopakumar
•
first edition
september 2014
•
typesetting & published
chintha publishers, thiruvananthapuram
•

•
cover
vinod
•
illustration
laurie baker, reghu harmony
•

വിതരണം
ദേശാഭിമാനി ബുക്ക് ഹൗസ്
H O തിരുവനന്തപുരം-695 035
phone: 0471-2303026, 6063026
www.chinthapublishers.com
chinthapublishers@gmail.com

ബ്രാഞ്ചുകൾ
ഹെഡ്ഡാഫീസ് ബ്രാഞ്ച് കുന്നുകുഴി • സ്റ്റാച്യു തിരുവനന്തപുരം • കെ എസ് ആർ ടി സി ബസ് സ്റ്റേഷൻ ആലപ്പുഴ • കെ എസ് ആർ ടി സി ബസ് സ്റ്റേഷൻ എറണാകുളം • ചിറ്റൂർ റോഡ് എറണാകുളം • മച്ചിങ്ങൽ ലെയ്ൻ തൃശൂർ • ഐ ജി റോഡ് കോഴിക്കോട് • മാവൂർ റോഡ് കോഴിക്കോട് • എൻ ജി ഒ യൂണിയൻ ബിൽഡിങ് കണ്ണൂർ • സെൻട്രൽ ബസ് ടെർമിനൽ കോംപ്ലക്സ് താവക്കര കണ്ണൂർ

CO - 2102 / 3524

മാറുന്ന
മനസ്സുകൾ
മാലിന്യമകലുന്ന
തെരുവുകൾ

ആലപ്പുഴ വൃത്തിയാകുമ്പോൾ

ടി എം തോമസ് ഐസക്
എം ഗോപകുമാർ

ചിന്ത പബ്ലിഷേഴ്സ്
തിരുവനന്തപുരം-695 035

ടി എം തോമസ് ഐസക്

1953 സെപ്തംബർ 26 ന് കൊടുങ്ങല്ലൂർ കോട്ടപ്പുറത്തു ജനിച്ചു. സ്കൂൾ വിദ്യാഭ്യാസം കൊടുങ്ങല്ലൂർ ഗവ. ബോയ്സ് ഹൈസ്കൂളിൽ. ബിരുദപഠനം എറണാകുളം മഹാരാജാസ് കോളേജിൽ. ജവഹർലാൽ നെഹ്റു സർവ്വകലാശാലയിൽനിന്ന് പി എച്ച് ഡി. തിരുവനന്തപുരത്തെ സെന്റർ ഫോർ ഡവലപ്മെന്റ് സ്റ്റഡീസിൽ ഫെലോ ആയിരുന്നു. ഇപ്പോൾ ഓണററി ഫെലോ.

എസ് എഫ് ഐ സംസ്ഥാന പ്രസിഡന്റ് ആയിരുന്നു. ഇപ്പോൾ സി പി ഐ (എം) കേന്ദ്രകമ്മിറ്റി അംഗം.

സംസ്ഥാന ആസൂത്രണബോർഡ് അംഗമായും കേരളത്തിലെ ധനകാര്യമന്ത്രിയായും പ്രവർത്തിച്ചിട്ടുണ്ട്.

ജനകീയാസൂത്രണ പ്രസ്ഥാനത്തിന്റെ ശില്പികളിൽ പ്രമുഖൻ. 2001 മുതൽ കേരള നിയമസഭയിൽ മാരാരിക്കുളം നിയോജകമണ്ഡലത്തെ പ്രതിനിധീകരിക്കുന്നു.

Democracy at Work: A study of Dinesh Beedi Workers Co-operative (Cornell University Press), *Local Democracy and Local Development: Peoples' plan Campaign in Kerala* (Left Word) കൂടാതെ അമേരിക്കൻ, സ്പാനിഷ്, പോർച്ചുഗീസ് എഡിഷനുകളും, *Modernisation and Employment: Coir Industry in Kerala* (Sage), *ദാരിദ്ര്യത്തിന്റെ അർത്ഥശാസ്ത്രം, അർത്ഥശാസ്ത്രം ഹരിശ്രീ, ലോക മുതലാളിത്തക്കുഴപ്പം, ലോകബാങ്കും നാണയനിധിയും, വിമോചനസമരത്തിന്റെ കാണാപ്പുറങ്ങൾ, ആഗോള പ്രതിസന്ധിയും ആഗോളവൽക്കരണവും, ഭൂപരിഷ്കരണം ഇനി എന്ത്?, വ്യാജസമ്മതിയുടെ നിർമ്മിതി മാധ്യമവിമർശം 2000–2009* (ചിന്ത പബ്ലിഷേഴ്സ്) *കേരളം മണ്ണും മനുഷ്യനും, കരിയുന്ന കല്പവൃക്ഷം, കീഴടങ്ങലിന്റെ അർത്ഥശാസ്ത്രം* (കേരള ശാസ്ത്രസാഹിത്യ പരിഷത്ത്), *ജനകീയാസൂത്രണം സിദ്ധാന്തവും പ്രയോഗവും* (സംസ്ഥാന ആസൂത്രണ ബോർഡ്), *ജനകീയാസൂത്രണത്തിന്റെ രാഷ്ട്രീയം, മരുപ്പച്ചകൾ ഉണ്ടാകുന്നത്, സാമ്പത്തികബന്ധങ്ങൾ കേന്ദ്രവും കേരളവും* (ഡി സി ബുക്സ്) എന്നിവ പ്രധാന കൃതികൾ.

കേരളം മണ്ണും മനുഷ്യനും 1989 ലെ കേരളസാഹിത്യ അക്കാദമി അവാർഡ് നേടി.

എം ഗോപകുമാർ

ആലപ്പുഴ വടക്കനാര്യാട് ജനനം. ആര്യാട് ലൂഥറൻ സ്കൂൾ, ആലപ്പുഴ എസ് ഡി കോളേജ്, ചേർത്തല എസ് എൻ കോളേജ്, എറണാകുളം ലോ കോളേജ് എന്നിവിടങ്ങളിൽ പഠനം. 2006–11 എൽ ഡി എഫ് സർക്കാരിൽ ധനകാര്യ മന്ത്രിയായിരുന്ന ഡോ. തോമസ് ഐസക്കിന്റെ അഡീഷണൽ പ്രൈവറ്റ് സെക്രട്ടറി. സജീവസാമൂഹ്യ പ്രവർത്തകൻ. കേരള ശാസ്ത്രസാഹിത്യ പരിഷത്തിന്റെ ആലപ്പുഴ ജില്ലാ പ്രസിഡന്റ്, സെക്രട്ടറി, സംസ്ഥാന പരിസ്ഥിതി കൺവീനർ എന്നീ നിലകളിൽ പ്രവർത്തിച്ചു. ഇപ്പോൾ കേന്ദ്ര നിർവ്വാഹകസമിതി അംഗം, *ശാസ്ത്രഗതി* പത്രാധിപസമിതിയംഗം എന്നീ നിലകളിൽ പ്രവർത്തിക്കുന്നു.

ഭാര്യ: ഡോ. അജിത, എറണാകുളം ലോ കോളേജ് അദ്ധ്യാപിക.

ഉള്ളടക്കം

Drawing by Laurie Baker

അവതാരിക

പിണറായി വിജയൻ

കേരളം അഭിമുഖീകരിക്കുന്ന ഏറ്റവും പ്രധാനപ്പെട്ട ഒരു ജനകീയ പ്രശ്നമാണ് മാലിന്യസംസ്കരണം. അഴുകിയ മാലിന്യങ്ങൾ കുന്നുകൂടിയ തെരുവുകളും ഓടകളും പൊതുസ്ഥലങ്ങളും സാംക്രമികരോഗങ്ങളുടെ പ്രഭവകേന്ദ്രമാകുന്നു. പുതിയതും പഴയതുമായ പകർച്ചവ്യാധികൾക്ക് നാടും ജനതയും കീഴടങ്ങുന്നു. ടൂറിസം പോലുള്ള വ്യവസായങ്ങളുടെ വളർച്ചയ്ക്കും ഈ സ്ഥിതിവിശേഷം വിലങ്ങുതടിയായി മാറിയിട്ടുണ്ട്. മാറുന്ന ജീവിതശൈലിയും ഉപഭോഗസംസ്കാരവും മാലിന്യങ്ങളുടെ അളവിലും വൈവിദ്ധ്യത്തിലും വരുത്തിയ മാറ്റങ്ങൾക്കു മുന്നിൽ എല്ലാത്തട്ടുകളിലുമുള്ള ഭരണസ്ഥാപനങ്ങൾ ഏതാണ്ട് സ്തംഭിച്ചു നില്ക്കുകയാണ്. ജനതയുടെ അവബോധത്തിൽ അടിസ്ഥാനപരമായ

മാറ്റം സൃഷ്ടിക്കുന്നതിനാവശ്യമായ ഒരു ബഹുജനമുന്നേറ്റത്തിനു മാത്രമേ ഈ പ്രശ്നത്തിന് എന്തെങ്കിലും പരിഹാരം സൃഷ്ടിക്കാൻ കഴിയൂ.

നഗരവല്ക്കരണത്തിന്റെ ഭാഗമായി രൂപപ്പെടുന്ന ഇത്തരം പ്രശ്നങ്ങൾ പലയിടത്തും വലിയ സംഘർഷങ്ങൾക്കു വഴിമരുന്നാകുന്നു. അവയുമായി ബന്ധപ്പെട്ട് വിവിധതരത്തിലുള്ള ചർച്ചകളും സമൂഹത്തിൽ ഉയർന്നുവരികയും ചെയ്യുന്നു. 2007 ഒക്ടോബറിലെ *ദേശാഭിമാനി*യിൽ പ്രസിദ്ധീകരിച്ച 'ആധുനികവല്ക്കരണത്തിന്റെ ആവശ്യകത' എന്ന ലേഖനത്തിൽ ഡോ. കെ എൻ പണിക്കർ ഇങ്ങനെയെഴുതി;

> ആരോഗ്യത്തിന് അടിസ്ഥാനപരമായി വേണ്ടത് ശുചിത്വമാണ്. പൊതുശുചിത്വമില്ലായ്മ കേരളത്തിന്റെ 'സ്വന്തം ഗുണ'മായി മാറിക്കഴിഞ്ഞിരിക്കുന്നു. തുറന്നുകിടക്കുന്ന അഴുക്കുചാലുകളും കുന്നുകൂടി കിടക്കുന്ന മാലിന്യവുമില്ലാത്ത തെരുവുകൾ തലസ്ഥാന നഗരത്തിൽപ്പോലും വിരലിലെണ്ണാവുന്നതേയുള്ളൂ. ഭക്ഷണസാധനങ്ങൾ വില്ക്കുന്നത് റോഡരികിലാണ്. എല്ലാ നിരത്തുകളും മീൻചന്തകളാണ്. ഇവയുടെ വില്പനയ്ക്ക് നിശ്ചിതസ്ഥലങ്ങൾ ഉണ്ടാകണം. ഒരു സമൂഹം ആധുനികമാണോ എന്നതിന്റെ അളവുകോൽ ശുചിത്വമാണെന്നു പറഞ്ഞാൽ തെറ്റാവുകയില്ല.

ജനജീവിതത്തെ ബാധിക്കുന്ന പ്രധാന പ്രശ്നമായി ശുചിത്വം മാറുന്നു എന്ന തിരിച്ചറിവിന്റെ അടിസ്ഥാനത്തിൽ കഴിഞ്ഞ എൽ ഡി എഫ് സർക്കാർ സമ്പൂർണ്ണ ശുചിത്വയജ്ഞത്തിനായി ഒരു പരിപാടി തുടങ്ങിയിരുന്നു. അന്ന് ഇന്ത്യൻ പ്രസിഡന്റായിരുന്ന പ്രതിഭാ പാട്ടീലാണ് പരിപാടി ഉദ്ഘാടനം ചെയ്തത്. ഒട്ടേറെ കാര്യങ്ങൾ ചെയ്യാൻ കഴിഞ്ഞെങ്കിലും വേണ്ടത്ര മുന്നോട്ടു പോകാൻ കഴിഞ്ഞില്ല. യു ഡി എഫ് അധികാരത്തിൽ വന്നതോടെ കാര്യങ്ങൾ കൂടുതൽ രൂക്ഷമായതേയുള്ളൂ. സ്ഥിതി അനുദിനം വഷളാകുന്ന പശ്ചാത്തലത്തിലാണ് ശുചിത്വത്തെ ആസ്പദമാക്കി ഒരു ബഹുജന പ്രവർത്തന പരിപാടി ആവിഷ്കരിക്കാൻ സി പി ഐ (എം) മുൻകൈ എടുക്കുന്നത്.

പ്രത്യക്ഷ രാഷ്ട്രീയ പ്രവർത്തനങ്ങൾക്കൊപ്പം ജനങ്ങളുടെ ദൈനംദിന ജീവിതത്തെ ബാധിക്കുന്ന പ്രശ്നങ്ങളിൽ കൂടുതൽ സജീവമായി ഇടപെടണമെന്നു 2013 ൽ പാലക്കാടു ചേർന്ന സി പി ഐ (എം) ന്റെ സംസ്ഥാന പ്ലീനം തീരുമാനിച്ചു. നിരാലംബരായ വയോജനങ്ങൾക്കും മാറാരോഗങ്ങൾ ബാധിച്ച് ആരും തിരിഞ്ഞുനോക്കാനില്ലാത്തവർക്കും ആശ്വാസമാകുന്ന 'സാന്ത്വന ചികിത്സ പരിപാടി' സി പി ഐ (എം)ന്റെ മുൻകൈയിൽ വ്യാപകമായി നടക്കുന്നുണ്ട്. ഇത്തരം പ്രവർത്തനങ്ങളെയെല്ലാം ജനങ്ങൾ സഹർഷം സ്വാഗതം ചെയ്തുകഴിഞ്ഞു. ആരോഗ്യരംഗത്തും കാർഷികമേഖലയിലും ഇത്തരം പ്രവർത്തനങ്ങൾ കൂടുതൽ നല്ല നിലയിൽ ഏറ്റെടുക്കേണ്ടതുണ്ട്.

വരുന്ന രണ്ടുവർഷത്തിനുള്ളിൽ സമ്പൂർണ്ണ ശുചിത്വം കൈവരി

ക്കുക എന്ന ലക്ഷ്യത്തോടെയുള്ള പ്രവർത്തനങ്ങൾ ആരംഭിക്കുന്നതിനുള്ള ശക്തവും കാര്യക്ഷമവുമായ നടപടികളിലേക്ക് സി പി ഐ (എം) നേതൃത്വം നല്കുന്ന കോർപ്പറേഷനുകളും മുനിസിപ്പാലിറ്റികളും നഗര സ്വഭാവമുള്ള പഞ്ചായത്തുകളും നീങ്ങുകയാണ്. നഗരസഭ പോലുള്ള തദ്ദേശ സ്വയംഭരണ സ്ഥാപനങ്ങൾക്ക് മാലിന്യങ്ങൾ നിർമ്മാർജ്ജനം ചെയ്യുന്നതിന് കാര്യക്ഷമമായി ഇടപെടാൻ കഴിയുമെന്ന് ആലപ്പുഴ നഗരസഭയിലെ അനുഭവം തെളിയിക്കുന്നുണ്ട്. ഈ അനുഭവങ്ങളുടെ ക്രോഡീകരണമാണ് ഈ പുസ്തകം. ഇവിടെ വിശദീകരിക്കുന്നത് ആലപ്പുഴയുടെ അനുഭവമാണ്. മറ്റ് പലയിടങ്ങളിലെയും അനുഭവങ്ങളേയും മാതൃകകളേയും സ്വാംശീകരിക്കാനും പുസ്തകത്തിന്റെ രചയിതാക്കൾ ശ്രമിച്ചിട്ടുണ്ട്. ഇവിടെ പരാമർശിക്കാത്ത നിരവധി മാതൃകകൾ വേറെയുമുണ്ടാകാം. അവയെല്ലാം പരിശോധിക്കുന്നതും അനുഭവങ്ങൾ പരസ്പരം കൈമാറ്റം ചെയ്യുന്നതും കേരളത്തിൽ ശാസ്ത്രീയമായ ശുചിത്വ പരിപാലന പരിപാടി സംഘടിപ്പിക്കുന്നതിന് അത്യന്താപേക്ഷിതമാണ്. ഈ യാഥാർത്ഥ്യം തിരിച്ചറിഞ്ഞുകൊണ്ട് എ കെ ജി പഠനഗവേഷണ കേന്ദ്രം 2014 സെപ്തംബർ 27 ന് ആലപ്പുഴയിൽ വിപുലമായ ഒരു ശുചിത്വ സെമിനാർ സംഘടിപ്പിക്കുന്നു.

വികസനത്തിനായി ജനങ്ങൾ ഒന്നിക്കേണ്ടതിന്റെ ആവശ്യം കേരള സംസ്ഥാന രൂപീകരണത്തിനു മുമ്പുതന്നെ കമ്യൂണിസ്റ്റ് പാർട്ടി സംസ്ഥാന സമ്മേളനത്തിൽ അവതരിപ്പിച്ച വികസന പരിപാടിയിൽ വ്യക്തമാക്കിയിരുന്നു. കേരളത്തിന്റെ അതുവരെയുള്ള അനുഭവങ്ങളെ സ്വാംശീകരിച്ചുകൊണ്ട് എ കെ ജി പഠന ഗവേഷണ കേന്ദ്രത്തിന്റെ ഒന്നാമത് അന്താരാഷ്ട്ര കേരള പഠന കോൺഗ്രസിന്റെ അദ്ധ്യക്ഷ പ്രസംഗം നടത്തിക്കൊണ്ട് ഇ എം എസ് ഇക്കാര്യം അടിവരയിടുകയുണ്ടായി. കേരളം നേടിയ നേട്ടങ്ങൾ നിലനിർത്തുന്നതിനും നമ്മുടെ ദൗർബ്ബല്യങ്ങൾ പരിഹരിക്കുന്നതിനും ഇത്തരത്തിലുള്ള ഒരു യോജിപ്പ് ഏറെ അനിവാര്യമായ ഒരു ഘട്ടമാണിത്. ജനങ്ങളെ വിവിധ അറകളായി തിരിച്ച് പരസ്പരം പോരടിപ്പിക്കുകയും ഏറ്റുമുട്ടിക്കുകയും ചെയ്യുന്ന ശക്തികൾ സജീവമായ വർത്തമാനകാലത്ത് പൊതു പ്രശ്നങ്ങൾക്കായി ജനങ്ങൾ യോജിക്കുക എന്നത് നാടിന്റെ ഐക്യത്തേയും അഖണ്ഡതയേയും സംരക്ഷിക്കുന്നതിന് കരുത്താകും.

ശുചിത്വപരിപാടി സി പി ഐ (എം) ന്റെ മാത്രം പരിപാടിയായി നടപ്പിലാക്കുക എന്ന യാതൊരുദ്ദേശ്യവും പാർട്ടിക്കില്ല. ഇടതുപക്ഷ ജനാധിപത്യ മുന്നണിയിലെ മറ്റു ഘടകകക്ഷികളുമായും ഇക്കാര്യം ചർച്ച ചെയ്യും. മാത്രമല്ല, യു ഡി എഫുമായും ഇക്കാര്യത്തിൽ യോജിച്ച് മുന്നോട്ടുപോകുന്നതിന് യാതൊരു മടിയും സി പി ഐ (എം) നില്ല. ഇത്തരം പരിപാടികളുമായി യോജിക്കാൻ തയ്യാറായുള്ള വ്യക്തികളുടെ പിന്തുണയും സഹകരണവും ഉറപ്പുവരുത്തിക്കൊണ്ട് വമ്പിച്ച ബഹുജന പരിപാടിയായി ഇത് മാറ്റണം എന്നാണ് പാർട്ടി ഉദ്ദേശിക്കുന്നത്. ജന

കീയ പ്രശ്നങ്ങളുടെ പേരിൽ ജനങ്ങളുടെ ഐക്യം രൂപപ്പെടുത്തുക എന്നത് ആരോഗ്യകരമായ സാമൂഹ്യജീവിതത്തിന് അനിവാര്യമായ ഒന്നാണ്. ജനകീയാസൂത്രണത്തിലുൾപ്പെടെ സി പി ഐ (എം) സ്വീകരിച്ച നിലപാട് അതാണ്.

വികേന്ദ്രീകൃതമായ ആസൂത്രണ പ്രവർത്തനത്തോട് എന്നും തികഞ്ഞ യോജിപ്പാണ് പാർട്ടിക്കുള്ളത്. വൈദ്യുതിക്ഷാമം പരിഹരിക്കുന്നതിനും വൻകിട വ്യവസായങ്ങളെ പ്രോത്സാഹിപ്പിക്കുന്നതിനും മറ്റും സംസ്ഥാനതലത്തിൽ തന്നെ ശക്തമായ നടപടികൾ സ്വീകരിക്കേണ്ടിവരും. ഇത്തരത്തിലുള്ള ബൃഹത്തായ പദ്ധതികൾ നടപ്പിലാക്കുന്നതിൽ കേന്ദ്രീകൃത ആസൂത്രണത്തിന് വലിയ പ്രാധാന്യമുണ്ട്. എന്നാൽ, ചില മേഖലകളിൽ വികേന്ദ്രീകൃത ആസൂത്രണത്തിനുള്ള പ്രാധാന്യം ഏറെ വലുതാണ്. കാരണം, പ്രാദേശിക പ്രത്യേകതകളെയും സാദ്ധ്യതകളെയും കണക്കിലെടുത്തുകൊണ്ട് പരിപാടികൾ ആവിഷ്കരിക്കുന്നതിന് പ്രാദേശിക തലത്തിലാണ് സാദ്ധ്യതകൾ നിലനില്ക്കുന്നത്. മാത്രമല്ല, പരസ്പര ബന്ധങ്ങളെ കണക്കിലെടുത്തുകൊണ്ട് സമഗ്രമായ പരിപാടികൾ ഈ തലത്തിൽ ക്രിയാത്മകമായി നടപ്പിലാക്കാനാവും. സന്നദ്ധ പ്രവർത്തനത്തിലൂടെയും സംഭാവനയിലൂടെയും മറ്റുമുള്ള പ്രാദേശിക വിഭവ സമാഹരണത്തിന് വികേന്ദ്രീകരണമായ പ്രവർത്തനം ഏറെ സഹായിക്കും.

മാലിന്യനിർമ്മാർജ്ജനം പോലുള്ള ജനങ്ങളുടെ ക്രിയാത്മകമായ പങ്കാളിത്തത്തോടെ നടത്തേണ്ട പ്രവർത്തനത്തിന് വികേന്ദ്രീകൃതമായ രീതിയാണ് ഏറെ സഹായകമാവുക. സർക്കാർ ഊന്നുന്ന കേന്ദ്രീകൃതമായ സംവിധാനങ്ങൾക്ക് അതിന്റേതായ പ്രാധാന്യമുണ്ട്. പക്ഷെ, പ്രായോഗികമായി അവയൊന്നും നടപ്പിലാകാത്ത സാഹചര്യത്തിൽ വികേന്ദ്രീകൃതമായ ഉറവിട മാലിന്യസംസ്കരണത്തെ അടിസ്ഥാനമാക്കിയുള്ള പ്രവർത്തനമാണ് അഭികാമ്യം. ബയോഗ്യാസ് പ്ലാന്റുകളും വിവിധങ്ങളായ കമ്പോസ്റ്റ് സംവിധാനങ്ങളും ഉപയോഗപ്പെടുത്തുന്ന രീതി ഏറെ സഹായകമാണെന്ന് ആലപ്പുഴയിലെ അനുഭവം വ്യക്തമാക്കുന്നു.

മാലിന്യനിർമ്മാർജ്ജനം പോലുള്ള പ്രവർത്തനങ്ങൾ ഫലവത്തായിത്തീരണമെങ്കിൽ നമ്മുടെ സമീപനങ്ങളിൽ മാറ്റം ഉണ്ടാകണം. പ്ലാസ്റ്റിക് ക്യാരിബാഗുകൾ ഇല്ലാതാക്കി ബദൽ ഉല്പന്നങ്ങൾ സൃഷ്ടിക്കുന്നതിനുള്ള പ്രവർത്തനങ്ങളും വേണം. പ്ലാസ്റ്റിക് ശേഖരിച്ച് റീസൈക്ലിങ്ങിന് ലഭ്യമാക്കണം. മാലിന്യങ്ങൾ വലിച്ചെറിയുന്ന പ്രവണതയ്ക്കെതിരായി ശക്തമായ പ്രചരണം സംഘടിപ്പിക്കണം. ഇത്തരത്തിൽ മാലിന്യനിർമ്മാർജ്ജന പ്രവർത്തനങ്ങളിൽ ജനങ്ങളെക്കൂടി ബോധവല്ക്കരിച്ചുകൊണ്ടുള്ള പ്രവർത്തനങ്ങൾക്ക് സി പി ഐ (എം) മുൻകൈയെടുക്കും. അതിനുവേണ്ടി എല്ലാ രാഷ്ട്രീയ പാർട്ടികളുമായും സി പി ഐ (എം) സഹകരിക്കും.

മാലിന്യ സംസ്കരണ പ്രവർത്തനങ്ങൾ പലയിടങ്ങളിലും സംഘർഷത്തിനു കാരണമാകാറുണ്ട്. ജനങ്ങളെ വിശ്വാസത്തിലെടുത്തുകൊണ്ടും

അഭിപ്രായ സമന്വയത്തിലൂടെയും മാത്രമേ ഇത്തരം പദ്ധതികൾ ആവിഷ്കരിച്ച് നടപ്പാക്കാൻ കഴിയൂ. അതിനുള്ള നേതൃപരമായ പങ്ക് സി പി ഐ (എം) ന്റെ ഭാഗത്തു നിന്നുണ്ടാകും. സമൂഹത്തിന്റെ എല്ലാ തുറകളിലുമുള്ളവരെ ഈ ബഹുജനമുന്നേറ്റത്തിന്റെ ഭാഗമാക്കും. വിദ്യാർത്ഥികളും യുവജനങ്ങളും ജീവനക്കാരും അദ്ധ്യാപകരും തൊഴിലാളികളും രംഗത്തിറങ്ങണം. അവരവരുടെ പരിസരം ശുചിയായി പരിപാലിക്കും എന്ന ദൃഢനിശ്ചയത്തോടെ എല്ലാവരും രംഗത്തിറങ്ങിയാലേ നമുക്ക് ലക്ഷ്യം നേടാനാവൂ.

മാലിന്യം ഉയർത്തുന്ന ആരോഗ്യ പ്രശ്നങ്ങൾ വിവിധ പ്രദേശങ്ങളിലുണ്ടായ സംഭവങ്ങളുടെ പശ്ചാത്തലത്തിൽ ഈ പുസ്തകം വിശദീകരിക്കുന്നുണ്ട്. മാലിന്യപ്രശ്നം കൈകാര്യം ചെയ്യുന്നതിൽ നാം കാണിക്കുന്ന അലംഭാവം സമൂഹത്തെയാകെ എങ്ങനെ ബാധിക്കുന്നു എന്നും വ്യക്തമാക്കുന്നുണ്ട്. വിവിധ രാജ്യങ്ങളിലെ മാലിന്യ നിർമ്മാർജ്ജന പ്രവർത്തനങ്ങളെ സംബന്ധിച്ച സൂചനകളുമുണ്ട്. ഇതിന്റെ പശ്ചാത്തലത്തിൽ ആലപ്പുഴയിലെ മാലിന്യ പ്രശ്നം അവതരിപ്പിക്കുകയും ചെയ്യുന്നുണ്ട്. ആലപ്പുഴയുടെ സവിശേഷത കണക്കിലെടുത്ത് മാലിന്യ നിർമ്മാർജ്ജന പ്രവർത്തനങ്ങൾ സംഘടിപ്പിച്ച രീതി ലളിതമായും അതേ അവസരത്തിൽ പൊതുപ്രവർത്തകർക്ക് മാർഗ്ഗനിർദ്ദേശം നൽകുന്ന തരത്തിലും അവതരിപ്പിച്ചിട്ടുണ്ട്. ഇതിലൂടെ ഓരോ പ്രദേശത്തിന്റെയും ശേഷിയും പ്രത്യേകതയും മനസ്സിലാക്കി തനത് പരിപാടികൾ ആവിഷ്കരിക്കുന്നതിന് ഈ പുസ്തകം ഏറെ സഹായകരമാണ്.

തങ്ങളുടെ കാഴ്ചപ്പാടനുസരിച്ച് പദ്ധതികൾ രൂപപ്പെടുത്തുകയും അവ പ്രായോഗികതലത്തിൽ കൊണ്ടുവരുമ്പോൾ അനുഭവിക്കേണ്ടിവന്ന ബുദ്ധിമുട്ടുകളേയും ഈ പുസ്തകം വിശദീകരിക്കുന്നു. അനുഭവങ്ങളുടെ പശ്ചാത്തലത്തിൽ തങ്ങളുടെ കാഴ്ചപ്പാടുകളെ നവീകരിച്ചുകൊണ്ട് വീണ്ടും ഇടപെടുന്ന ശൈലിയാണ് ഇതിന്റെ പ്രവർത്തകന്മാർ സ്വീകരിച്ചത്. പ്രകോപനപരമായി കാര്യങ്ങൾ ചെയ്യുന്നതിനു പകരം സമചിത്തതയോടെ പ്രശ്നങ്ങളിൽ ഇടപെടുന്നതിൽ കാണിച്ച രീതിയും മാതൃകാപരമാണ്. നാടിന്റെ വികസന പ്രവർത്തനം മുന്നോട്ടുകൊണ്ടുപോകുന്നതിന് ഇതാണ് ഏറ്റവും ശരിയായ സമീപനം. അത്തരം അനുഭവങ്ങൾ വിശദീകരിക്കാൻ തയ്യാറായ ലേഖകർക്കും ആലപ്പുഴയിലെ ശുചിത്വ പരിപാടിയിൽ ഭാഗഭാക്കായവർക്കും എല്ലാവിധ അഭിനന്ദനങ്ങളും നേരുന്നു. ശുചിത്വ പരിപാലനത്തിനായുള്ള ജനകീയ മുന്നേറ്റത്തിന് അടിസ്ഥാനമായി ആലപ്പുഴയിലെ അനുഭവങ്ങൾ ഏറെ സഹായകരമാണ്.

എ കെ ജി സെന്റർ
05.09.2014

ആമുഖം

'നിർമ്മലഭവനം നിർമ്മലനഗരം പദ്ധതി' വിജയത്തിലെത്തിക്കഴിഞ്ഞാൽ ആലപ്പുഴ അനുഭവങ്ങളെക്കുറിച്ച് ഒരു പുസ്തകം തയ്യാറാക്കണം എന്ന് ഞങ്ങൾ തീരുമാനിച്ചിരുന്നു. എന്നാൽ എ കെ ജി പഠനഗവേഷണകേന്ദ്രത്തിന്റെ ആഭിമുഖ്യത്തിൽ 2014 സെപ്തംബർ അവസാനം നടക്കുന്ന ഉറവിടമാലിന്യ സംസ്കരണത്തെ കുറിച്ചുള്ള സെമിനാർ ഞങ്ങളുടെ ആഗ്രഹം കുറച്ചുനേരത്തെ നടപ്പാക്കുന്നതിന് നിമിത്തമായി. ശുചിത്വകൃാമ്പെയിൻ പൂർത്തിയായിട്ടില്ലെങ്കിലും ഇതുവരെയുള്ള സമൃദ്ധമായ അനുഭവങ്ങൾ തന്നെ ഒരു ഗ്രന്ഥത്തിനുള്ള വകയുണ്ട്. ഇവ മറ്റു നഗരങ്ങളിലുള്ളവർക്ക് പ്രചോദനമാകും എന്ന് കരുതട്ടെ.

ഈ ഗ്രന്ഥരചനയിൽ ഞങ്ങളെ സഹായിച്ച ഒട്ടേറെപേരുണ്ട്. ടീം അംഗങ്ങളിൽ ആർ അജിത് കുമാർ, ജോർജ്ജ് ജോൺ, പി ജയരാജ്, ആർ ശ്രീജിത്ത്, ലൈജു എന്നിവരുടെ പേരുകൾ എടുത്ത് പറയട്ടെ. ജില്ലാ കളക്ടർ ശ്രീ. എൻ പത്മകുമാറിന്റെ എല്ലാ പിന്തുണയുമുണ്ട്. അദ്ദേഹത്തിന് പ്രത്യേകം നന്ദി. നഗരസഭാ ചെയർപേഴ്സൺ മെഴ്സി ടീച്ചർ, വൈസ് ചെയർമാൻ അൻസാരി, ആരോഗ്യസ്റ്റാൻഡിങ് കമ്മിറ്റി ചെയർപേഴ്സൺ സതീദേവി എന്നിവർക്കും നന്ദി.

ലാറി ബേക്കറുടെ ചിത്രങ്ങൾ ഈ പുസ്തകത്തിൽ ഉപയോഗിക്കാൻ അനുവാദം നല്കിയ കോസ്റ്റ് ഫോർഡ് ഡയറക്ടർ ചന്ദ്രദത്തിന് നന്ദി രേഖപ്പെടുത്തുന്നു. ആലപ്പുഴയുടെ ഭാവി സംബന്ധിച്ച് തന്റെ സന്ദർശന വേളയിൽ ലാറി ബേക്കർ പ്രകടിപ്പിച്ച സന്ദേഹങ്ങൾ യാഥാർത്ഥ്യമായിക്കൊണ്ടിരിക്കുന്നു. അദ്ദേഹത്തിന്റെ സ്വപ്നങ്ങൾ തിരിച്ചുപിടിക്കാനുള്ള ഒരു പരിശ്രമം കൂടിയാണ് ഞങ്ങളുടെ പ്രവർത്തനം.

ചുരുങ്ങിയ ദിവസം കൊണ്ടാണെങ്കിലും ഇവയിലെ അദ്ധ്യായങ്ങൾക്ക് പല പുതുക്കലുകളും നടത്തിയിട്ടുണ്ട്. ഇതിന് കെ ജി ബിജുവിനോട് പ്രത്യേക കടപ്പാട് രേഖപ്പെടുത്തുന്നു. രഘുനാഥാണ് പുസ്തകത്തിൽ ചേർത്തിരിക്കുന്ന ചിത്രങ്ങൾ വരച്ചത്. അദ്ദേഹത്തിനോടും നന്ദി രേഖപ്പെടുത്തുന്നു. ഓണത്തിരക്കിനിടയിലും ഇത് അച്ചടിച്ച് തയ്യാറാക്കിയ ചിന്ത പബ്ലിഷേഴ്സിന് പ്രത്യേകം നന്ദി.

ടി എം തോമസ് ഐസക്
എം ഗോപകുമാർ

Drawing by Laurie Baker

സമർപ്പണം

പേരറിയാത്തവർക്ക്,

തകഴി ശിവശങ്കരപ്പിള്ളയുടെ *തോട്ടിയുടെ മകൻ* ആലപ്പുഴ നഗരത്തിലെ മൂന്ന് തലമുറ ശുചീകരണ തൊഴിലാളികളുടെ കഥയാണ്. ആലപ്പുഴയിൽ മാത്രമല്ല, എല്ലാ പട്ടണങ്ങളിലും ശുചീകരണ തൊഴിലാളികളുണ്ടായിരുന്നു. അവരുടെ സ്ഥിതിയും ഇതുതന്നെയായിരുന്നു. അവരുടെ പിൻതലമുറയുടെ കഥയാണ് ഡോ.ബിജുവിന്റെ *പേരറിയാത്തവർ* എന്ന സിനിമ. മാലിന്യം സംഭരിക്കുകയും കയറ്റി അയക്കുകയും ചെയ്യുന്നവർ എന്ന നിലയിൽനിന്ന് സംസ്കരണ കേന്ദ്രങ്ങളിലെ ടെക്നീഷ്യൻമാരായി ആലപ്പുഴയിലെ ശുചീകരണത്തൊഴിലാളികളെ മാറ്റാനാണ് 'നിർമ്മലഭവനം നിർമ്മല നഗരം പദ്ധതി' ശ്രമിക്കുന്നത്.

'പേരറിയാത്തവരുടെ' അദ്ധ്വാനത്തിനു മുന്നിൽ ഈ പുസ്തകം സമർപ്പിക്കുന്നു.

"നാറുന്നത്രേ! തന്നെ നാറുന്നവനാക്കിയ വസ്തു, ആ യോഗ്യന്മാരുടെ ഉള്ളിൽ ഉൾക്കൊണ്ടിരിക്കുകയാണ്! ഇരുവശവുമുള്ള ഗൃഹങ്ങൾ പ്രകാശമാനമായി, ആനന്ദത്തിന്റെ ഇരിപ്പിടങ്ങളായി ഉയർന്നു കാണുന്നു. അവിടെയെല്ലാം ഭാഗ്യവാന്മാർ പാർക്കുന്നു; പക്ഷേ, ഈ സുഖവും ആനന്ദവുമെല്ലാം കക്കൂസുകൾ വൃത്തിയായി കിടക്കുന്നതു കൊണ്ടല്ലേ എന്ന് ചുടല ചിന്തിച്ചു. തോട്ടിയില്ലായിരുന്നെങ്കിൽ; തോട്ടിയാകാൻ മനുഷ്യനു മനസ്സില്ലായിരുന്നെങ്കിൽ; ഈ പട്ടണമെങ്ങനെയിരിക്കും? നശിക്കും. ഈ വലിയവന്മാരെല്ലാം മൂക്കു പൊത്തിക്കൊണ്ടോടും. പക്ഷേ, തോട്ടിയെ സൃഷ്ടിക്കാൻ അവയ്ക്കറിയാം...

"കക്കൂസിലെല്ലാം കൂനപോലെകിടക്കുന്നു. ഓരോന്നിനെയും കാണണം. തടിച്ചുകൊഴുത്ത് എല്ലാം ചിതലുപോലെ തിന്നും." പിച്ചാണ്ടി ചുടലമുത്തുവിന്റെ വണ്ടി വൃത്തിയാക്കുകയാണ്. ചുടല തുടർന്നു: "ഇതെല്ലാം മനുഷ്യരാ വാരേണ്ടതെന്ന് ഓർമ്മയില്ല കക്കൂസിൽ കയറിയാൽ; എല്ലാടോം വൃത്തികേടാക്കും. എന്നിട്ട് തോട്ടിക്ക് കിടക്കപ്പൊറുതിയില്ല."

വടിവേലു ചോദിച്ചു: "മനുഷ്യരാ വാരേണ്ടതെന്നുവെച്ച് തിന്നണ്ടായോ?" ശിവനാണ്ടി പ്രതികരിച്ചു: "തിന്നോട്ടെ. കണ്ടമാനം തിന്നിട്ട് കക്കൂസ് വൃത്തികേടാക്കീട്ട് തോട്ടീടെ പുറത്ത് കുതിരകേറ്റമാ. അതാ പറഞ്ഞത്!"

പളനിക്ക് സുചിന്തിതമായ ഒരഭിപ്രായം ആ അവസരത്തിൽ പറയാനുണ്ടായിരുന്നു: "തിന്നണമെന്നേയുള്ളൂ നല്ല കക്കൂസ് വേണമെന്നില്ല അതാ കൊഴപ്പം."

(തകഴി, തോട്ടിയുടെ മകൻ)

1

സർവ്വോദയപുരത്തിന് ശാപമോക്ഷം

ആലപ്പുഴയിലെ മൂന്ന് തലമുറ തോട്ടികളുടെ കഥ പറയുന്ന തകഴി ശിവശങ്കരപ്പിള്ളയുടെ *തോട്ടിയുടെ മകൻ* എന്ന നോവൽ പുറത്തിറങ്ങിയത് 1947 ലാണ്. 30 വർഷത്തെ സേവനത്തിനു ശേഷം മരണക്കിടക്കയിൽ വെച്ച് മകൻ ചുടലമുത്തുവിന് തന്റെ പണിയായുധങ്ങളായ പാട്ടയും മമ്മട്ടിയും ഇശക്കിമുത്തു കൈമാറുന്നതോടെയാണ് നോവൽ ആരംഭിക്കുന്നത്. 1894 ൽ രൂപീകരിച്ച ആലപ്പുഴ ടൗൺ ഇംപ്രൂവ്മെന്റ് കമ്മിറ്റിയാണ് നഗരത്തിലെ കക്കൂസുകളുടെ ശുചീകരണത്തിന് തോട്ടികളെ നിയമിച്ചത്. ഹീനമായ കുലത്തൊഴിലിൽ നിന്ന് മോചനമില്ലാതെ

എത്ര തലമുറകൾ കടന്നു പോയിരിക്കണം? തോട്ടി ജീവിതം ഉപേക്ഷിക്കാൻ ചുടലമുത്തു തീരുമാനിച്ചു. തോട്ടിപ്പണി ഉപേക്ഷിച്ച് ശ്മശാന പാലകനായി. മകനെ മോഹനൻ എന്ന് പേരിട്ടു സ്കൂളിൽ ചേർത്തു. അവനെങ്കിലും തോട്ടിയാകരുതെന്ന് മോഹിച്ചു. വലിയ സ്വപ്നങ്ങൾ കണ്ടു പക്ഷേ, പട്ടണത്തെ ഗ്രസിച്ച കോളറ ചുടലമുത്തുവിനെ കവർന്നതോടെ സ്കൂൾ കുട്ടിയായ മോഹനനും തോട്ടിപ്പണിക്കിറങ്ങേണ്ടി വന്നു. എല്ലാം വിധിയെന്നു കരുതി സഹിച്ച മുത്തച്ഛനിൽ നിന്നും യാഥാർത്ഥ്യത്തിൽ നിന്ന് ഒളിച്ചോടാൻ ശ്രമിച്ച് കരിങ്കാലിപ്പണിയ്ക്കു പോയ അച്ഛനിൽ നിന്നും വ്യത്യസ്തനായി, വിധിയെയും യാഥാർത്ഥ്യത്തെയും മാറ്റാൻ വെമ്പുന്ന ആലപ്പുഴയുടെ പുതിയ തലമുറയുടെ പ്രതിനിധിയായി മോഹനൻ മാറുന്നു.

തോട്ടികളുടെ നരകതുല്യ ജീവിതത്തെ പച്ചയായി വരച്ചു കാട്ടിയ തകഴിയുടെ നോവൽ സാഹിത്യത്തിലും കേരള സമൂഹത്തിലും വലിയ കോളിളക്കം സൃഷ്ടിച്ചു. രണ്ട് പതിറ്റാണ്ടിനുള്ളിൽ തോട്ടിപ്പണി കേരളത്തിൽ നിന്നും അപ്രത്യക്ഷമായി. 2013 ലാണ് തോട്ടിപ്പണി സമ്പൂർണ്ണമായി നിരോധിച്ചുകൊണ്ടുള്ള നിയമം പാർലമെന്റ് പാസ്സാക്കിയതെന്നോർക്കണം.

നഗരത്തിന്റെ വൃത്തിയുടെയും വെടിപ്പിന്റെയും മറുപുറമായിരുന്നു തോട്ടികളുടെ നരകജീവിതം. ഈ നരകത്തിന്റെ ആസ്ഥാനം തകഴി വിവരിക്കുന്ന ആലപ്പുഴപ്പട്ടണത്തിന്റെ നൈറ്റ് സോയിൽഡിപ്പോയായിരുന്നു. ഇവിടെയാണ് ഇശക്കിമുത്തുവിനെ കുഴിച്ചിട്ടത്. മലം മാത്രമല്ല നഗരത്തിനു വേണ്ടാത്തതെല്ലാം കൊണ്ടുവന്നിരിക്കുന്നത് ഇവിടേയ്ക്കായിരുന്നു. ഈ നൈറ്റ് സോയിൽഡിപ്പോ ഇരുന്ന സ്ഥലമാണ് ഇന്നത്തെ സർവ്വോദയപുരം; നഗരത്തിന്റെ മാലിന്യങ്ങൾ ഏറ്റുവാങ്ങാൻ വിധിക്കപ്പെട്ട ഗ്രാമപ്രദേശം. ഇവിടത്തെ ഇരുപതോളം ഏക്കർ സ്ഥലം മുനിസിപ്പാലിറ്റി പണ്ടെങ്ങോ വാങ്ങിയതാണ്. (സർവ്വോദയപുരം എന്നല്ലായിരുന്നു അന്നത്തെ പേര്. ഈ പേര് പിന്നീടുണ്ടായതാണ്. അതിന്റെ കഥ പിന്നാലെ പറയാം).

മലംഡിപ്പോക്കെതിരായ സമരത്തിന്റെ സ്മരണകൾ അയവിറക്കിയാണ് മാരാരിക്കുളം തെക്ക് പഞ്ചായത്തിന്റെ ആദ്യ പ്രസിഡന്റായിരുന്ന കെ ടി ലിയോൺ പിള്ളയുടെ *പഞ്ചായത്ത് സ്മരണകൾ* ആരംഭിക്കുന്നത്. ഓമനപ്പിള്ള എന്ന പേരിൽ അറിയപ്പെട്ടിരുന്ന കെ ടി ലിയോൺ പിള്ള മാരാരിക്കുളത്തെ കൗതുകകരവും തനിമയാർന്നതുമായ വ്യക്തിത്വമായിരുന്നു. ആലപ്പുഴ വഴി റെയിൽപ്പാത വേണമെന്ന ഒറ്റയിന മാനിഫെസ്റ്റോയുമായി സൈക്കിൾ ചിഹ്നത്തിൽ അദ്ദേഹം സ്ഥിരം സ്വതന്ത്ര സ്ഥാനാർത്ഥിയായിരുന്നു. അവിവാഹിതനും ധനാഢ്യനുമായിരുന്ന ലിയോൺ പിള്ള ചെട്ടിക്കാട് ആശുപത്രിപോലുള്ള സ്ഥാപനങ്ങൾക്ക് സൗജന്യമായി ഭൂമി ദാനം ചെയ്തു. കാടു പോലെ വൻമരങ്ങളാൽ നിബിഡമായ അദ്ദേഹത്തിന്റെ പറമ്പുകാണുമ്പോൾ കരപ്പുറത്തിന്റെ ജൈവവൈവിദ്ധ്യത്തെക്കുറിച്ച് പഠിക്കണമെങ്കിൽ ഇവിടെ നിന്നും

ആരംഭിക്കണമെന്ന് ഞങ്ങളിൽ ചിലർ പറയാറുണ്ടായിരുന്നു.

1953 ആഗസ്ത് 15 നാണ് ലിയോൺ പിള്ളയുടെ നേതൃത്വത്തിൽ മാരാരിക്കുളം തെക്ക് പഞ്ചായത്തിന്റെ ആദ്യ ഭരണസമിതി നിലവിൽ വന്നത്. പുതിയ ഭരണസമിതി സ്ഥാനമേറ്റിട്ട് ആദ്യം ലഭിച്ച പരാതി ആറാം വാർഡ് മെമ്പർ വി എ വർഗ്ഗീസും സ്ഥലവാസികളും ചേർന്ന് നല്കിയ ഭീമഹർജിയാണ്. അവരുടെ ആവശ്യം ആലപ്പുഴ നഗരസഭയുടെ മലം ഡിപ്പോ അടിയന്തരമായി മാറ്റി സ്ഥാപിക്കണമെന്നതായിരുന്നു.

മലംഡിപ്പോ വിതച്ച ദുരിതങ്ങളെക്കുറിച്ച് ലിയോൺ പിള്ളയുടെ വിവരണം ഇങ്ങനെയായിരുന്നു:

> *വലിയകലവൂർ അമ്പലത്തിനു പടിഞ്ഞാറ് ഏതാനും ഏക്കർ സ്ഥലത്ത് ആലപ്പുഴ മുനിസിപ്പാലിറ്റി സ്ഥാപിച്ചതാണ് വിവാദ വിഷയമായ മലംഡിപ്പോ. നഗരത്തിലെ മലവും ചപ്പും ചവറും അനാഥ പ്രേതങ്ങളും ഇവിടെയാണ് നിക്ഷേപിച്ചിരുന്നത്. അവിടെ ഒരു മല സാഗരം തന്നെ രൂപമെടുത്തു. ചൊരിമണൽ പ്രദേശം കാടായി മാറി. അവിടെനിന്നു വമിക്കുന്ന അതിരൂക്ഷമായ ദുർഗന്ധം നാട്ടുകാരെ പൊറുതിമുട്ടിച്ചു.*
>
> *മാലിന്യങ്ങളിൽ പൊടിച്ചു വളർന്ന കൊമ്പൻചെല്ലികൾ തെങ്ങുകളെ ആക്രമിച്ചു നശിപ്പിച്ചു. തഴച്ചുവളർന്ന കാട്ടിൽ മേയാനെത്തുന്ന കന്നുകാലികൾ പലത് മലസാഗരത്തിൽ നിപതിച്ച് ചത്തിട്ടുണ്ട്. മതിലോ വേലിയോ ഒന്നുമില്ലാതെ തുറസ്സായിക്കിടന്ന ഇതിലേ സഞ്ചരിച്ച കപ്പലണ്ടി കച്ചവടക്കാരിയായ ഒരു സ്ത്രീയും ഇതിൽ വീണു മരിച്ചുപോയത്രേ! ശവം തേടി എത്തുന്ന പട്ടികളും ഇതിൽ വീഴാറുണ്ട്. രക്ഷപ്പെടുന്ന പട്ടികൾ നാടാകെ ദുർഗന്ധം പരത്തുകയും വീടുകളിൽ എത്തി അസഹനീയമായ ശല്യം ഉണ്ടാക്കുകയും ചെയ്തിരുന്നു. വർഷകാലത്ത് ഇവിടം പൊട്ടിയൊഴുകി അയൽപ്രദേശങ്ങളിലെ തോടുകളും കുളങ്ങളും മലിനമാക്കിയിരുന്നു. തന്മൂലം നാട്ടുകാർ കുടിനീർ കിട്ടാതെ വിഷമിച്ചിട്ടുണ്ട്.*

സർവ്വോദയപുരം മാലിന്യഡിപ്പോയിൽ മലവും ചപ്പുചവറുകളും മാത്രമല്ല അനാഥപ്രേതങ്ങളെയും തള്ളിയിരുന്നു. ഈ പ്രദേശത്തെ ജനജീവിതത്തിന്റെ സമസ്ത മേഖലകളിലും ഈ മാലിന്യഡിപ്പോ എത്രമാത്രം ദുരിതം വിതച്ചിരുന്നുവെന്ന് ഈ ഓർമ്മക്കുറിപ്പുകളിൽ വ്യക്തമാണ്. കരപ്പുറത്തെ കുടുംബങ്ങളുടെ പ്രധാന ഉപവരുമാനമാർഗ്ഗമായിരുന്നു വീട്ടുവളപ്പിലെ ഏതാനും തെങ്ങുകൾ. കൊമ്പൻ ചെല്ലികളുടെ ആക്രമണം മൂലം അവയ്ക്കുണ്ടായ നാശം മുതൽ മാലിന്യം കലർന്ന് കുടിവെള്ളം മുട്ടിയതുവരെ നിത്യജീവിതത്തിലെ വിവരണാതീതമായ ദുരിതങ്ങൾ. ഇങ്ങനെ പൊറുതിമുട്ടിയാണ് മലംഡിപ്പോ മാറ്റണമെന്ന ആവശ്യവുമായി ജനങ്ങൾ പഞ്ചായത്ത് സമിതിയെ സമീപിക്കുന്നത്.

ഇക്കാലത്ത് ഈ പ്രദേശമെല്ലാം കൊല്ലം ജില്ലയുടെ ഭാഗമായിരുന്നു. കൊല്ലം ജില്ലാ വികസന സമിതി (ഡി ഡി സി) യിൽ പ്രശ്നം അവതരിപ്പിക്കപ്പെട്ടെങ്കിലും പരിഹാരമുണ്ടായില്ല. തുടർന്ന് 1957 ൽ ആലപ്പുഴ ജില്ല രൂപീകരിക്കപ്പെട്ടതിനുശേഷം ആലപ്പുഴ ഡി ഡി സിയിൽ മലംഡിപ്പോ സജീവ ചർച്ചയായി. അതിനെ തുടർന്ന് ജില്ലാ ഹെൽത്ത് ഓഫീസറെ അന്വേഷണത്തിനായി നിയോഗിച്ചു. ഇതിനിടയിൽ പഞ്ചായത്ത് ഹൈക്കോടതിയിൽ റിട്ട് ഹർജി സമർപ്പിച്ചു. ഈ ഘട്ടത്തിൽ മലംഡിപ്പോയിൽ സ്വീവേജ് പ്ലാന്റ് സ്ഥാപിക്കാൻ നഗരസഭ തീരുമാനിച്ചു. മദിരാശിയിലെ ഒരു കമ്പനിയുമായുണ്ടാക്കിയ ഉടമ്പടി രേഖ നഗരസഭ ഹൈക്കോടതിയിൽ ഹാജരാക്കി. ഒരു വർഷത്തിനകം ഈ പ്ലാന്റ് പ്രവർത്തനം ആരംഭിച്ചു. ഇതായിരുന്നു സർവ്വോദയപുരത്ത് നടപ്പിലാക്കിയ ആദ്യത്തെ ആധുനിക സംസ്കരണ സംവിധാനം.

സ്വീവേജ് പ്ലാന്റ് അധികനാൾ പ്രവത്തിക്കേണ്ടി വന്നില്ല. തോട്ടിപ്പണി പതിയെ അപ്രത്യക്ഷമായി. നഗരത്തിലെ വീടുകളിൽ പാട്ട കക്കൂസുകളുടെ സ്ഥാനത്ത് കുഴി കക്കൂസുകളും സെപ്ടിക് ടാങ്ക് കക്കൂസുകളും വന്നു. തകഴി വിവരിച്ച തോട്ടിജീവിതം അവസാനിച്ചു. ബക്കറ്റും മമ്മട്ടിയുമായി രാവിലെ കക്കൂസുകൾ തോറും കയറിയിറങ്ങി, മലം കോരി ബക്കറ്റിലാക്കി, അതു നിറയുമ്പോൾ വഴിയരികിൽ വെച്ചിട്ടുള്ള കുറ്റികളിലേക്ക് പകർന്ന്, ആ കുറ്റികൾ പത്തു മണിക്കെത്തുന്ന നൈറ്റ് സോയിൽ ലോറിയിലേക്ക് കയറ്റിയിരുന്ന തോട്ടികളെ പഴമക്കാർക്ക് മാത്രമേ ഓർമ്മയുള്ളൂ. പക്ഷേ, സർവ്വോദയപുരത്തിന്റെ ശാപം തുടർന്നു. മലം ഒഴിവായെങ്കിലും മറ്റ് നഗരമാലിന്യങ്ങൾ തള്ളാനുള്ള ഇടമായി ഡിപ്പോ മാറി. നഗരത്തിൽ നിന്നുള്ള മാലിന്യത്തിന്റെ അളവ് കൂടി വന്നു. അതേസമയം ഈ പ്രദേശത്തെ തോട്ടികളുടെ കോളനി നഗരത്തിലേക്കു മാറ്റി. ഭൂരഹിതരായ പാവങ്ങൾ സർവ്വോദയപുരത്തേക്ക് കുടികയറി. ഒരുകാലത്ത് ജനവാസമില്ലാതിരുന്ന പ്രദേശങ്ങൾ ജനനിബിഡമായി. ഇതോടെ സർവ്വോദയപുരത്തെ മാലിന്യ പ്രതിസന്ധി അതിഗുരുതരമായ ഒരു സാമൂഹ്യ രാഷ്ട്രീയ പ്രശ്നമായി രൂപാന്തരപ്പെട്ടു.

പ്രതിദിനം 40–50 ടൺ തരംതിരിക്കാത്ത നഗരമാലിന്യങ്ങളാണ് സമീപകാലത്ത് സർവ്വോദയപുരത്തേക്ക് എത്തിക്കൊണ്ടിരുന്നത്. ഇതു കുമിഞ്ഞു കൂടിയതോടെ ഏതെങ്കിലും തരത്തിലുള്ള സംസ്കരണം അസാദ്ധ്യമായി. പണ്ടത്തെ സ്വീവേജ് പ്ലാന്റുപോലെ പുതിയൊരു ഖര മാലിന്യ സംസ്കരണ പ്ലാന്റ് സ്ഥാപിച്ച് പ്രശ്നം പരിഹരിക്കാനുള്ള മുനിസിപ്പാലിറ്റിയുടെ ശ്രമവും പരാജയപ്പെട്ടു. വർഷകാലത്ത് മാലിന്യക്കൂമ്പാരത്തിൽ നിന്ന് ഒലിച്ചെത്തുന്ന മലിനജലം കിണറുകളെയും മറ്റു ജലസ്രോതസ്സുകളെയും വിഷമയമാക്കി. കീടങ്ങൾ പെരുകി. ദുർഗന്ധം മൂലം സമീപവാസികൾക്ക് താമസിക്കാൻ പറ്റാതെയായി. ത്വക് രോഗങ്ങൾ സാർവ്വത്രികമായി. സമീപവാസികൾ സാമൂഹ്യമായും ഒറ്റപ്പെട്ടു തുടങ്ങി. പല വീടുകളിലെയും കല്യാണങ്ങൾപോലും മുടങ്ങി. ഇതോടെ പ്രതിഷേധങ്ങളും സമരങ്ങളും ഉയർന്നുവന്നു. 2012 ലെ കാലവർഷക്കാലത്ത് സഹികെട്ട ജനങ്ങൾ സർവ്വോദയപുരത്തിന് ഉപരോധമേർപ്പെടുത്തി.

നഗരത്തിനുള്ളിൽ പുറമ്പോക്കുകളിലും ഒഴിഞ്ഞ സ്ഥലങ്ങളിലുമെല്ലാം നഗരസഭ മാലിന്യങ്ങൾ കുഴിച്ചുമൂടി. പക്ഷേ, എത്രനാൾ ഇങ്ങനെ കുഴിച്ചുമൂടും? അതും നാഴി കുഴിച്ചാൽ വെള്ളം കാണുന്ന നാട്ടിൽ. അനിവാര്യമായതു സംഭവിച്ചു. നഗരത്തെരുവോരങ്ങളിലെല്ലാം പ്ലാസ്റ്റിക് കിറ്റിൽ കെട്ടിയ മാലിന്യം കുമിഞ്ഞുകൂടി. മഴയെത്തിയതോടെ നഗരം ചീഞ്ഞുനാറാൻ തുടങ്ങി.

മോക്ഷമാർഗ്ഗം തേടി

എന്താണു പരിഹാരം? എന്നുകിട്ടും സർവ്വോദയപുരത്തിന് ശാപമോക്ഷം? സർവ്വോദയപുരത്തിന്റെ മോക്ഷം നഗരത്തിന് ശാപമായി മാറുമോ? നിലവിലുള്ള പ്ലാന്റു വിപുലീകരിച്ച് നന്നായി നടത്താമെന്ന് അധികൃതർ പറഞ്ഞുനോക്കി. പക്ഷേ, സർവ്വോദയപുരത്തുകാർക്ക് പുതിയ സങ്കേതങ്ങളിലോ മുനിസിപ്പാലിറ്റിയുടെ കാര്യപ്രാപ്തിയിലോ വിശ്വാസമുണ്ടായിരുന്നില്ല. ഇതാണ് ഒരു നൂറ്റാണ്ടിന്റെ അനുഭവം. നഗരമാലിന്യം അങ്ങോട്ടുവേണ്ട എന്നതായി മുദ്രാവാക്യം. വിളപ്പിൽ ശാലയിലും ലാലൂരും ഞെളിയൻപറമ്പിലുമെല്ലാം പ്രദേശവാസികളുടെ വികാരം ഒന്നുതന്നെ. അപ്പോൾ എന്താണു ചെയ്യാനാവുക?

ഞങ്ങൾ കണ്ട ഉത്തരം ലളിതമാണ്. ഒരുകാലത്ത് സർവ്വോദയ പുരത്തിന്റെ ശാപമായിരുന്ന മലംഡിപ്പോ ഇന്നെവിടെ? നഗരത്തിൽ ഓരോരുത്തരുടെയും വീട്ടിൽത്തന്നെ. അമ്പതു വർഷം മുമ്പു മലയാളികൾ കക്കൂസിലായിരുന്നില്ല മലമൂത്ര വിസർജ്ജനത്തിനു പോയിരുന്നത്. 'വെളിക്കിറങ്ങുക'യായിരുന്നു. പിന്നീട് കക്കൂസുകൾ വന്നു. ആദ്യം പറമ്പിന്റെ ഏതെങ്കിലും മൂലയിൽ. പിന്നീട് വീടിനു പിൻപുറത്ത്. ഇപ്പോൾ കക്കൂസ് കിടപ്പുമുറിയുടെ ഉള്ളിലാണ്. പത്രാസിന്റെയും പകിട്ടിന്റെയും അടയാളങ്ങളായി ആധുനിക ടോയ്‌ലെറ്റുകൾ മാറി. മനുഷ്യമലം വീട്ടിനുള്ളിൽത്തന്നെ സംസ്കരിക്കുന്നു. അരനൂറ്റാണ്ടിനുള്ളിൽ നമ്മുടെ പ്രകൃതത്തിൽ വന്ന മാറ്റം എത്ര വലുതാണ്.

എന്തുകൊണ്ട് കക്കൂസ് മാലിന്യം പോലെ നമ്മുടെ അടുക്കള മാലിന്യവും ഉറവിടത്തിൽ സംസ്കരിച്ചുകൂടാ. കക്കൂസ് മാലിന്യം വീട്ടിനുള്ളിൽ സംസ്കരിക്കാമെങ്കിൽ എന്തിന് അടുക്കള മാലിന്യം വലിച്ചെറിയണം? വീട്ടിൽത്തന്നെ അതു സംസ്കരിച്ചുകൂടേ?.

ഈ ലളിതമായ ചോദ്യമാണ് 'നിർമ്മല ഭവനം, നിർമ്മല നഗരം പദ്ധതി' നഗരവാസികളോടുയർത്തിയത്. നഗരം മാലിന്യമുക്തമാക്കാനുള്ള പദ്ധതി ഉചിതമായ സാങ്കേതികവിദ്യയുടെ തിരഞ്ഞെടുപ്പു സംബന്ധിച്ച ഒരു പ്രശ്നം മാത്രമല്ല. മനുഷ്യമനസ്സിലാണ് ആദ്യം മാറ്റം വേണ്ടത്. 'വെളിക്കിറങ്ങുന്ന' പ്രകൃതത്തിൽ മാറ്റം വന്നതുപോലെ. അതുകൊണ്ടാണ് സാധാരണഗതിയിൽ നഗരസഭയുടെ പ്രവർത്തനമായി നടക്കേണ്ട ശുചീകരണപ്രവർത്തനത്തിനുപരിയായി ജനങ്ങളോട് നേരിട്ടു സംവദിക്കുന്ന 'നിർമ്മല ഭവനം, നിർമ്മല നഗരം പദ്ധതി'ക്കു രൂപം

Drawing by Reghu Harmony

നല്കിയത്. സർവ്വോദയപുരത്തിനു മാത്രമല്ല, നഗരത്തിനും ശാപ മോക്ഷം നല്കാനാണീ പദ്ധതി.

കഴിഞ്ഞ രണ്ടു വർഷമായി ആലപ്പുഴയിൽ നടക്കുന്ന ശുചിത്വ ക്യാമ്പയിനിന്റെ ഒരു ലഘുവിവരണമാണ് ഈ ഗ്രന്ഥം. രണ്ടു വർഷം കൊണ്ട് നഗരത്തിന്റെ മനോഭാവത്തിൽവന്ന മാറ്റം വളരെ വലുതാണ്. വലിച്ചെറിയുന്ന ശീലം പൂർണ്ണമായി മാറിയിട്ടില്ല. തോടുകളും ഓടകളും വൃത്തിയാക്കണം. ഹൗസ് ബോട്ടുകൾ വലിയ തലവേദനയായി തുടരുന്നു. ആധുനിക സ്വീവേജ് സമ്പ്രദായം വേണ്ടതുണ്ട്. ഇങ്ങനെ പലതും. പക്ഷേ, ഞങ്ങൾക്കുറപ്പുണ്ട്, അടുത്ത വേനൽക്കാലമാകുമ്പോഴേക്കും മാലിന്യ മുക്തനഗരമായി ആലപ്പുഴ മാറിയിരിക്കും. മാലിന്യ സംസ്ക്കരണ ത്തിനുപയോഗിച്ച സങ്കേതങ്ങൾ, ഇവയ്ക്കായി നടത്തിയ പ്രചരണപരിപാ ടികൾ, പുതുതായി ഏറ്റെടുക്കാൻ പോകുന്ന പ്രവൃത്തികൾ തുടങ്ങിയവ യെല്ലാം കഴിയുന്നത്ര സാങ്കേതികത്വം ഒഴിവാക്കി ഞങ്ങളിവിടെ പ്രതിപാ ദിക്കുകയാണ്. 2010 ലാണ് ഇന്ത്യൻ യൂണിയൻ പ്രസിഡന്റ് പ്രതിഭാ പാട്ടീൽ ശുചിത്വകേരള ലക്ഷ്യത്തിന്റെ പ്രഖ്യാപനം നടത്തിയത്. അതിനായുള്ള യജ്ഞത്തിൽ ആലപ്പുഴയുടെ അനുഭവങ്ങൾ സഹായകര മാകും എന്നു ഞങ്ങൾക്കുറപ്പുണ്ട്.

2

> *"1096 (1920) മകരമാസത്തിൽ കൊല്ലത്തുനിന്നും ബോട്ടിൽ പുറപ്പെട്ട് ആലപ്പുഴ ബോട്ടുജെട്ടിയിലിറങ്ങി. തോട്ടിന്റെ മറുകരയിൽ റോഡിനപ്പുറമായി നീളമുള്ള ഒരു രണ്ടുനില കെട്ടിടം കാണുകയുണ്ടായി. പീയേഴ്സ് ലെസ്ലി എന്നുപേരുള്ള ഒരു യൂറോപ്യൻ കമ്പനിയായി രുന്നു അത്. ഏതാണ്ട് ആയിരത്തിലേറെ തൊഴിലാ ളികൾ അവിടെ പണിയെടുത്തിരുന്ന വലിയൊരു കയർ കമ്പനിയായിരുന്നു അത്. ഓടിട്ട കടകൾ അധികവും ഒറ്റനില കെട്ടിടങ്ങളായിരുന്നു.... ഫാക്ടറിക്കും കച്ചേരി ക്കും സമീപം നായർ ഹോട്ടൽ, ബ്രാഹ്മണാൾ ഹോട്ടൽ, പോറ്റി ഹോട്ടൽ എന്നിങ്ങനെ ബോഡുകൾ തൂങ്ങിയി രുന്നു. ഇവയിൽ ഈഴവർക്ക് പ്രവേശനമില്ലായിരുന്നു. ചാർത്തിക്കെട്ടിയെടുത്ത സ്ഥലത്ത് ഇരുന്നുവേണം ഈഴവർ ഊണോ കാപ്പിയോ കഴിക്കേണ്ടത്. ഇരിക്കാൻ തറയിൽ പലകയിട്ടിരിക്കും. ക്രിസ്ത്യാനികളുടെയും മുസ്ലീങ്ങളുടെയും ഹോട്ടലുകളിൽ എവിടെയിരുന്നും ആഹാരം കഴിക്കാൻ സ്വാതന്ത്ര്യമുണ്ടായിരുന്നു.*
>
> *രാവിലെ ബോട്ടു ജെട്ടിയിൽ നിന്ന് ഇരുമ്പുപാലത്തിനു തെക്കുവശം കായംകുളം നീലകണ്ഠൻ എന്നയാളിന്റെ ഹോട്ടലിൽ കൈവശമുണ്ടായിരുന്ന സാധനങ്ങൾ സൂക്ഷിക്കാനേല്പിച്ച ശേഷം ജോലിയന്വേഷിച്ച് കടകളും കമ്പനികളും തോറും നടന്നു. തോടിന്റെ കരയിലൂടെ ഗുജറാത്തികളുടെ കമ്പനികൾ വരെ നടന്നു. പിന്നീട് മറുകരയിലൂടെ തിരിച്ച് ബോട്ടുജെട്ടിയിലേക്കും. കൊല്ലവും പുനലൂരുമെല്ലാം ഞാൻ കണ്ടിട്ടുണ്ടെങ്കിലും ആലപ്പുഴയുടെ പ്രൗഢി വേറൊന്നു തന്നെ."*
>
> *(കെ സി ഗോവിന്ദൻ – ഓർമ്മക്കുറിപ്പുകൾ (കൈയെഴുത്തുകോപ്പി)*

ആലപ്പുഴയുടെ മൂന്നാം ജന്മം

തൊഴിലന്വേഷിച്ച് ആലപ്പുഴയിലെത്തി തൊഴിലാളി നേതാവായി മാറിയ കെ സി ഗോവിന്ദന്റെ ഓർമ്മക്കുറിപ്പുകളിൽ (അപ്രകാശിതം) ആലപ്പുഴയെക്കുറിച്ചുള്ള പ്രതിപാദനമാണ് മുകളിലുദ്ധരിച്ചത്. 1920 ൽ കെ സി ഗോവിന്ദൻ നടന്ന വഴിയിലൂടെ ഇപ്പോൾ നടക്കുന്ന ഒരാൾ കാണുന്ന ചിത്രമെന്തായിരിക്കും? അടഞ്ഞുകിടക്കുന്ന പാണ്ടികശാല കളും, ഞരങ്ങി മൂളി നീങ്ങുന്ന പൊതുമേഖലാ കയർ സ്ഥാപനങ്ങളും, ഒഴുക്കടഞ്ഞ് കള നിറഞ്ഞ് കിടക്കുന്ന കനാലുകളും. പ്രൗഢമായ പഴയകാലത്തിന്റെ തകർന്ന ശേഷിപ്പുകളാണവ. ചില ഹോംസ്റ്റേകളും

ടൂർ/ഹൗസ്ബോട്ട് ഓപ്പറേറ്റേഴ്സിന്റെ ഓഫീസുകളും കാണാം. പഴയ പല തറവാടുകളും ബംഗ്ലാവുകളും ഹോംസ്റ്റേകളായും റിസോർട്ടുക ളായും മാറിയിരിക്കുന്നു.

ആലപ്പുഴയുടെ വൃദ്ധിക്ഷയങ്ങൾക്ക് രണ്ടരനൂറ്റാണ്ടിന്റെ കഥയുണ്ട്. കേരളത്തിലെ ഇതര നഗരങ്ങളെപ്പോലെ നിലവിലുണ്ടായിരുന്ന ഗ്രാമങ്ങളോ കമ്പോളങ്ങളോ വികസിച്ച് രൂപപ്പെട്ടതല്ല ആലപ്പുഴ പട്ടണം. കടലിനും കായലിനും മദ്ധ്യത്തിലുള്ള ഒരു പ്രദേശം ആസൂത്രിത നഗരമായി പണിതുയർത്തിയാണ് ഈ പട്ടണം രൂപപ്പെടുത്തിയത്. കനാലുകൾ, തുറമുഖം, പാണ്ടികശാലകൾ, കെട്ടിടങ്ങൾ, നിരത്തുകൾ എന്നിവയുടെയൊക്കെ നിർമ്മാണം സൂക്ഷ്മമായ ഒരു ആസൂത്രണ പ്രക്രിയയുടെ ഭാഗമായിരുന്നു. ഏതാണ്ട് കാൽനൂറ്റാണ്ടെടുത്ത ഈ നിർമ്മാണ പ്രക്രിയ പതിനെട്ടാം നൂറ്റാണ്ടിന്റെ അവസാനദശകങ്ങളിലാണ് ആരംഭിച്ചത്. ഇവിടെ തുടങ്ങുന്നു, ആലപ്പുഴ പട്ടണത്തിന്റെ ചരിത്രം. കഴിഞ്ഞ രണ്ടര നൂറ്റാണ്ടിന്റെ ചരിത്രത്തെ മൂന്നു ഘട്ടങ്ങളായി തിരിക്കാം. മൂന്നു ജന്മങ്ങൾ.

വാണിജ്യ തുറമുഖ നഗരം

തുറമുഖനഗരം എന്നതായിരുന്നു ആലപ്പുഴയുടെ ആദ്യകാല പ്രൗഢി. തിരുവിതാംകൂറിലെ കേന്ദ്രീകൃത രാജഭരണത്തിന്റെ വാണിജ്യ കുത്തക നിലനിർത്താനുള്ള പരിശ്രമത്തിന്റെ ഭാഗമായാണ് ആലപ്പുഴ പട്ടണവും തുറമുഖവും രൂപംകൊണ്ടത്. തിരുവിതാംകൂറിന്റെ വാണിജ്യകുത്തകയ്ക്ക് വിഘാതമായിരുന്നത് കൊച്ചിയിലെ ഡച്ച് ആധിപത്യമായിരുന്നു. കൊച്ചിയായിരുന്നു അന്നത്തെ പ്രധാന തുറമുഖം. തിരുവിതാംകൂറിന്റെ കയറ്റുമതിക്കുപോലും കൊച്ചിയിൽ ഡച്ചുകാർക്ക് കപ്പം കൊടുക്കേണ്ടിയിരുന്നു. കൊച്ചിയ്ക്ക് തെക്കോട്ട് കപ്പലുകൾക്ക് പോകണമെങ്കിലും ഡച്ചുകാരുടെ അനുമതി വേണ്ടിയിരുന്നു. ഈ അവസ്ഥയ്ക്ക് അറുതിവരുത്തുക തിരുവിതാംകൂറിന്റെ സാമ്പത്തികലക്ഷ്യങ്ങൾക്ക് അനിവാര്യമായിരുന്നു. ആധുനിക സൈന്യ സംവിധാനത്തെയും ബ്യൂറോക്രസിയെയും പോറ്റുന്നതിന് വാണിജ്യകുത്തകയിൽ നിന്നുള്ള വരുമാനമായിരുന്നു ആശ്രയം.

കൊല്ലവും പുറക്കാടും പോലുള്ള പുരാതന തുറമുഖ പട്ടണങ്ങളുടെ വ്യാപാരത്തിനുമേൽ പാരമ്പര്യപ്രകാരം ഡച്ചുകാർക്കായിരുന്നു മേൽക്കോയ്മ. ഈ പട്ടണങ്ങൾക്കിടയിൽ പുതിയൊരു തുറമുഖപട്ടണം തുടങ്ങിയാൽ മേല്പറഞ്ഞ കീഴ്വഴക്കത്തിനു മാറ്റംവരുത്താം എന്നായിരുന്നു തിരുവിതാംകൂറിന്റെ ഗൂഢലക്ഷ്യം. ഡച്ചുകാർ ഇത് വകവച്ചുകൊടുത്തില്ല. ആലപ്പുഴ തീരത്ത് നങ്കൂരമിട്ടിരുന്ന അറബി-ഗുജറാത്തി കപ്പലുകൾക്കു നേരേ കൊച്ചിയിൽ നിന്നെത്തിയ ഡച്ച് പടക്കപ്പലുകൾ പീരങ്കി പ്രയോഗിച്ചു. ഭീഷണിപ്പെടുത്തി കൊച്ചിക്ക് പിടിച്ചുകൊണ്ടുപോയി. കുളച്ചിൽ യുദ്ധത്തിനുശേഷം ഡച്ചുകാരുമായി വീണ്ടുമൊരു യുദ്ധത്തിന് കളമൊ

രുങ്ങുകയാണോ എന്ന് ഇരുകൂട്ടരും സന്ദേഹിച്ചു. അവസാനം മാവേലിക്കരയിൽ വച്ചാണ് സുദീർഘമായ സന്ധിസംഭാഷണം നടന്നത്. ആലപ്പുഴക്കും സ്വതന്ത്ര പ്രവർത്തനാവകാശം ലഭിച്ചു. അങ്ങനെ ആലപ്പുഴ തിരുവിതാംകൂറിന്റെ ഒന്നാം നമ്പർ വാണിജ്യതുറമുഖമായിത്തീർന്നു. അവിടേക്കെത്തുന്ന വള്ളങ്ങൾക്ക് സഞ്ചരിക്കാൻ കമേഴ്സ്യൽ കനാൽ മാത്രം പോരാതെ വന്നു. അങ്ങനെയാണ് കരപ്പുറത്തിന്റെ അതിർത്തിയായി ഉണ്ടായിരുന്ന കോട്ടയുടെ കിടങ്ങ് വാടക്കനാലായി മാറിയത്. ജൂതന്മാരും ഗുജറാത്തികളും കച്ച്കാരും കൊങ്ങിണികളും ഡച്ചുകാരും ഇംഗ്ലീഷുകാരുമെല്ലാം ആലപ്പുഴയിൽ പാർപ്പുറപ്പിച്ചു.

19-ാം നൂറ്റാണ്ടിന്റെ ആദ്യദശകങ്ങളിൽ തിരുവിതാംകൂർ ബ്രിട്ടീഷ് ആധിപത്യത്തിന് കീഴിലായി. മലബാറിലേതുപോലെ നേരിട്ടുള്ള ഭരണമായിരുന്നില്ല എങ്കിൽക്കൂടി ബ്രിട്ടീഷ് റസിഡന്റിന്റെ കീഴിലുള്ള രാജവാഴ്ചയായിരുന്നു നിലവിൽ വന്നത്. 19-ാം നൂറ്റാണ്ടിന്റെ അവസാനമായപ്പോഴേക്കും കൊച്ചി തുറമുഖത്തിന്റെ നവീകരണത്തിന് ബ്രിട്ടീഷ് നേവിയുടെ മുൻകയ്യിൽ ധാരണയായതോടെ ആലപ്പുഴ തുറമുഖത്തിന്റെ ഭാവി കൊട്ടിയടയ്ക്കപ്പെട്ടു. ആലപ്പുഴയുടെ വികസനത്തിന് ചർച്ചചെയ്തുകൊണ്ടിരുന്ന അരൂക്കുറ്റിയിലേക്കുള്ള ട്രാംവേയും ആലപ്പുഴ-ചേർത്തല കനാലുമെല്ലാം കോൾഡ് സ്റ്റോറേജിലായി. വ്യാപാരം കൊച്ചിയിലേക്ക് വഴിമാറി. അങ്ങനെ ആലപ്പുഴയുടെ ഒരു ജന്മം അവസാനിച്ചു. പിന്നെ നഗരത്തിന്റെ പുനർജ്ജനിക്ക് അടിത്തറ പാകിയത് കയർ വ്യവസായത്തിന്റെ അഭിവൃദ്ധിയായിരുന്നു. വാണിജ്യനഗരത്തിൽ നിന്നും വ്യവസായനഗരമായി ആലപ്പുഴ രൂപാന്തരപ്പെട്ടു.

വ്യവസായ തുറമുഖ നഗരം

1859 ൽ ജയിംസ് ഡാറയെന്ന ഐറീഷ് വംശജനായ അമേരിക്കക്കാരനാണ് ആലപ്പുഴയിലെ ആദ്യത്തെ കയർ ഫാക്ടറി സ്ഥാപിച്ചത്. ഹെൻറി സ്മെയിൽ എന്ന സായ്പും ഡാറയോടൊപ്പം കൂടി. അങ്ങനെ ഡാറ സ്മെയിൽ & കമ്പനി രൂപപ്പെട്ടു. 20-ാം നൂറ്റാണ്ടിന്റെ ആദ്യപാദം വരെ വളരെ മന്ദഗതിയിലായിരുന്നു കയർ വ്യവസായത്തിന്റെ വളർച്ച. എന്നാൽ ഒന്നാം ലോകയുദ്ധം കഴിഞ്ഞതോടെ ആലപ്പുഴ നഗരത്തിലെ കയർ വ്യവസായം വളർച്ചയുടെ ഉച്ചസ്ഥായിയിലായി. ഡാറാ സ്മെയിൽ മാത്രമല്ല, വില്യം ഗുഡേക്കറും പിയേഴ്സ് ലെസ്ലിയും ആസ്പിൻവാളും വോൾക്കാട്ട് ബ്രദേഴ്സും മധുര കമ്പനിയും ബോംബെ കമ്പനിയുമെല്ലാം തങ്ങളുടെ കയർ ഫാക്ടറികൾക്ക് ആസ്ഥാനമായി ആലപ്പുഴ തെരഞ്ഞെടുത്തു. അതുവരെ കേരളത്തിൽ നിന്ന് കയർ യൂറോപ്പിലും അമേരിക്കയിലും കൊണ്ടുപോയി അവിടെ കയറ്റുപായും തടുക്കും നെയ്യുകയായിരുന്നു ചെയ്തുവന്നത്. പുതിയ കാലഘട്ടത്തിൽ ആലപ്പുഴയിലെ ഫാക്ടറികൾ ലോകവിപണിയിൽ മത്സരിച്ചു മുന്നേറാൻ തുടങ്ങി. ആഗോളമാന്ദ്യത്തിന്റെ കാലത്ത് വിലകുറഞ്ഞ കയർ പരവതാനികളുടെ ഡിമാൻഡ്

യൂറോപ്പിൽ പല മടങ്ങ് ഉയർന്നു. ആലപ്പുഴയിലെ വ്യവസായം അഭൂതപൂർവ്വമായ പുരോഗതി കൈവരിച്ചു. വിദേശികൾ മാത്രമല്ല, കെ സി കരുണാകരനും എം എൽ ജനാർദ്ദനപിള്ളയും എംപയർ കൊയർ വർക്സിന്റെ സേട്ടുവും പോലുള്ള ഇന്ത്യക്കാരും ഫാക്ടറികൾ സ്ഥാപിച്ചു. 1930 കളിലായിരുന്നു ഈഴവ–സുറിയാനി മുതലാളിമാരുടെ രംഗപ്രവേശം.

ഈ വ്യവസായമുതലാളിമാരുടെ വളർച്ചക്ക് സമാന്തരമായി ഏതാണ്ട് 50,000 ത്തോളം കയർ ഫാക്ടറി തൊഴിലാളികളുടെ വർഗ്ഗവും വളർന്നു. ഇവർ തമ്മിലുള്ള ഏറ്റുമുട്ടലുകളുടെയും ഒത്തുതീർപ്പുകളുടെയും കഥകളിലേക്ക് ഈ സന്ദർഭത്തിൽ കടക്കുന്നില്ല. ഇവരിൽ ബഹുഭൂരിപക്ഷവും പണിയെടുത്തിരുന്നത് ആലപ്പുഴ പട്ടണത്തിലായിരുന്നതിനാൽ നഗരവല്ക്കരണത്തിന്റെ പ്രശ്നങ്ങളും രൂപംകൊണ്ടു. അധികൃതർക്ക് ശുചിത്വം ഒരു വേവലാതിയായി. മഹാമാരികൾ സാധാരണക്കാർക്ക് മാത്രമല്ല, മേലാളന്മാർക്കും പട്ടാളത്തിനുമെല്ലാം ഭീഷണിയായിരുന്നു. കപ്പലുകൾ വഴി പുതിയ രോഗങ്ങൾ കടന്നുവന്നു. ഇങ്ങനെ വർദ്ധിച്ചുവരുന്ന പൗരാവശ്യങ്ങളെ തൃപ്തിപ്പെടുത്തുന്നതിന് കൂടുതൽ ഫലപ്രദമായ മാർഗ്ഗം പ്രാദേശിക ഭരണസംവിധാനങ്ങളുണ്ടാക്കുക എന്നതാണെന്ന് ബ്രിട്ടീഷുകാർ തിരിച്ചറിഞ്ഞു. ഇതായിരുന്നു ബ്രിട്ടീഷ് ഇന്ത്യയിൽ മുനിസിപ്പാലിറ്റികൾ രൂപീകരിച്ചതിന്റെ പശ്ചാത്തലം.

റൗൺ ഇംപ്രൂവ്മെന്റ് കമ്മിറ്റിയും മുനിസിപ്പാലിറ്റിയും

1894 ലാണ് ആലപ്പുഴയിൽ റൗൺ ഇംപ്രൂവ്മെന്റ് കമ്മിറ്റി രൂപീകരിച്ചത്. മുമ്പ് ബ്രിട്ടീഷ് കമേഴ്സ്യൽ ഏജന്റിന്റെ ചുമതലയിലുണ്ടായിരുന്ന സാനിട്ടേഷൻ, ആരോഗ്യം, റോഡ് നിർമ്മാണം, തെരുവു വിളക്കു കത്തിക്കൽ എന്നിവ പുതിയ സമിതിയിൽ നിക്ഷിപ്തമായി. ആലപ്പുഴയിലെ കമ്മിറ്റിക്ക് ചില സവിശേഷതകളുണ്ടായിരുന്നു. മറ്റെല്ലായിടത്തും ഡിവിഷൻ പേഷ്കാരുടെ പ്രതിനിധിയാണ് പ്രസിഡന്റായിരുന്നതെങ്കിൽ ആലപ്പുഴയിൽ കമേഴ്സ്യൽ ഏജന്റായിരുന്നു എക്സ് ഒഫീഷ്യോ പ്രസിഡന്റ്. 1920 ൽ തിരുവിതാംകൂറിലെ എല്ലാ റൗൺ ഇംപ്രൂവ്മെന്റ് കമ്മിറ്റികളും തെരഞ്ഞെടുക്കപ്പെട്ട മുൻസിപ്പൽ കൗൺസിലുകളായി മാറി. റൗൺ ഇംപ്രൂവ്മെന്റ് കമ്മിറ്റിയുടെയും മുനിസിപ്പാലിറ്റിയുടെയും മുഖ്യചുമതല സാനിട്ടേഷൻ തന്നെയായിരുന്നു. 1894–95 ൽ റൗൺ ഇംപ്രൂവ്മെന്റ് കമ്മിറ്റിയിൽ ഉണ്ടായിരുന്ന 41 ജീവനക്കാരിൽ 35 പേരും അടിച്ചുതളിക്കാരായിരുന്നു.

1895 ൽ അറവുശാലയ്ക്കും മീൻചന്തയ്ക്കും സ്ഥലം നിശ്ചയിച്ചു. 1896 ൽ തോട്ടിസമ്പ്രദായം കൊണ്ടുവന്നു. ആലപ്പുഴയിൽ കുടിവെള്ളം ഒരു പ്രശ്നമായിരുന്നു. പണക്കാർ കോട്ടയത്തുനിന്ന് വള്ളത്തിൽ കൊണ്ടുവന്ന വെള്ളമാണ് ഉപയോഗിച്ചത്. പട്ടണനിവാസികൾക്കുവേണ്ടി കിണറുകളും മറ്റും കുഴിക്കുന്നത് റൗൺ ഇംപ്രൂവ്മെന്റ് കമ്മിറ്റിയുടെയും പിന്നീട് മുനിസിപ്പാലിറ്റിയുടെയും ഒരു പ്രധാന പ്രവർത്തനമായിരുന്നു.

ഇരുപതാം നൂറ്റാണ്ടിന്റെ ആരംഭത്തിലായിരുന്നു തെരുവുവിളക്കുകളുടെ രംഗപ്രവേശം.

പ്ലേഗ്, കോളറ, വസൂരി തുടങ്ങിയ പകർച്ചവ്യാധികളുടെ കാലത്താണ് പ്രാദേശിക ഭരണച്ചുമതലക്കാരുടെ പ്രവർത്തനം ഉച്ചസ്ഥായിയിലായത്. 1935–36 ലെ തിരുവിതാംകൂർ അഡ്മിനിസ്ട്രേഷൻ റിപ്പോർട്ടിൽ, മുനിസിപ്പൽ കൗൺസിൽ മാർക്കറ്റ് വാർഡിൽ പൊട്ടിപ്പുറപ്പെട്ട പ്ലേഗ് നേരിട്ടതു സംബന്ധിച്ച് ഒരു ലഘുവിവരണമുണ്ട്: വാർഡ് പൂർണ്ണമായും ഒഴിപ്പിച്ചു. 278 കുടിലുകളും വീടുകളും തീയിട്ടു. എലികളെ കൊന്നൊടുക്കി. 44,532 പേർക്ക് കുത്തിവെപ്പു നടത്തി. 26 പേരുടെ മരണത്തിൽ കലാശിച്ച പ്ലേഗ്ബാധ അങ്ങനെ നിയന്ത്രണവിധേയമാക്കി. ടൗൺ ഇംപ്രൂവ്മെന്റ് കമ്മിറ്റി വെള്ളക്കാരുടെ നിയന്ത്രണത്തിലായിരുന്നു. എന്നാൽ തെരഞ്ഞെടുക്കപ്പെട്ട മുനിസിപ്പൽ കൗൺസിൽ സമ്പ്രദായം വന്നതോടുകൂടി പ്രാതിനിദ്ധ്യം ആലപ്പുഴയിലെ നാടൻ വർത്തകപ്രമാണിമാർക്കായി തീർന്നു.

സ്വാതന്ത്ര്യലബ്ധിയോടെ മുനിസിപ്പാലിറ്റിയുടെ ഭരണം കൂടുതൽ ജനായത്തപരമായി. അധികാരവും വർദ്ധിച്ചു. പക്ഷേ ആലപ്പുഴയുടെ രണ്ടാം ജന്മത്തിന്റെ അവസാനം തുടങ്ങുകയായിരുന്നു എന്ന് അധികമാരും അക്കാലത്ത് തിരിച്ചറിഞ്ഞില്ല. ആലപ്പുഴയിലെ കയർ വ്യവസായത്തിൽ മേധാവിത്തം പുലർത്തിയിരുന്ന വിദേശികൾ അറുപതുകളുടെ ആദ്യമായപ്പൊഴേക്കും പിൻവാങ്ങി. വ്യവസായ കയറ്റുമതിക്കാർ കേവലം വാണിജ്യകയറ്റുമതിക്കാരായി തീർന്നു. ഉല്പാദനം പട്ടണത്തിനു വെളിയിലെ ചെറുകിട ഫാക്ടറികളിലേക്ക് നീങ്ങി. ആയിരക്കണക്കിന് തൊഴിലാളികൾ പണിയെടുത്തിരുന്ന പട്ടണത്തിലെ ഫാക്ടറികൾ ഒഴിഞ്ഞു, വിദേശത്തേക്കുള്ള കയറ്റുമതി കുത്തനെ ഇടിഞ്ഞു. ഇത് തുറമുഖത്തെ ക്ഷയിപ്പിച്ചു. ക്രമേണ തുറമുഖമേ ഇല്ലാതായി. അങ്ങനെ ഗതകാല പ്രൗഢിയുടെ ശേഷിപ്പുകൾ പേറി നില്ക്കുന്ന ഒരു പ്രേതഭൂമിയായി ആലപ്പുഴ മാറി.

ടൂറിസം – ഇനിയൊരു ജന്മം കൂടി

പഴയ തുറമുഖത്തെ പുനരുജ്ജീവിപ്പിക്കുക ഏതാണ്ട് അസാദ്ധ്യമാണ്. പുതിയൊരു യന്ത്രവല്കൃത കയർ ഫാക്ടറി വ്യവസായം വളർന്നുവരുന്നുണ്ട്. പക്ഷേ, അത് ആലപ്പുഴ പട്ടണത്തെ കേന്ദ്രീകരിച്ചാവില്ല. പിന്നെ എന്തായിരിക്കും ആലപ്പുഴയുടെ വളർച്ചാസ്രോതസ്സ്? ഇവിടെയാണ് ടൂറിസത്തിന്റെ സാദ്ധ്യതകൾ പരിശോധിക്കപ്പെടേണ്ടത്.

1986 ൽ സംസ്ഥാനം സന്ദർശിച്ച വിദേശ വിനോദയാത്രികർ അമ്പതിനായിരത്തിൽ താഴെയായിരുന്നു. 2012 ൽ ഇത് 7,93,696 ആയി ഉയർന്നു. ഇതേകാലയളവിൽ സംസ്ഥാനം സന്ദർശിച്ച ആഭ്യന്തരടൂറിസ്റ്റുകളുടെ എണ്ണം 10,76,854 ആയി ഉയർന്നു. ആലപ്പുഴയ്ക്ക് കേരളത്തിന്റെ വിനോദസഞ്ചാര ഭൂപടത്തിൽ നാലാമത്തെയോ അഞ്ചാമത്തെയോ സ്ഥാനമാണുള്ളത്. *ഇക്കണോമിക്ക് റിവ്യൂ*വിന്റെ കണക്കുപ്രകാരം ടൂറിസത്തിൽ

നിന്നും സംസ്ഥാനത്തിന് 2012 ൽ ലഭിച്ച പ്രത്യക്ഷവും പരോക്ഷവുമായ വരുമാനം 20430 കോടി രൂപയാണ്. വിദേശനാണയ വരുമാനം മാത്രം 4571.69 കോടി വരും. സംസ്ഥാന ആഭ്യന്തരവരുമാനത്തിന്റെ 9 ശതമാനം ടൂറിസം മേഖലയുടെ സംഭാവനയാണ്.

പട്ടിക 2.1

ആലപ്പുഴ സന്ദർശിച്ച വിനോദയാത്രികരുടെ എണ്ണം

സെക്റ്റർ	2009	2010	2011	2012
വിദേശടൂറിസ്റ്റുകൾ	33493	41977	46019	50760
ആഭ്യന്തരടൂറിസ്റ്റുകൾ	164223	183416	199670	211749
ആകെ	**197716**	**225393**	**245689**	**262509**

അവലംബം - *ഇക്കണോമിക് റിവ്യൂ.*

ആലപ്പുഴ സന്ദർശിക്കുന്ന വിദേശ ടൂറിസ്റ്റുകളുടെ എണ്ണം മൂന്നുവർഷം കൊണ്ട് 50 ശതമാനത്തിലേറെ വർദ്ധിച്ചു. ആഭ്യന്തര ടൂറിസ്റ്റുകളുടെ എണ്ണത്തിൽ ഏതാണ്ട് 30 ശതമാനം വർദ്ധനയുണ്ടായി. എന്നാൽ ലഭ്യമായ കണക്കുകൾ പ്രകാരം വിദേശടൂറിസ്റ്റുകളുടെ ഏഴ് ശതമാനത്തിൽ താഴെ മാത്രമാണ് 2012 ൽ ആലപ്പുഴ സന്ദർശിച്ചത്. ആഭ്യന്തര ടൂറിസ്റ്റുകളിൽ ആലപ്പുഴയുടെ വിഹിതം 20 ശതമാനമാണ്. ഇത് സൂചിപ്പിക്കുന്നത് ഭാവിയിലെ വളർച്ചാ സാദ്ധ്യതകളെയാണ്. കായലും കടലും സമ്മേളിക്കുന്ന പുരാതന വാണിജ്യനഗരത്തിന്റെ ടൂറിസം വളർച്ചാസാദ്ധ്യതകളുടെ ചെറിയൊരു ഭാഗം മാത്രമേ ഉപയോഗപ്പെടുത്തുന്നുള്ളൂ. കായൽജല ടൂറിസത്തിൽ മാത്രം ഊന്നിയുള്ളതാണ് ഇപ്പോഴത്തെ ടൂറിസം. പൈതൃക, സാംസ്കാരിക ടൂറിസത്തെ അവഗണിച്ചിരിക്കുന്നു.

ഇതെല്ലാം മനസ്സിൽ വച്ചുകൊണ്ടാണ് ഒരു മെഗാ ടൂറിസം പദ്ധതി തയ്യാറാക്കുന്നതിന് 2010 ലെ ബജറ്റിൽ പണം നീക്കിവച്ചതും ഒരു കരട് പദ്ധതിക്ക് രൂപംനല്കിയതും. ഈ പദ്ധതിക്ക് ഇപ്പോൾ കേന്ദ്രസർക്കാരിന്റെ അംഗീകാരവുമുണ്ട്. പക്ഷേ, ഇതിപ്പോഴും ജലടൂറിസത്തിൽ മാത്രം ഊന്നിക്കൊണ്ടുള്ളതാണ്. മുസിരിസ്, തലശ്ശേരി പൈതൃകപദ്ധതികളുടെ മാതൃകകളിൽ നിന്നും പാഠമുൾക്കൊള്ളാൻ കഴിഞ്ഞിട്ടില്ല. ഇതുസംബന്ധിച്ച തർക്കം വേണ്ട. ഇന്നത്തെ ടൂറിസം പദ്ധതിയുടെ രൂപരേഖയിൽ ഇല്ലാത്തവ നമുക്ക് പ്രത്യേകമായി കൂട്ടിച്ചേർക്കാവുന്നതേയുള്ളൂ. പക്ഷേ, ഈ പദ്ധതി വിജയിക്കുന്നതിന് ഒരു അനിവാര്യമായ ഘടകമുണ്ട്. അതാണ് ശുചിത്വം.

കടൽത്തീരത്തിനും ഇടനാടിനുമിടയിൽ കായലും ആറുകളും പുഞ്ചപ്പാടങ്ങളും ചേർന്ന് പ്രകൃതി വരച്ച രമണീയ ചിത്രമാണ് പട്ടണത്തിന്റെ കിഴക്കൻ പ്രദേശം. കുട്ടനാടും അവിടത്തെ സവിശേഷ കാർഷിക രീതികളും കൗതുകകരവും മനോഹരവുമാണ്. ഇത് ആലപ്പുഴ

Drawing by Laurie Baker

യ്ക്ക് നല്കുന്ന ടൂറിസം സാദ്ധ്യതകളാണ് ഈ പഴയ തുറമുഖ നഗരത്തിന്റെ പുതുപ്രതീക്ഷ. മറ്റ് ടൂറിസം കേന്ദ്രങ്ങൾ നല്കുന്ന അനുഭവങ്ങൾ ആലപ്പുഴ പാഠമാക്കുക തന്നെ വേണം.

ഇത്തരത്തിലൊരു പുനർജ്ജനി വേണമെങ്കിൽ ഉത്തരവാദിത്വത്തോടെ നമുക്ക് പ്രകൃതിവിഭവങ്ങളെയും അതിന്റെ മനോഹാരിതയെയും കാത്തുരക്ഷിക്കണം. അഴുക്കടിഞ്ഞ്, ഒഴുക്ക് നിലച്ച കനാലുകളിൽ രോഗവാഹികളായ ജീവികളേയും പേറി പുതുജന്മത്തിലേക്ക് നടന്നു കയറാനാവില്ല. നഗരത്തെ നാം എത്ര ശുചിയായി കാക്കുന്നു എന്നതിനെ കൂടി ആശ്രയിച്ചാണ് ആലപ്പുഴ നഗരത്തിന്റെ ടൂറിസം ഭാവി.

“കാലവർഷം, ഇന്ത്യാ ഉപഭൂഖണ്ഡത്തിലേക്ക് കടക്കുന്നത് കാണാനുള്ള തിടുക്കത്തിൽ വളരെ പെട്ടെന്ന് യാത്ര പുറപ്പെടേണ്ടി വന്നു. എല്ലാ പ്രതിരോധകുത്തിവയ്പ്പുകളും എടുക്കാനുള്ള സമയം എനിക്ക് കിട്ടിയില്ല. ആശങ്കപ്പെടേണ്ട ഒറ്റക്കാര്യമേയുള്ളൂവെന്ന് എന്റെ ഡോക്ടർ എന്നെ ആശ്വസിപ്പിച്ചു. അത് കൊതുകുകളാണ്. പകൽ വെളിച്ചത്തിൽ കുത്തുന്ന കൊതുക് ഡെങ്കിപ്പനി നല്കിയേക്കാം. രാത്രിയുടെ ഇരുട്ടിൽ കുത്തുന്ന മറ്റൊരു കൊതുക് മലേറിയ നല്കിയേക്കാം. ഗ്രാമത്തിലെ നെൽവയലുകളുടെ പ്രദേശത്താണ് കുത്ത് കിട്ടുന്നതെങ്കിൽ ജപ്പാൻജ്വരമാകാം കിട്ടുക.

ഒരാഴ്ച കഴിഞ്ഞപ്പോൾ ഏതോ പാടങ്ങൾക്ക് കുറുകെയുള്ള കനാലിൽ ഒരു വലിയ കെട്ടുവള്ളത്തിൽ ഞാൻ ചെന്നുപെട്ടു. ഇരുട്ട് പരന്നുതുടങ്ങിയപ്പോഴേക്ക് ആദ്യത്തെ കൊതുകുസംഘമെത്തി. ഭേഷ്, കൊതുകുജന്യമായ രോഗത്രയങ്ങളുടെ മിശ്രിതം കാത്ത് ഞാനിരുന്നു...... പ്രശ്നം തീർന്നുവെന്ന് ഞാനാശ്വസിച്ചു. ഞാൻ കൊതുകുവലയ്ക്കുള്ളിലും ജപ്പാൻജ്വരം പുറത്തും. ബെഡിൽ ചുരുണ്ടുകൂടിക്കൊണ്ട് നെറ്റിനിടയിൽ കൂടി ഒരു കൈ സൂത്രത്തിൽ പുറത്തിട്ട് ലൈറ്റ് ഓഫാക്കി. പെട്ടെന്ന് കുട്ടിക്കാലത്തെ സാഹസികകഥകളിൽ ഒന്ന് എന്റെ ഓർമ്മയിലെത്തി. വലയ്ക്കുള്ളിൽ കിടക്കുമ്പോൾ ദേഹം വലയിൽ തൊടരുത്. അല്ലെങ്കിൽ ഒരു മിഥ്യാസുരക്ഷാബോധത്തിൽ ഉറങ്ങുന്നതിനിടെ കൊതുക് വലയ്ക്ക് പുറത്തുനിന്നും അതിന്റെ ചെറുദ്വാരത്തിലൂടെ നമ്മളെ ദംശിക്കാം... ഉം! ആറടി മൂന്നിഞ്ചുകാരനായ എനിക്ക് അത് പറയുന്നത്ര എളുപ്പത്തിൽ ചെയ്യാവുന്ന ഒന്നല്ല. കട്ടിലിനാവട്ടെ ആറടി നീളമേയുള്ളൂ.... എനിക്ക് സഹിക്കാവുന്നതിന് അപ്പുറമായിരുന്നു. കൊതുകുകൾ നുഴഞ്ഞു കയറുന്നില്ല എന്നുറപ്പ് വരുത്തി ഞാൻ എങ്ങനെയോ കൊതുകുവലയ്ക്ക് പുറത്തുകടന്നു. കുളിമുറിയിൽ കയറി ഷവർ തുറന്നു.

(Declination: Dodging Mosquitos, Dengue Fever and Encephilitis in India സ്റ്റീവ് കാസിമിറോ –സെപ്തംബർ 6, 2011)

3

കുപ്പത്തൊട്ടിയിലേക്ക് വിനോദയാത്രയോ?

മൺസൂൺ മലയാള മണ്ണിനെ തൊടുന്നത് നേരിട്ടു കാണുന്നതിനാണ് Adventure Journal (www.adventure-journal.com)ന്റെ സ്ഥാപകനും എഴുത്തുകാരനും ഫോട്ടോഗ്രാഫറുമായ കാസിമിറോ 2011 ൽ ആലപ്പുഴയിലെത്തിയത്. മഴയും കാറ്റും ഭയന്ന് ഹൗസ്ബോട്ട് ആറ്റുതീര

Drawing by Reghu Harmony

ത്ത് തന്നെ നങ്കൂരമിട്ടു. കായലിലേയ്ക്ക് പോയില്ല. ഇരുട്ട് വീണപ്പോൾ പോർവിമാനങ്ങളെപ്പോലെ ഇരമ്പിയെത്തിയ കൊതുകുപടയെക്കണ്ട കാസിമിറോ തന്റെ ഡോക്ടറുടെ വാക്കുകൾ ഓർത്തു. ഭീതിപൂണ്ടിരുന്ന സ്റ്റീവിനെ ഫാൻ കൊണ്ടു വരാമെന്നുപറഞ്ഞ് ഗൈഡ് രാധാകൃഷ്ണൻ സമാധാനിപ്പിച്ചു. ഇരിപ്പിടത്തിന് രണ്ടടി അകലെ ഒരു കസേരയിൽ ഫാൻ വെച്ച് കറക്കാൻ തുടങ്ങി. നെഞ്ചിനു മുകളിലുള്ള പാതിഉടലിനെ കൊതുകുപടയിൽ നിന്നും ഫാൻ രക്ഷിച്ചു. അപ്പോഴും മേശയ്ക്കടിയിലെ പാതിശരീരത്തിൽ അവ ആക്രമണം തുടർന്നു. രാധാകൃഷ്ണൻ ഒരു കൊതുകുതിരി കത്തിച്ചുവെച്ചു. ചുറ്റി അടിക്കുന്ന കാറ്റിൽ വിഷപ്പുക സായ്പ്പിന്റെ മുഖത്തേക്കുതന്നെ അടിച്ചുകയറി. കഠിനമായ ചൂടിൽ ശരീരം മുഴുവൻ പശ പോലുള്ള കൊതുകുസംഹാരി സ്പ്രേ ചെയ്ത് വലയ്ക്കുള്ളിൽ വളഞ്ഞുകൂടിക്കിടന്ന ആ രാത്രിയെക്കുറിച്ചാണ് സ്റ്റീവ് കാസിമിറോ എഴുതിയത്. കൊതുകുകടി കാര്യമായി കൊണ്ടിട്ടും ഡങ്കുവോ, ജ്വരമോ പിടിപെട്ടില്ലല്ലോ എന്നും സ്റ്റീവ് ആശ്വസിക്കുന്നുണ്ട്.

പക്ഷേ, സ്റ്റീവിന്റെ കുറിപ്പ് ദൈവത്തിന്റെ ഈ സ്വന്തം നാട്ടിലേക്കുള്ള വിനോദയാത്രികരെ ഒന്ന് അന്ധാളിപ്പിക്കും എന്നുറപ്പാണ്. ദുർഗന്ധം വമിക്കുന്ന കനാലുകളിലൂടെ ഡെങ്കുവും ജ്വരവും ഭയന്ന് യാത്രികർ ഇനി എത്രനാൾ ഈ കൗതുകം തേടിയെത്തും? മാലിന്യവും രോഗങ്ങളും ആലപ്പുഴയുടെ വിനോദസഞ്ചാര സാദ്ധ്യതകളെ തകിടം മറിക്കുംവിധം ഗുരുതരമാകുകയാണ്.

മാറാരോഗങ്ങളുടെ ആലപ്പുഴ

പടിയടച്ച് പുറത്താക്കിയ പല മഹാമാരികളും കേരളത്തിലേക്ക് തിരിച്ചെത്തി നമ്മുടെ പൊതുജനാരോഗ്യസംവിധാനത്തിന് കനത്ത വെല്ലുവിളി ഉയർത്തുന്നുണ്ട്. ആലപ്പുഴ ഇവയിൽ പലതിന്റേയും കേന്ദ്ര മാണ്. ജലശൃംഖല രോഗവാഹികളായി മാറി. വലിച്ചെറിയുന്ന മാലിന്യ ത്തിൽ നിന്നുള്ള ഊറ്റ് അതിവേഗം പരന്നൊഴുകാൻ സവിശേഷ ഭൂപ്ര കൃതി കാരണമായി. ആലപ്പുഴ പകർച്ചവ്യാധികളുടെ പ്രവേശനകവാട മായി മാറുകയാണോ?

2003 ൽ സംസ്ഥാനത്തിന് ഭീതി പടർത്തി ഡെങ്കിബാധയുണ്ടായി. പകർച്ചവ്യാധികളുടെ താണ്ഡവം കണ്ട വർഷമാണ് 2006. ചിക്കൻഗുനിയ നമ്മുടെ ആരോഗ്യരക്ഷാ സംവിധാനത്തെയാകെ പിടിച്ചുലച്ചു. 58308 പേർക്കാണ് ആലപ്പുഴ ജില്ലയിൽ ചിക്കൻഗുനിയ പിടിപെട്ടത്. അതിമാരകമായ ജപ്പാൻജ്വരവും പ്രത്യക്ഷപ്പെട്ടത് 2006 ൽത്തന്നെ. എലിപ്പനിയും 2006 ൽ ഭീതിവിതച്ചു. 2006 ലും 2010 ലും ജില്ലയിൽ കോളറ റിപ്പോർട്ട് ചെയ്യപ്പെട്ടു. മഞ്ഞപ്പിത്തബാധിതരുടെ എണ്ണം വർഷംതോറും കൂടുകയാണ്. വയറിളക്ക രോഗങ്ങളും അതുപോലെ തന്നെ.

2006 മുതൽ ആലപ്പുഴയിൽ ഉണ്ടായ പകർച്ചവ്യാധികളുടെ പട്ടിക 3.1ൽ കൊടുക്കുന്നു.

പട്ടിക 3.1

പകർച്ചവ്യാധികൾ 2006–2010 ആലപ്പുഴ

രോഗം	2006	2007	2008	2009	2010
മലേറിയ	220	152	136	118	115
ഡെങ്കു	28	13	10	18	68
ചിക്കൻഗുനിയ	58308	1848	2	0	11
എലിപ്പനി	360	90	271	70	130
ജപ്പാൻജ്വരം	14	1	0	0	0
കോളറ	1	0	0	20	0
മഞ്ഞപ്പിത്തം	199	279	441	446	368
വയറിളക്കം	23239	23822	25945	31111	21507

Source : situation analysis of communicable diseases
Integrated disease surveillance project. DHS GOK

ജീവിതഗുണതയും രോഗാതുരതയും

വികസിതരാജ്യങ്ങൾക്കൊപ്പം കിടപിടിക്കുന്ന ആയുസ്സും ആരോ ഗ്യവും കൈവരിച്ച നാട്ടിലാണീ അവസ്ഥ എന്നോർക്കണം. എച്ച് വൺ എൻ വൺ പോലെ അപരിചിതമായ പകർച്ചവ്യാധികൾ കടന്നുവന്നു. കോളറയും ജ്വരവും തിരിച്ചെത്തി. വയറിളക്കരോഗങ്ങൾ സാർവ്വത്രികം.

Drawing by Reghu Harmony

ശിശുമരണനിരക്ക് പന്ത്രണ്ടും ജീവിതായുസ്സ് 76 ഉം ആയിരിക്കുന്ന നാട്ടിൽ ഇത്തരം ഒരു രോഗാതുരത ഒരു പ്രഹേളികയാണ്.

ഇതിന്റെ കുരുക്കഴിക്കണമെങ്കിൽ ആലപ്പുഴയിലെയും കുട്ടനാടൻ പ്രദേശത്തിന്റേയും വെള്ളക്കെട്ടും ജലമലിനീകരണവും പരിശോധനാ വിഷയമാക്കണം. കുട്ടനാട് വികസനത്തിന്റെ പേരിൽ പണിത ബണ്ട് ഒരു നാടിനെ കുട്ടിച്ചോറാക്കി. ഓരുവെള്ളത്തിന്റെ കയറ്റം നിലച്ചതോടെ മത്സ്യസമ്പത്ത് ക്ഷയിച്ചു. പായലും പോളയും നിറഞ്ഞു. ദിവസേനയുണ്ടായിരുന്ന വേലിയേറ്റവും വേലിയിറക്കവും നിലച്ചതോടെ ആലപ്പുഴയിലെയും കുട്ടനാട്ടിലെയും ജലാശയങ്ങൾ നിശ്ചലമായി. ശബരിമല മുതലിങ്ങോട്ടുള്ള പ്ലാന്റേഷനുകളുടെയും ജനവാസകേന്ദ്രങ്ങളുടെയും മാലിന്യവും കീടനാശിനി തുടങ്ങിയ വിഷങ്ങളും എല്ലാം ആലപ്പുഴയിലെ ജലാശയങ്ങളിൽ അടിഞ്ഞുകൂടി. ഇതിന് പുറമെയാണ് നഗരമാലിന്യങ്ങൾ കൊണ്ട് പട്ടണങ്ങളിലെ കനാലുകൾ നിറഞ്ഞത്.

ഒരുകാലത്ത് ആയിരക്കണക്കിന് തൊഴിലാളികൾ വേലകഴിഞ്ഞ് വീട്ടിലേക്ക് മടങ്ങുംമുമ്പ് ദേഹം കഴുകിയിരുന്ന കനാലുകളിൽ കാൽ തൊടാനാവാതെയായി. ആലപ്പുഴയിലെ രോഗാതുരതയുടെ ചേരുവ പഠിച്ചാൽ അവയെല്ലാം തന്നെ പാരിസ്ഥിതിക തകർച്ചാജന്യരോഗങ്ങളാണെന്ന് കാണാം. വേലിയേറ്റ വേലിയിറക്കങ്ങൾ ഇല്ലാതായതും ജലാശയങ്ങളിലേക്ക് ചവറുകൾ വലിച്ചെറിയുന്നതും മലിനജലം ഒഴുക്കുന്നതും ഹൗസ് ബോട്ടുകളിൽ നിന്നുള്ള വിസർജ്യങ്ങൾ തള്ളിവിടുന്നതുമെല്ലാം അതി ഗുരുതരമായ പാരിസ്ഥിതിക തകർച്ച കൊണ്ടുണ്ടാവുന്നവയെന്നു കാണാം. കാറ്റുവിതച്ച് നാം കൊടുങ്കാറ്റ് കൊയ്യുകയാണ്. പ്രകൃതിയുടെ

Drawing by Laurie Baker

മേലുള്ള അതിരുകവിഞ്ഞ കൈയേറ്റത്തെക്കുറിച്ച് *വാനരനിൽ നിന്ന് നരനിലേക്ക്* എന്നുള്ള വിഖ്യാത ലേഖനത്തിൽ മാർക്സ് മുന്നറിയിപ്പു നല്കിയിട്ടുണ്ട്. തണ്ണീർമുക്കം ബണ്ട് നിർമ്മിച്ച് പ്രകൃതിയെ കീഴ്പ്പെടുത്തിയെന്ന് അഹങ്കരിച്ചവരോട് മാറാരോഗങ്ങളിലൂടെ പ്രകൃതി പ്രതികാരം ചെയ്യുന്നു.

ഈ ദുരിതക്കാഴ്ചകളിലേക്ക് ഇനിയും വിനോദയാത്രികർ വന്നെത്തുമോ? പാതി തമാശയും പാതി കാര്യവുമായി സ്റ്റീവ് കാസിമിറോ പറഞ്ഞുവെക്കുന്ന കാര്യമിതാണ്. വിനോദസഞ്ചാരികൾ വന്നാലും ഇല്ലെങ്കിലും നമുക്ക് എത്രനാൾ ഇങ്ങനെ തുടരാനാവും? രോഗാതുരതയുടെ ഭാരവും പേറി എത്രനാൾ ചത്തതിനൊക്കുംവിധം സാധാരണക്കാർ ജീവിക്കും?

"നഗരത്തിലൂന്നിയ ഭാവിയിലേക്കു ലോകം കുതിക്കുമ്പോൾ അതിന്റെ ഉപോല്പന്നമായി നഗരമാലിന്യം കുമിഞ്ഞു കൂടുകയാണ്. നഗരജീവിതശൈലിയുടെ ഭാഗമായി വരുന്ന ഈ മാലിന്യങ്ങൾ നഗരവല്ക്കരണത്തിന്റെ നിരക്കിനെക്കാളും വേഗത്തിലാണ് വളരുന്നത്. ഒരു ദശാബ്ദത്തിനുമുമ്പ് ആളൊന്നുക്ക് പ്രതിദിനം 0.64 കിലോഗ്രാം മാലിന്യം ഉല്പാദിപ്പിച്ചിരുന്നിടത്തു നിന്ന് ഓരോരുത്തരും പ്രതിദിനം 1.2 കിലോഗ്രാം ഉല്പാദിപ്പിക്കുന്ന നിലയിലേക്ക് ലോകം എത്തിയിരിക്കുന്നു. 2025 ആകുമ്പോഴേക്കും 1.42 കിലോഗ്രാം ആകുമെന്നും കണക്കാക്കിയിട്ടുണ്ട്. മാലിന്യം ഉപഭോക്തൃ സംസ്കാരത്തിന്റെ ഉപോല്പന്നമാണ്. ഉപയോഗിച്ചു വലിച്ചെറിയുന്ന ശീലത്തിന്റെ സൃഷ്ടി.

What a Waste - A Global Review of Solid waste Management Daniel Hoornweg and Perinaz Bhada-Tata

4

നഗരമാലിന്യം വരവും തരവും ചേരുവയും

കേരളത്തിലെ നഗരവല്ക്കരണത്തിന്റെ അമ്പരപ്പിക്കുന്ന വേഗത മാലിന്യ ഉല്പാദനത്തിലും പ്രകടമാണ്. നിലവിലുള്ള നഗരങ്ങളിലേക്കുള്ള കുടിയേറ്റം എന്നതിനേക്കാൾ ഉപഭോഗത്തിന്റെ സ്വഭാവത്തിലുണ്ടാകുന്ന മാറ്റം കൂടിയാണ് കേരളത്തിലെ നഗരവല്ക്കരണം. ഇത് നമ്മുടെ ഗ്രാമങ്ങളിൽപ്പോലും മാലിന്യപ്രശ്നത്തെ ഗുരുതരമാക്കിയിട്ടുണ്ട്. 2001 ലെ കാനേഷുമാരി കണക്കുകൾ പ്രകാരം കേരളത്തിന്റെ നഗരജനസംഖ്യ 25.96 ശതമാനം ആയിരുന്നു. 2011 ൽ ഇത് 47.72 ശതമാനമായി വർദ്ധിച്ചു. നഗരജനസംഖ്യയിൽ 92.72 ശതമാനം ന്റെ വർദ്ധനവാണ് ഒരു പതിറ്റാണ്ടിനിടെ ഉണ്ടായത്.

നേരത്തെ നിലവിലുണ്ടായിരുന്ന നഗരങ്ങളിലേക്ക് ആളുകൾ കുടിയേറുന്നതു കൊണ്ടുമാത്രം ഉണ്ടായതല്ല ഈ വർദ്ധനവ്. നഗരങ്ങളുടെ എണ്ണം തന്നെ പെരുകുകയാണ്. 2001 കാനേഷുമാരി കണക്കുകൾ പ്രകാരം 60 സ്റ്റാറ്റ്യൂട്ടറി നഗരങ്ങളും 99 സെൻസസ് നഗരങ്ങളും അടക്കം 159 പ്രദേശങ്ങളെയാണ് നഗരങ്ങളായി കണക്കാക്കിയിരിക്കുന്നത്. 2011 ൽ സെൻസസ് നഗരങ്ങളുടെ എണ്ണം 461 ആയി കൂടി. ആകെ 520 പ്രദേശങ്ങളെയാണ് നഗരങ്ങളായി 2011 കാനേഷുമാരി കണക്കാക്കിയിരിക്കുന്നത്. നഗരജനസംഖ്യയിലെ വർദ്ധനവ് നേരത്തെ സൂചിപ്പിച്ചുവല്ലോ.

കേരളത്തിലെ കൂടുതൽ കൂടുതൽ പ്രദേശങ്ങൾ നഗരസ്വഭാവം കൈവരിക്കുന്നു എന്നർത്ഥം. നഗരമാലിന്യ സംസ്കരണം കേരളത്തിന്റെ ഒരു പ്രധാന വികസന വെല്ലുവിളിയായി മാറുകയാണ്.

നഗരമാലിന്യത്തിന്റെ അളവ്

കേരളത്തിലെ നഗരമാലിന്യത്തിന്റെ അളവു സംബന്ധിച്ച് കൃത്യം കണക്കുകളൊന്നും ലഭ്യമല്ല. ശേഖരിക്കുകയും കേന്ദ്രീകൃത സംവിധാനത്തിലേക്ക് മാറ്റുകയും ചെയ്യുന്ന ഖരമാലിന്യത്തിന്റെ അളവ് നഗരസഭകൾ കൃത്യമായി രേഖപ്പെടുത്തുന്ന പതിവില്ല. ലഭ്യമായ പഠനങ്ങൾ ഏകോപിപ്പിച്ച് മാലിന്യത്തിന്റെ സ്രോതസ്സും തരവും ചേരുവയുമെല്ലാം സംബന്ധിച്ച് ചില നിഗമനങ്ങളിൽ എത്താൻ ശ്രമിച്ചത് ഡോ. അജയ്കുമാർ വർമ്മയാണ് (Status of Municipal solid Waste Generation in Kerala and characteristics - Dr. Ajayakumar Varma, Excecutive Director, Suchitwa mission, LSGD, GOK - 2008). നഗരമാലിന്യത്തിന്റെ സ്രോതസ്സുകളും അവയുടെ അളവും തരവും ഭൗതിക, രാസ സ്വഭാവങ്ങളും അറിയേണ്ടത് ശരിയായ മാനേജ്മെന്റ് സംവിധാനവും സംസ്കരണ സാങ്കേതങ്ങളും അവലംബിക്കുന്നതിന് അനിവാര്യമാണ്.

2001 ൽ CESS ഉം (Centre for Earth Science Studies) 2002 ൽ പത്മലാൽ, മായ എന്നിവരും 2004 ൽ അജയ്കുമാർ വർമ്മ, ദിലീപ് എന്നിവരും നടത്തിയ പഠനങ്ങളുടെ അടിസ്ഥാനത്തിൽ സംസ്ഥാനത്തെ ശരാശരി പ്രതിദിന പ്രതിശീർഷ (Average Daily Per Capita Waste Generation) മാലിന്യ ഉല്പാദനം 178 ഗ്രാം ആയി കണക്കാക്കാമെന്ന നിഗമനത്തിൽ വർമ്മ എത്തിച്ചേർന്നു. ഇതിന്റെ ആധികാരികതയിൽ അദ്ദേഹം തന്നെ സംശയം പ്രകടിപ്പിച്ചിട്ടുണ്ട്. ഓരോ നഗരസഭയുടേയും കണക്ക് പ്രത്യേകമായി എടുക്കുമ്പോൾ വലിയ അന്തരമാണ് കണ്ടത്. കൂത്തുപറമ്പിൽ മതിപ്പു കണക്ക് 34 ഗ്രാം ആണെങ്കിൽ തലശ്ശേരിയിൽ ഇത് 707 ഗ്രാം ആണ്. ഇത്ര വലിയ അന്തരമുണ്ടാകുന്നതിന് ഒരു ന്യായവുമില്ല.

1996 ൽ NEERI (National Environment Engineering Research Institute) ഇന്ത്യൻ നഗരങ്ങളിലെ മാലിന്യ ഉല്പാദനം ആളൊന്നുക്ക് പ്രതിദിനം 210 ഗ്രാമിനും 350 ഗ്രാമിനും ഇടയിലാണെന്ന് കണക്കാക്കി. വൻനഗരങ്ങളിൽ ഇത് 1/2 കിലോ വരെയാകാമെന്നും NEERI പഠനം കണ്ടെത്തി. ഇതിൻപ്രകാരം കേരള നഗരങ്ങളിലെ മാലിന്യ ഉല്പാദനം ആളൊന്നിന് പ്രതിദിനം 210 ഗ്രാമായി കണക്കാക്കാം എന്നാണ് ഡോ.വർമ്മ എത്തിച്ചേർന്ന നിഗമനം. 1996 ലായിരുന്നു NEERI പഠനം. സമ്പദ്ഘടനയുടെ വളർച്ചയും മാലിന്യ ഉല്പാദനവും തമ്മിലുള്ള ബന്ധം കണക്കാക്കി മാലിന്യ ഉല്പാദനത്തിൽ പ്രതിവർഷം 1.4 ശതമാനം കണ്ട് വർദ്ധനവുണ്ടാകുമെന്ന് ലോകബാങ്കിന്റെ അർബൻ ഡെവലപ്പ്മെന്റ് സെക്ഷൻ നടത്തിയ പഠനങ്ങൾ ചൂണ്ടിക്കാണിച്ചിട്ടുണ്ട്. ഇതിന്റെ അടി

സ്ഥാനത്തിൽ കേരള നഗരങ്ങളിലെ പ്രതിദിന പ്രതിശീർഷ മാലിന്യ ഉല്പാദനം 242 ഗ്രാമായി കണക്കാക്കാം എന്ന് ഡോ. അജയ്കുമാർ വർമ്മ അഭിപ്രായപ്പെട്ടു.

ഇതിന്റെ അടിസ്ഥാനത്തിൽ ആലപ്പുഴ നഗരത്തിലെ മാലിന്യ ഉല്പാദനം സംബന്ധിച്ച ചില നിഗമനങ്ങളിൽ എത്താനാകും. 2011 കനേഷുമാരി കണക്കുകൾ പ്രകാരം ആലപ്പുഴ നഗരത്തിലെ ജനസംഖ്യ 1,74,164 ആണ്. ഇതിൽ ആറുവയസ്സിൽ താഴെയുള്ള കുട്ടികളുടെ എണ്ണം 1,54,34 ആണ്. ആറുവയസ്സിൽ താഴെയുള്ള കുട്ടികളെ ഒഴിവാക്കി നിർത്തിയാൽ 1,58,730 ആണ് ജനസംഖ്യ. ഇവർ പ്രതിദിനം ശരാശരി 242 ഗ്രാം തോതിൽ മാലിന്യം ഉല്പാദിപ്പിക്കുന്നു എന്നു കണക്കാക്കിയാൽ ആലപ്പുഴ നഗരത്തിൽ പ്രതിദിനം 38.41 ടൺ മാലിന്യമാണ് ഉല്പാദിപ്പിക്കുന്നത്. 0–6 പ്രായപരിധിയിലുള്ള കുട്ടികളെക്കൂടി ഉൾപ്പെടുത്തിയാൽ പ്രതിദിന മാലിന്യ ഉല്പാദനം 42.15 ടൺ ആണ്.

ആളൊന്നിന് പ്രതിദിനം 242 ഗ്രാം മാലിന്യം ഉണ്ടാകുമെന്ന അടിസ്ഥാന അനുമാനം 2008 ലെ സ്ഥിതിഗതികൾ വച്ചുകൊണ്ടാണല്ലോ. ഇതിൽ പ്രതിവർഷം 1.4 ശതമാനം വച്ച് വർദ്ധനയുണ്ടാകുമെന്ന് കണക്കാക്കിയാൽ പ്രതിദിന മാലിന്യ ഉൽപ്പാദനം 42.5 ടണ്ണിനെക്കാൾ കൂടുതൽ വരും. മാത്രമല്ല ആലപ്പുഴ നഗരത്തോട് ചേർന്ന് കിടക്കുന്ന നഗരസ്വഭാവമുള്ള പ്രദേശങ്ങളെക്കൂടി ചേർത്ത് കണക്കാക്കിയാൽ ആകെ ജനസംഖ്യ 2,41,072 ആണ്. ഇതാണ് കനേഷുമാരി കണക്കുകൾ പ്രകാരമുള്ള Alleppy Urban ജനസംഖ്യ. അതിൽ നഗരസഭയുടെ അതിർത്തിയിൽ താമസിക്കുന്നവരുടെ എണ്ണം മാത്രമാണ് 1,74,164. ഇതെല്ലാം കണക്കിലെടുക്കുമ്പോൾ ആലപ്പുഴ നഗരത്തിലെ പ്രതിദിന ശരാശരി ഖരമാലിന്യ ഉല്പാദനം 50 ടണ്ണിനു മേലെയായിരിക്കും.

ഈ മതിപ്പുകണക്ക് നഗരസഭയുടെ കണക്കുകളുമായി ഒത്തുപോകും. സർവ്വോദയപുരത്തെ പ്ലാന്റിലേക്ക് കയറ്റിയയച്ചിരുന്നത് 40–50 ടൺ മാലിന്യം എന്നാണ് കണക്ക്. നഗരത്തിൽ തന്നെ ഉപേക്ഷിക്കപ്പെടുന്ന മാലിന്യം, പ്രത്യേകിച്ച് അജൈവമാലിന്യം കൂടി കണക്കിലെടുത്താൽ പ്രതിദിന മാലിന്യത്തിന്റെ അളവ് 58 ടൺ വരുമെന്നാണ് നഗരസഭയുടെ മതിപ്പ് കണക്ക്.

മാലിന്യത്തിന്റെ സ്രോതസ്സുകളും അളവും

ആലപ്പുഴ നഗരസഭയിൽ പ്രതിദിനം ഉല്പാദിപ്പിക്കപ്പെടുന്ന 58 ടൺ മാലിന്യം ഏതെല്ലാം തരത്തിലുള്ളതാണ്, അവയുടെ ഉറവിടങ്ങളേവ തുടങ്ങിയ ചോദ്യങ്ങൾക്കുള്ള ഉത്തരങ്ങളാണ് ഇനി പരിശോധിക്കുന്നത്. മാലിന്യത്തിന്റെ സ്രോതസ്സ് സംബന്ധിച്ചുള്ള നഗരസഭയുടെ മതിപ്പ് കണക്ക് പട്ടിക 4.1 ൽ കൊടുത്തിരിക്കുന്നു.

പട്ടിക 4.1

നഗരത്തിലെ മാലിന്യത്തിന്റെ സ്രോതസ്സും അളവും

സ്രോതസ്സ്	അളവ്(ടൺ)	ശതമാനം
ഗാർഹിക മാലിന്യം	20	34.5
കല്യാണ മണ്ഡപങ്ങൾ/ ഹാളുകൾ/ഓഫീസുകൾ	14	24.13
കടകൾ, ചന്തകൾ	10	17.24
നിരത്തുകൾ	6	10.33
നിർമ്മാണം	4	6.9
ആശുപത്രികൾ/ അറവുശാലകൾ	4	6.9
ആകെ	**58**	**100**

ആലപ്പുഴയിലെ നഗര മാലിന്യത്തിന്റെ 34.5 ശതമാനം വീടുകളിൽ നിന്നുള്ള മാലിന്യമാണ്. ഈ മാലിന്യം വീട്ടുവളപ്പിലെ തെങ്ങിന്റെയോ വാഴയുടെയോ ചുവട്ടിൽ ഇടുന്നതായിരുന്നു പതിവ്. ഇങ്ങനെ ഗാർഹിക മാലിന്യം അടുക്കളകൃഷിയിൽ വളമായി മാറി. അന്ന് പ്രകൃതിക്ക് ഉൾക്കൊള്ളാൻ കഴിയുന്ന തരത്തിലുള്ളതായിരുന്നു നമ്മുടെ അടുക്കള മാലിന്യം. അതിന്റെ അളവും അത്രയേ ഉണ്ടായിരുന്നുള്ളൂ. കാലം മാറി. നഗരത്തിലെ ആൾപാർപ്പു കൂടി. ഒഴിഞ്ഞസ്ഥലങ്ങളില്ലാതെയായി. തൊടിയിലെ വിളകൾ വരുമാന മാർഗ്ഗമല്ലാതെയായി. നാം വീട്ടിൽ ഉപയോഗിക്കുന്ന വസ്തുക്കളുടെ സ്വഭാവം കൂടി മാറിയതോടെ ഗാർഹിക മാലിന്യങ്ങളുണ്ടാക്കുന്ന പ്രശ്നങ്ങൾ രൂക്ഷമായി.

ഉപ്പുവരെ എന്തും പ്ലാസ്റ്റിക് കവറുകളിൽ പൊതിഞ്ഞതാണ് നാം വാങ്ങുന്നത്. അവ പിന്നെയും പ്ലാസ്റ്റിക് കിറ്റിലാക്കി തൂക്കിയാലേ ബോധിക്കൂ. പിന്നെ ചോറും കറിയും പ്ലാസ്റ്റിക്കും പച്ചക്കറിയുടെ അവശിഷ്ടവുമൊക്കെ അതേ കിറ്റിൽ കെട്ടി പൊതുനിരത്തിൽ തള്ളും. ആലപ്പുഴയിലാണെങ്കിൽ ആർക്കും വേണ്ടാത്ത ഒരു സ്ഥലമുണ്ട്. തോടുകളും കനാലുകളും. അവിടെ കൊണ്ടിട്ടാൽ ആർക്കു ചേതം? ഫലമെന്തായിരുന്നു? തോടുകളുടെ ഒഴുക്കു തടഞ്ഞു, കള നിറഞ്ഞു, രോഗകീടങ്ങൾ പെരുകി. അറപ്പുണ്ടാക്കുന്ന അശ്ലീലക്കാഴ്ചയായി കനാലുകൾ മാറി. ആളുകളെ എങ്ങനെ കുറ്റപ്പെടുത്തും? മാറിയ കാലത്തിനൊത്ത ചില ചിട്ടകൾ വേണമെന്നും ചില മാർഗ്ഗങ്ങൾ സ്വീകരിക്കണം എന്നും ആരും ആലോചിച്ചില്ല. എല്ലാ നേട്ടങ്ങളുടെയും മുകളിൽ തൂങ്ങുന്ന വാളായി മാലിന്യഭാരം മാറിയിരിക്കുന്നു.

ഇരുപത്തിനാല് ശതമാനത്തിലധികം വരുന്നത് കല്യാണ മണ്ഡപങ്ങളിൽ നിന്നും മറ്റുമാണ്. തുണി വിരിച്ച മേശയിൽ തൂശനിലയിൽ വിളമ്പിയിരുന്ന സദ്യ ഓർമ്മ മാത്രം. ഇന്ന് പേപ്പർ വിരി, അതിൽ കടലാസ് ഇല, വറവ് ഇനങ്ങൾ ഒന്നിച്ചു ചേർത്ത് മോടിയിൽ ഒരു പ്ലാസ്റ്റിക്

കിറ്റ്. എല്ലാം കഴിഞ്ഞു ഒരറ്റത്ത് നിന്നും ഒറ്റ മടക്കാണ്. ചുരുട്ടി ട്രോളിയിലോ മറ്റോ കയറ്റി തോട്ടിലേക്ക് ഒരേറ്. ബിരിയാണി സദ്യയാണെങ്കിൽ പ്ലാസ്റ്റിക്കിന്റെയും പേപ്പർ പാത്രങ്ങളുടെയും പൂരമായിരിക്കും. ചുരുട്ടിയെടുത്ത് തോട്ടിലേക്കോ റോഡിലേക്കോ എറിയുന്നതിൽ ഇവിടെയും ഒരുമാറ്റവുമില്ല. കനത്ത വാടക വാങ്ങുന്ന മണ്ഡപത്തിന് ഇത് സംസ്കരിക്കാനുള്ള ബാദ്ധ്യതയുണ്ട്. സംസ്കരിക്കാവുന്നതരം പാത്രങ്ങളും മറ്റുമേ ഉപയോഗിക്കാൻ അനുവദിക്കാവൂ.

കടകളിലെ മാലിന്യങ്ങളിൽ പതിനഞ്ചു ശതമാനവും പ്ലാസ്റ്റിക് പാക്കിങ് വസ്തുക്കളാണ്. ഇത് നമ്മുടെ നിരത്തുകളിലെ ഒഴിഞ്ഞ മൂലകളിലും കാനകളിലും തള്ളുന്നു. നമ്മുടെ നാളെയെയാണ് ഇങ്ങനെ നാം തന്നെ ദുരിതപൂർണ്ണമാക്കുന്നത്. ഇതിന്റെയൊക്കെ ഉപയോഗം പൂർണ്ണമായി നിർത്താനാവില്ല. പക്ഷേ, നിയന്ത്രണങ്ങളും സംസ്കരണത്തിനുള്ള ചിട്ടകളും പാലിച്ചില്ലെങ്കിൽ നഗരവും കനാലുകളും നിരത്തും എല്ലാം കുപ്പത്തൊട്ടിയായി തീരും. അറവുശാല, മാലിന്യം ഏതാണ്ട് ഏഴു ശതമാനമാണ്. അത്രതന്നെ ആശുപത്രി മാലിന്യവും വരും. വലിയ ആശുപത്രികളിലെ മാലിന്യം IMA യുടെ പ്ലാന്റിലേക്ക് കൊണ്ടുപോകും. ബാക്കി ശാസ്ത്രീയമായി കത്തിക്കേണ്ടി (incinerate) വരും. പിഴവുകൾ നീക്കി അറവുശാല പ്രവർത്തനയോഗ്യമാക്കണം; അറവ് അവിടെ മാത്രമായി നിയന്ത്രിക്കണം. ഇന്ന് അറവു മൃഗങ്ങളുടെ കുടലും പണ്ടവുമെല്ലാം നമ്മുടെ കനാലിലും തോട്ടിലും എറിയുകയാണ്. ഈ കനാലുകളാണ് ആലപ്പുഴയുടെ ടൂറിസം ഭാവിയിലേക്ക് വഴി തുറക്കേണ്ടത്!!!!!

മാലിന്യത്തിന്റെ തരംതിരിവുകൾ

നഗരമാലിന്യത്തിന്റെ ചേരുവ സംബന്ധിച്ചും ചില കണക്കുകൾ ലഭ്യമാണ്. ആലപ്പുഴ നഗരത്തിലെ മാലിന്യത്തിന്റെ 75–80% ജൈവമാലിന്യമാണ് (compostable organic waste). കടലാസും മറ്റും 10–11 ശതമാനമാണ്. പ്ലാസ്റ്റിക് 4–5 ശതമാനം, തുണി തുടങ്ങിയവയുടെ അളവ് 6–7 ശതമാനം. റബ്ബർ, ലതർ, റക്സിൻ എന്നിവ ഒരു ശതമാനവും വരും. മാലിന്യത്തിലെ ഈർപ്പത്തിന്റെ അളവ് 61.61% ആണ്.

പട്ടിക 4.2

മാലിന്യത്തിന്റെ തരം

തരം	ശതമാനം
ജൈവമാലിന്യം	75–76%
കടലാസ് etc	10–11%
പ്ലാസ്റ്റിക്	4–5 %

തുണി, കയർ etc	6–7%
റബർ, ലതർ etc	1.00%
ലോഹം	1.00%
നിർമ്മാണ അവശിഷ്ടങ്ങൾ	2–3%
ആകെ	**100**

ആലപ്പുഴ നഗരത്തിലെ ഖരമാലിന്യത്തിൽ അപകടകാരികളായ ഖരമാലിന്യത്തിന്റെ അളവ് ഇതരനഗര പ്രദേശങ്ങളിലെ ശരാശരിയേക്കാൾ ഉയർന്നതാണെന്ന് CESS, SEUF എന്നിവയുടെ കണക്കുകൾ കാണിക്കുന്നു. ഘനലോഹങ്ങൾ അടങ്ങിയ ഖരമാലിന്യം അലക്ഷ്യമായി വലിച്ചെറിയുന്നത് ഗുരുതരമായ പരിസ്ഥിതി ആരോഗ്യപ്രശ്നങ്ങൾ സൃഷ്ടിക്കും.

പട്ടിക 4.3

മുനിസിപ്പൽ മാലിന്യത്തിലെ ഘനലോഹങ്ങളുടെ അളവ്

ഘനലോഹങ്ങൾ	മുനിസിപ്പാലിറ്റികളുടെ ശരാശരി	ആലപ്പുഴ മുനിസിപ്പാലിറ്റി
ഇരുമ്പ് (%)	1.52	1.32
മാംഗനീസ്	247	191
നിക്കൽ	21	22.71
കാഡ്മിയം	2.08	1.88
ലെഡ്	308	164.57
ക്രോമിയം	56	66.57
കോപ്പർ	68	106.58
സിങ്ക്	224	190.83

അവലംബം - CESS (2001), SEUF(2006)

ഉപയോഗം കഴിഞ്ഞ് ബാറ്ററിയും സി എഫ് എല്ലും പോലുള്ള അപകടകരമായ മാലിന്യങ്ങൾ നമ്മുടെ വീട്ടിലുണ്ടാക്കുന്ന ജൈവമാലിന്യങ്ങൾക്കൊപ്പമാണ് നാം നിരത്തിലും കുപ്പത്തൊട്ടിയിലും തള്ളുന്നത്. മറ്റു പല ലോഹവസ്തുക്കളും നാം ഇങ്ങനെ പച്ചക്കറി അവശിഷ്ടങ്ങൾക്കൊപ്പം നിരത്തിൽ തള്ളും. നല്ല മഴയും, മാലിന്യത്തിലെ കനത്ത ഈർപ്പവും മൂലം ഈ ലോഹ അംശം ഊറ്റലായി നമ്മുടെ ജലത്തിലും മണ്ണിലും വേഗം എത്തും. വെള്ളത്തിലൂടെയും മീനിലൂടെയും ഇവിടെയുണ്ണുന്ന പച്ചക്കറികളിലൂടെയും ലോഹാംശം മനുഷ്യശരീരത്തിലെ എത്തും. ഇത് അതീവ ഗുരുതരമായ ആരോഗ്യ പ്രശ്നങ്ങൾ ഉണ്ടാക്കുകയും ചെയ്യും. മിക്ക ഘനലോഹങ്ങളും കാൻസർ ഉണ്ടാക്കുന്ന

Drawing by Laurie Baker

വയാണ്. മറ്റു പലതരത്തിലുള്ള ആരോഗ്യ പ്രശ്നങ്ങൾക്കും ഇവ കാരണമാകാമെന്ന് പഠനങ്ങൾ വ്യക്തമാക്കിയിട്ടുണ്ട്.

മനുഷ്യശരീരത്തിൽ മെർക്കുറി കടന്നതുമൂലമാണ് 1950 കളിൽ ജപ്പാനിൽ മീനമാത ദുരന്തമുണ്ടായത്. മെർക്കുറി കലർന്ന ജലാശയത്തിലെ മത്സ്യത്തിൽ നിന്നുമാണ് ഇത് മനുഷ്യരിലേക്ക് കടന്നത്. നാഡീവ്യവസ്ഥ തകർന്ന്, അംഗഭംഗം വന്ന്, കാഴ്ചശക്തിയും കേൾവിയും തകർന്ന് 17000 പേരാണ് രോഗബാധിതരായത്. രോഗത്തോടെ കുഞ്ഞുങ്ങൾ പിറവിയെടുക്കാനും തുടങ്ങി. 1970 ൽ ഇറാഖിൽ മെർക്കുറി കലർന്ന മണ്ണിൽ നിന്നും കൊയ്ത ഗോതമ്പ് കൊണ്ടുണ്ടാക്കിയ ബ്രഡ് കഴിച്ചു 10000- ത്തിൽ അധികം പേർക്കാണ് വിഷബാധയുണ്ടായത്. കാഡ്മിയം കിഡ്നി കാൻസറിന് വഴി വെക്കും. കാൻസർ ഉണ്ടാക്കുന്ന വസ്തുവായിട്ടാണ് International Agency for Cancer Research(IACR-WHO) ഇവയെ പരിഗണിച്ചിരിക്കുന്നത്. ലെഡ് നാഡീ വ്യവസ്ഥയെ ദോഷകരമായി ബാധിക്കുന്നതും കടുത്ത മാനസിക അസ്വാസ്ഥ്യത്തിനു കാരണമാ

കുന്നതുമാണ്. കുട്ടികളിൽ പഠന വൈകല്യങ്ങൾക്കും ലെഡ് കാരണമാകാം.

ഇത്തരത്തിൽ ജീവനു തന്നെ ഭീഷണിയാകുന്ന മാലിന്യമാണ് നാം അലക്ഷ്യമായി തെരുവിൽ വലിച്ചെറിയുന്നത്. ഇവയുടെ സാന്നിദ്ധ്യം ആലപ്പുഴയിൽ ശരാശരിയിൽ കൂടുതലാണെന്നത് കണ്ണ് തുറപ്പിക്കേണ്ട ഒരു വസ്തുതയാണ്.

പട്ടിക 4.4

മുനിസിപ്പൽ മാലിന്യങ്ങളുടെ രാസപ്രത്യേകതകൾ

രാസ പ്രത്യേകത	ആലപ്പുഴ	നഗരസഭകളുടെ ശരാശരി
സാന്ദ്രത	570	541.63
ഈർപ്പത്തിന്റെ അളവ്(%)	61.61	55.74
ഊർജ്ജമാത്ര(k.cal/kg)	2393	1638.75
പി എച്ച് മൂല്യം	7	7.31
കാർബൺ	17.98	19.60
നൈട്രജൻ (%)	0.53	0.51
കാർബൺ/ നൈട്രജൻ	34.25	39.61
ഫോസ്ഫറസ്		
പെന്റോക്സൈഡ് (%)	0.72	0.41
പൊട്ടാഷ്യം ഓക്സൈഡ് (%)	0.44	0.50

അവലംബം: CESS (2001), SEUF(2006)

വളമായോ ഇന്ധനമായോ മാറ്റാൻ കഴിയുന്ന രാസസ്വഭാവമാണ് ആലപ്പുഴയിലെ നഗരമാലിന്യത്തിനുള്ളത്. ഈർപ്പത്തിന്റെ അളവ്, മാലിന്യത്തിലെ ഊർജ്ജ ഉള്ളടക്കം, പി എച്ച് മൂല്യം, കാർബൺ നൈട്രജൻ അനുപാതം എന്നിവയെല്ലാം ബയോഗ്യാസ് പ്ലാന്റുകൾക്കും കമ്പോസ്റ്റിങ് യൂണിറ്റുകൾക്കും ഉതകുന്ന വിധത്തിലാണ്. ബയോഗ്യാസ് പ്ലാന്റുകളിൽ നടക്കുന്ന വായുസാന്നിദ്ധ്യത്തിലല്ലാത്ത ദഹനത്തിലൂടെ പരമാവധി വാതകം സൃഷ്ടിക്കാൻ കഴിയുന്ന രാസഘടനയാണിത്. കമ്പോസ്റ്റിങ്ങിലൂടെ ഉണ്ടാകുന്ന വളത്തിന്റെ ഗുണവിശേഷം തിട്ടപ്പെടുത്തുന്നത് കാർബൺ നൈട്രജൻ അനുപാതം കണക്കാക്കിയാണ്. ഗുണമേന്മയുള്ള വളം ഉല്പാദിപ്പിക്കാൻ പാകത്തിലുള്ള രാസസ്വഭാവമാണ് ഈ മാലിന്യങ്ങൾക്ക് എന്നാണ് അർത്ഥം.

ആലപ്പുഴ നഗരമാലിന്യത്തിന്റെ 35 ശതമാനം വരുന്ന ഗാർഹിക ജൈവ മാലിന്യം ബയോഗ്യാസ് പ്ലാന്റുകളും കമ്പോസ്റ്റിങ് യൂണിറ്റുകളും സ്ഥാപിച്ച് വീടുകളിൽത്തന്നെ കൈകാര്യം ചെയ്യുന്നതിന് സാങ്കേതികമായ തടസ്സങ്ങളില്ല എന്നർത്ഥം.

ഈ നീലവാനങ്ങളിൽ
തഴുകിയെത്തുമിളം കാറ്റിൽ
കളകളം പാടുമീ പുഴകളിൽ
വിഷം തുപ്പുമസുരരേ
ഞങ്ങൾ വന്നിതാ
ഈ പുതിയ കുരുക്ഷേത്ര ഭൂമിയിൽ
ഞങ്ങളീ മനുഷ്യനേകി
അഗ്നി അക്ഷരം അറിവും
നിങ്ങളോ തിരിച്ചു നല്കി
ബോംബുകൾ മിസൈലുകൾ
ഞങ്ങളീ പ്രപഞ്ചസത്യമെങ്ങു
മാർത്തു പാടിയപ്പോൾ
നിങ്ങൾ നാവുകൾ അറുത്തു
കുരുതിയൊരുക്കി. (പരിഷത്ത് ഗാനം)

5

മാലിന്യസംസ്കരണത്തിന്റെ ശാസ്ത്രവും കലയും

അതിദ്രുത നഗരവല്ക്കരണവും ജീവിതശൈലിയിലുള്ള മാറ്റവും മാലിന്യ ഉല്പാദനത്തിന്റെ അളവ് ഗണ്യമായി വർദ്ധിക്കാൻ കാരണമായി. ചുറ്റുപാടുകൾക്ക് സ്വാഭാവികമായി ഉൾക്കൊള്ളാൻ കഴിയുന്നതിലേറെ മാലിന്യം ഉല്പാദിപ്പിക്കുന്നതുമൂലം മാലിന്യസംസ്കരണം ഒരു വെല്ലുവിളിയായി മാറിയിട്ടുണ്ട്. മാലിന്യത്തിന്റെ സ്വഭാവവും ഈ വെല്ലുവിളി കടുത്തതാക്കി. ഏതളവിൽ മാലിന്യം ഉല്പാദിപ്പിച്ചാലും പുത്തൻ സാങ്കേതികവിദ്യ ഉപയോഗിച്ച് അവ സംസ്കരിച്ചുകളയാം എന്നാണ് ഭാവം. മാലിന്യ ഉല്പാദനത്തിന്റെ അളവ് ബോധപൂർവ്വം കുറയ്ക്കുക എന്നത് ഈ രംഗത്തെ അടിസ്ഥാന തത്ത്വങ്ങളിലൊന്നാണ്. അതുപോലെയാണ് പുനരുപയോഗം എന്ന തത്ത്വവും. അതിനുശേഷമാണ് പുനഃചംക്രമണം എന്ന മാർഗ്ഗം. ഈ ഘട്ടത്തിലാണ് സാങ്കേതികവിദ്യയുടെ പ്രയോഗം കടന്നുവരുന്നത്.

മാലിന്യമാനേജ്മെന്റിന് സാമൂഹികവശവും അനുയോജ്യ സാങ്കേതിക വിദ്യാപ്രയോഗത്തിന്റെ വശവുമുണ്ട്. ആദ്യത്തേത് മാലിന്യസംസ്കരണത്തിന്റെ കലയാണെങ്കിൽ രണ്ടാമത്തേത് അതിന്റെ ശാസ്ത്രമാണ്. ഇവ യുക്തമായി സമന്വയിപ്പിച്ചുകൊണ്ടു മാത്രമേ നഗരമാലിന്യ സംസ്കരണം സാദ്ധ്യമാകൂ. ബോധപൂർവ്വമായ അത്തരമൊരു ശ്രമത്തിനേ ഫലം കൊയ്യാനാകൂ. മാലിന്യത്തിന്റെ അളവ് കുറയ്ക്കണം. അനിവാര്യമായി

സൃഷ്ടിക്കപ്പെടുന്ന മാലിന്യം സംസ്കരിക്കാൻ അനുയോജ്യമായ സാങ്കേതികവിദ്യ ഉപയോഗിക്കണം. ഇതായിരിക്കണം സമീപനം.

നഗരമാലിന്യ മാനേജ്മെന്റിന്റെ സാമൂഹിക വശം

ഉല്പാദിപ്പിക്കുന്ന മാലിന്യമത്രയും സാങ്കേതികവിദ്യ ഉപയോഗിച്ച് കൈകാര്യം ചെയ്തുകളയാം എന്ന മനോഭാവം ശരിയല്ലെന്ന് നേരത്തെ സൂചിപ്പിച്ചുവല്ലോ? മാലിന്യത്തിന്റെ അളവും തരവുമെല്ലാം മാലിന്യ മാനേജ്മെന്റിൽ പ്രധാനമാണ്. ചുറ്റുപാടിന് (പരിസ്ഥിതിക്ക്) താങ്ങാനാവാത്ത മാലിന്യ ഉല്പാദനമാണ് പ്രശ്നങ്ങൾ സൃഷ്ടിക്കുന്നത്. അതേസമയം മാലിന്യ ഉല്പാദനം ഒഴിവാക്കാൻ കഴിയില്ല എന്ന വസ്തുതയും അംഗീകരിക്കണം. അപ്പോഴും അനിവാര്യമായതേ ഉണ്ടാവൂ എന്നുറപ്പാക്കണം. മനോഭാവത്തിൽ ഇത്തരമൊരു മാറ്റം അനിവാര്യമാണ്. നഗരമാലിന്യ മാനേജ്മെന്റിലെ പ്രധാന വശമാണിത്. അത് ഒരു ബദൽ മൂല്യസംഹിതയാണ്. ഇതാണ് ഇതിന്റെ സാമൂഹികതലം. ഇതിനായി പൊതുവിൽ അംഗീകരിക്കപ്പെട്ട ചില തത്ത്വങ്ങളുണ്ട്. കുറയ്ക്കൽ, പുനരുപയോഗം, പുനഃചംക്രമണം എന്നിവയാണ് ഈ പ്രധാനതത്ത്വങ്ങൾ.

കുറയ്ക്കുക (Reduce)

അനാവശ്യ ഉപഭോഗം കുറയ്ക്കുക എന്നതാണ് ഇതിന്റെ അന്തസ്സത്ത. ഈ കുറയ്ക്കൽ നമ്മുടെ ജീവിതഗുണതയെ ദോഷകരമായി ബാധിക്കുകയല്ല മെച്ചപ്പെടുത്തുകയാണ് ചെയ്യുക. അതിന് അനാവശ്യമായ ചില വസ്തുക്കളും രീതികളും നിരസിക്കണം. പൊങ്ങച്ച ചരക്കുകളുടേയും അപകടകാരികളായ വസ്തുക്കളുടേയും ഉപയോഗം നിരസിക്കാം. അതുപോലെ തന്നെ പായ്ക്ക് ചെയ്ത ഒരുല്പന്നം വീണ്ടും പ്ലാസ്റ്റിക് കൊണ്ടുപൊതിയുന്നത് ഒഴിവാക്കാവുന്നതേയുള്ളൂ. ഒഴിവാക്കൽ (Refuse) എന്നത് മാലിന്യം കുറയ്ക്കുന്നതിന്റെ ഒരു പ്രധാന വശമാണ്. ആവശ്യവും ആർത്തിയും വേറിട്ടറിയുന്ന ഒരു പുനർചിന്തയും (Rethink) തിരിച്ചറിവും (Realise) ഈ കുറയ്ക്കലിന്റെ ഭാഗമാണ്. പ്രകൃതിയുടെ വാഹകശേഷിക്ക് ഇണങ്ങാത്ത ഉല്പന്നങ്ങൾക്ക് ബദലുകൾ കണ്ടെത്തി (Replace) ഉപയോഗിക്കുക എന്നതും ഈ സമീപനത്തിന്റെ അനിവാര്യ ഭാഗമാണ്. പ്ലാസ്റ്റിക് കാരിബാഗുകൾക്കു പകരം പ്രകൃതിക്ക് ഇണങ്ങുന്ന തുണി, പേപ്പർ സഞ്ചികൾ ഉപയോഗിക്കുന്നതും റെഡ്യൂസ് എന്ന തത്ത്വത്തിന്റെ ഭാഗമാണ്.

പുനരുപയോഗം (Reuse)

കേടുപാടുകൾ തീർത്ത് (Repair), പോരായ്മകൾ പരിഹരിച്ച് (Rectify)ഒരു ഉല്പന്നത്തിന്റെ ഉപയോഗ കാലം നമുക്ക് നീട്ടാം. നമ്മുടെ ജീവിതത്തിന്റെ അനിവാര്യഘടകങ്ങളായി മാറിയ ഇലക്ട്രോണിക് ഉല്പന്നങ്ങളുടെ ഉപയോഗത്തിന്റെ കാര്യത്തിൽ ഈ തത്ത്വം വളരെയേറെ

Drawing by Reghu Harmony

പ്രസക്തമാണ്. കമ്പ്യൂട്ടർ അടക്കം പല ഇലക്ട്രോണിക് വസ്തുക്കളുടെയും നിർമ്മാണത്തിന് ലെഡ് അടക്കം അപകടകാരിയായ ഘനലോഹങ്ങൾ ഗണ്യമായി ഉപയോഗിക്കുന്നു. ഒരു കമ്പ്യൂട്ടർ മോണിറ്ററിന്റെ ആകെ ഭാരത്തിന്റെ 6 ശതമാനം ലെഡ് ആണ്. ഇവ കുറഞ്ഞ കാലം മാത്രം ഉപയോഗിച്ച് വലിച്ചെറിയുന്നതിന്റെ അപകടം ആലോചിച്ചു നോക്കൂ! ഇവയുടെ ഉപയോഗ കാലം വർദ്ധിപ്പിക്കുക എന്നത് പ്രധാനമാണ്. അതിസങ്കീർണ്ണമായ കമ്പ്യൂട്ടർ പ്രോഗ്രാമുകൾ ഉപയോഗിക്കേണ്ടി വരുന്ന കമ്പനികൾക്കും സോഫ്ട്‌വെയർ കേന്ദ്രങ്ങൾക്കും നിശ്ചിതകാലയളവിനുള്ളിൽ കമ്പ്യൂട്ടർ മാറ്റേണ്ടി വന്നേക്കാം. എന്നാൽ ഇവ കമ്പ്യൂട്ടറിന്റെ പ്രാഥമിക പാഠങ്ങൾ പഠിക്കുന്ന സ്കൂളുകളിലും മറ്റും ധാരാളമായിരിക്കും. അങ്ങോട്ടേക്ക് ഇവ മാറ്റിയാൽ (Relocate) അത്രയും ഇ-മാലിന്യം കുറയ്ക്കാനാകും. റിപ്പയർ, റെക്ടിഫൈ, റീ ലൊക്കേറ്റ് എന്നിവ റീ യൂസ് എന്ന തത്ത്വത്തിന്റെ അനിവാര്യഘടകങ്ങളാണ്.

പുനഃചംക്രമണം (Recycle)

കുറയ്ക്കലും പുനരുപയോഗവും കഴിഞ്ഞിട്ടും അനിവാര്യമായി ഉണ്ടാകുന്ന മാലിന്യത്തെ പുനഃചംക്രമണം ചെയ്യാം. മാലിന്യങ്ങൾ അനുയോജ്യ സാങ്കേതിക വിദ്യയുടെ സഹായത്താൽ പുതിയ ഉല്പന്നങ്ങളാക്കി മാറ്റുന്ന രീതിയാണിത്. മാലിന്യത്തിൽനിന്നും പരമാവധി ഉപയോഗമൂല്യമായ വസ്തുക്കൾ വീണ്ടെടുക്കുന്നതിനാണ് ഇവിടെ പ്രാധാന്യം. ജൈവമാലിന്യത്തിൽനിന്നും വളവും ഇന്ധനവും വേർതിരിച്ചെടുത്ത് ഉപയോഗയോഗ്യമാക്കുന്നതും റീസൈക്ലിംഗ് ആണ്. ഇതിന് ഒരു മുൻകരുതൽ

ആവശ്യമുണ്ട്. എല്ലാത്തരം മാലിന്യങ്ങളും കൂട്ടിച്ചേർത്ത് പുനഃചംക്രമണത്തിന് വിധേയമാക്കാനാവില്ല. മാലിന്യം തരംതിരിച്ച് മാത്രമേ പലവിധത്തിലുള്ള പുനചംക്രമണത്തിന് വിധേയമാക്കാനാവൂ. ഇതിനാകട്ടെ, കിറ്റിൽ കെട്ടി എല്ലാംകൂടി വലിച്ചെറിയുന്ന മനസ്സ് മാറിയേ തീരൂ.

മാലിന്യമാനേജ്മെന്റിലെ ഈ സാമൂഹ്യതലത്തെ അഭിസംബോധന ചെയ്യാനാണ് 'നിർമ്മല ഭവനം നിർമ്മല നഗരം' പദ്ധതി നല്ലൊരു പങ്ക് ശ്രദ്ധ കേന്ദ്രീകരിച്ചത്. അതിനായി നടപ്പിലാക്കിയ പരിപാടികളുടെ വിശദാംശങ്ങൾ തുടർന്നുള്ള അദ്ധ്യായങ്ങളിൽ വിശദീകരിക്കുന്നുണ്ട്.

അനിവാര്യമായി സൃഷ്ടിക്കപ്പെടുന്ന മാലിന്യം സംസ്കരിക്കുന്നതിനുള്ള സാങ്കേതിക സാദ്ധ്യതകളെ സംബന്ധിച്ച ലഘുപരിശോധനയിലേക്കാണ് ഇനി നാം കടക്കുന്നത്. നമ്മുടെ നഗരമാലിന്യത്തിന്റെ സിംഹഭാഗവും ഇന്ധനമായോ വളമായോ മാറ്റാവുന്ന ജൈവമാലിന്യമാണ് എന്ന് നാം നേരത്തെ കണ്ടു. ഇതിന്റെ സംസ്കരണത്തിനുള്ള സാങ്കേതിക സാദ്ധ്യതകൾ സാമാന്യമായി പരിശോധിക്കാനാണ് ഇവിടെ ശ്രമം. 'നിർമ്മലഭവനം നിർമ്മല നഗരം' പദ്ധതിയിൽ ഇവയുടെ പ്രയോഗം അതിന്റെ അനുഭവം എന്നിവ തുടർന്നുള്ള അദ്ധ്യായങ്ങളിൽ പരിശോധിക്കാം.

നഗരമാലിന്യസംസ്കരണ സങ്കേതങ്ങൾ

നഗരമാലിന്യസംസ്കരണത്തിന് ലഭ്യമായ സാങ്കേതിക വിദ്യകൾ ജൈവരൂപാന്തരണത്തിലോ (Bio Conversion), താപീയ രൂപാന്തരണത്തിലോ (Thermal Conversion) അധിഷ്ഠിതമായ സാങ്കേതിക വിദ്യകളാണ്. Bio Conversion സാങ്കേതിക വിദ്യ ഉപയോഗിച്ച് ജൈവമാലിന്യങ്ങൾ കമ്പോസ്റ്റായും ജൈവവാതകമായും മാറ്റാം. ജൈവമാലിന്യത്തെ ഇന്ധനവും വളവുമായാണ് മാറ്റുന്നത്. ജ്വലനം/കത്തിക്കലാണ് Thermal Conversion സാങ്കേതിക വിദ്യകളുടെ അടിസ്ഥാന സ്വഭാവം. തരംതിരിക്കാത്ത മാലിന്യങ്ങൾ ഉയർന്ന ഊഷ്മാവിൽ കത്തിച്ച് മാനേജ് ചെയ്യുന്ന ഈ രീതി പൊതുവിൽ സ്വീകാര്യമായിട്ടില്ല. കുറഞ്ഞ തോതിലുള്ള കത്തിക്കൽ ആവശ്യമായേക്കാം. പേപ്പർ പ്ലേറ്റുകൾ പോലുള്ള മാലിന്യങ്ങൾ കൈകാര്യം ചെയ്യാനാണിത്. എല്ലാ മലിനീകരണ നിയന്ത്രണ മാനദണ്ഡങ്ങളും പാലിച്ചു മാത്രമേ ഇവ നടപ്പിലാക്കാവൂ. ജൈവ, അജൈവ മാലിന്യങ്ങളും അപകടകാരികളായവയും ഒന്നിച്ച് കത്തിക്കുന്ന കൂറ്റൻ Thermal Conversion പ്ലാന്റുകൾ പൊതുവേ പാരിസ്ഥിതികമായി അസ്വീകാര്യമാണ്. മാത്രമല്ല, ഇവ ഉയർന്ന അളവിൽ ഊർജ്ജം ആവശ്യമായ ഊർജ്ജസാന്ദ്ര സാങ്കേതിക വിദ്യയാണ്.

ഗ്യാസിഫിക്കേഷൻ

കാർബൺ അടങ്ങിയ മലിനവസ്തുക്കൾ ഓക്സിജന്റെ സാന്നിദ്ധ്യത്തിൽ ഉയർന്ന ഊഷ്മാവിൽ വിഘടിപ്പിച്ച് വാതകങ്ങളാക്കുന്ന പ്രക്രിയയാണ് ഗ്യാസിഫിക്കേഷൻ. കാർബൺ മോണോക്സൈഡും

ഹൈഡ്രജനുമാണ് ഇതിന്റെ ഭാഗമായി ഉണ്ടാകുന്നത്. ഇതിനെ സിൻ ഗ്യാസ് (synthesis gas) എന്നാണ് വിളിക്കുക. സിൻ ഗ്യാസ് ഉയർന്ന ക്ഷമതയുള്ള ഇന്ധനമാണ്. 700 ഡിഗ്രിയിലധികം ഊഷ്മാവിൽ ഓക്സിജന്റെ സാന്നിദ്ധ്യത്തിൽ നടക്കുന്ന രാസപ്രക്രിയയിലൂടെയാണ് ഇവിടെ വാതകങ്ങൾ ഉല്പാദിപ്പിക്കുന്നത്. ബയോഗ്യാസ് പ്ലാന്റുകളിൽ നടക്കുന്നതുപോലെ ഓക്സിജന്റെ അഭാവത്തിലുള്ള ജൈവവിഘടനമല്ല സംഭവിക്കുന്നത്. റിയാക്ടറിൽ വായു കടത്തിവിട്ട് ജൈവമാലിന്യത്തിൽ ചെറിയ ഭാഗം കത്തിക്കുന്നു. അപ്പോൾ കാർബൺ മോണോക്സൈഡും ഊർജ്ജവും ഉണ്ടാകുന്നു. ഇത് ഒരു രണ്ടാംഘട്ട പ്രവർത്തനത്തിനു കളമൊരുക്കുകയും ചെയ്യും. ഈ പ്രക്രിയയിൽ ശേഷിക്കുന്ന മാലിന്യം പൂർണ്ണമായും ഹൈഡ്രജനും കാർബൺ ഡൈ ഓക്സൈഡുമായി മാറും, ഇതാണ് സിൻ ഗ്യാസ്. ഇതു വൈദ്യുതിയാക്കി മാറ്റാം. ഈ സാങ്കേതിക വിദ്യയുടെ പണച്ചെലവാണ് ഏറ്റവും വലിയ പരിമിതി. പലതരത്തിലുള്ള ഗ്യാസിഫിക്കേഷൻ പ്ലാന്റുകൾ ലഭ്യമാണെങ്കിലും ഇവയുടെയൊന്നും പ്രായോഗികക്ഷമത നമ്മുടെ നാട്ടിൽ വേണ്ടത്ര തെളിയിക്കപ്പെട്ടിട്ടില്ല.

നമ്മുടെ മാർഗ്ഗമെന്ത്?

നമ്മുടെ നഗരമാലിന്യത്തിന്റെ 70 ശതമാനത്തിലധികവും ഈർപ്പം കൂടിയ അഴുകുന്ന ജൈവമാലിന്യമാണ്. ഇത് മാനേജ് ചെയ്യുന്നതിന് Bio Conversion സാങ്കേതിക വിദ്യകളാണ് അനുയോജ്യം. പല തരത്തിലുള്ള കമ്പോസ്റ്റിങ്ങും ജൈവവാതക പ്ലാന്റുകളും ആണ് ഇത്തരം മാലിന്യങ്ങൾ സംസ്കരിക്കാൻ അനുയോജ്യം. അതേസമയം നമ്മുടെ നഗരമാലിന്യത്തിന്റെ ഏതാണ്ട് അഞ്ചിലൊന്ന് പ്ലാസ്റ്റിക് ഗ്ലാസ്, ടിൻ തുടങ്ങിയ അഴുകാത്ത അജൈവ മാലിന്യങ്ങളാണ്. ഇവ കൈകാര്യം ചെയ്യുന്നതിനുള്ള സമീപനമെന്ത് എന്നതും പ്രധാനമാണ്.

ഒരു കാര്യം വ്യക്തം. ഇവയെല്ലാം ഒന്നിച്ച് കൈകാര്യം ചെയ്യുക സാദ്ധ്യമല്ല. തരംതിരിച്ച് പ്രത്യേകം പ്രത്യേകമായി കൈകാര്യം ചെയ്യണം. ജൈവമാലിന്യങ്ങൾ കമ്പോസ്റ്റിങ് വഴിയോ ബയോഗ്യാസ് പ്ലാന്റിലോ സംസ്കരിക്കണം. അവയുടെ സ്രോതസിൽ തന്നെ, അല്ലെങ്കിൽ സമീപത്ത് തന്നെ സംസ്കരിക്കുന്നതാണ് ഉത്തമം. മാലിന്യം അധികം ദൂരത്തേക്ക് ഉയർന്ന അളവിൽ കടത്തിക്കൊണ്ടുപോകുന്നത് അഭികാമ്യമല്ല എന്നതാണ് ലോകത്തെമ്പാടും സ്വീകരിച്ചിരിക്കുന്ന തത്ത്വം.

വിവിധ തരം കമ്പോസ്റ്റിങ് രീതികൾ നിലവിലുണ്ട്. വീടുകളിലും വാണിജ്യ സ്ഥാപനങ്ങളിലും സ്ഥാപിക്കാവുന്ന സാങ്കേതിക തികവുള്ള ബയോഗ്യാസ് പ്ലാന്റുകളും ഇന്ന് ലഭ്യമാണ്. സ്രോതസ്സിലെ മാലിന്യസംസ്കരണത്തിലാണ് 'നിർമ്മല ഭവനം നിർമ്മല നഗരം' പദ്ധതി പ്രാമുഖ്യം നല്കുന്നത്. മാലിന്യച്ചേരുവയിൽ ജൈവ മാലിന്യത്തിന്റെ ഉയർന്ന അളവാണ് ഇതിൽ കേന്ദ്രീകരിക്കാൻ കാരണമായത്.

കമ്പോസ്റ്റിങ് എന്ന ലളിത സാങ്കേതികവിദ്യ

വായുവിന്റെ സാന്നിദ്ധ്യത്തിൽ സൂക്ഷ്മജീവികളുടെ പ്രവർത്തനത്തിലൂടെ ജൈവഘടകങ്ങൾ വിഘടിപ്പിച്ച് വളമാക്കി മാറ്റുന്ന പ്രക്രിയയാണ് കമ്പോസ്റ്റിങ്. സൂക്ഷ്മാണുക്കൾ ജൈവഘടകത്തെ വിഘടിപ്പിച്ച് വളമാക്കി മാറ്റും. ഈ പ്രക്രിയയിൽ ഉല്പാദിപ്പിക്കപ്പെടുന്ന ചൂട് രോഗകാരികളായ കീടങ്ങളെ നശിപ്പിക്കും. തരംതിരിക്കാത്ത മാലിന്യങ്ങൾ കമ്പോസ്റ്റിങ്ങിനു വിധേയമാകുമ്പോൾ പ്ലാസ്റ്റിക് അടക്കം അജൈവ വസ്തുക്കൾ വളത്തിൽ ചേരാതെ കിടക്കും. ഇത് അരിച്ചുമാറ്റി ഗുണനിലവാരമുള്ള വളം വേർതിരിച്ചെടുക്കൽ അതീവ ക്ലേശകരമാണ്. നമ്മുടെ നഗരങ്ങളിൽ സ്ഥാപിച്ച കമ്പോസ്റ്റിങ് യാർഡുകളിലെല്ലാം വ്യാപകമായി സംഭവിച്ച ദുരന്തം ഇതായിരുന്നു. അജൈവമാലിന്യത്തിന്റെ അളവ് ഏറുന്നതോടെ കമ്പോസ്റ്റിങ് അസാദ്ധ്യമാകുകയും പ്ലാന്റുകൾ ഡമ്പിങ് യാർഡുകളായി മാറുകയും ചെയ്തു.

പലതരം കമ്പോസ്റ്റിങ് രീതികൾ പ്രചാരത്തിലുണ്ട്. കേരളത്തിൽ ഏറ്റവും പ്രചാരത്തിലുള്ളത് വിൻഡ്രോ കമ്പോസ്റ്റിങ് രീതിയാണ്. കൊയ്ത്തുകഴിഞ്ഞ് വൈക്കോൽക്കെട്ടുകൾ നിരനിരയായി കൂട്ടിയിടുന്നതിനെയാണ് വിൻഡ്രോ എന്നു പറയുന്നത്. ഈ മാതൃകയിൽ ജൈവമാലിന്യം നിരത്തുന്നു. വായു സഞ്ചാരം ഉറപ്പുവരുത്തുന്നതിന് മാലിന്യം ഇടയ്ക്കിടയ്ക്ക് ഇളക്കിക്കൊടുക്കുന്നു. ഇത് പാശ്ചാത്യരാജ്യങ്ങളിൽ പൂർണ്ണമായും യന്ത്രവല്കൃതമായിട്ടാണ് ചെയ്യുന്നത്. യന്ത്രസഹായത്തോടെ മാലിന്യം മിക്സ് ചെയ്ത് കമ്പോസ്റ്റിങ് വേഗത്തിലാക്കുന്ന സംവിധാനമാണ് ഇൻ-വെസ്സൽ രീതി.

കേരളത്തിൽ ഷെഡ്ഡുകളിൽ തുറന്നിട്ടാണ് മാലിന്യം വിൻഡ്രോയിടുക. കായികമായോ യന്ത്രം ഉപയോഗിച്ചോ ഇളക്കുന്നു. പ്രത്യേകം തയ്യാറാക്കുന്ന ബിന്നുകളിൽ ജൈവമാലിന്യം അടരുകളായി നിറച്ച് കമ്പോസ്റ്റിങ്ങിന് വിധേയമാക്കുന്ന ബിൻ കംപോസ്റ്റിംങ്ങും പല രാജ്യങ്ങളിലും ഉപയോഗത്തിലുണ്ട്.

പ്രത്യേക ഇനം മണ്ണിരയുടെയും സൂക്ഷ്മാണുക്കളുടെയും സംയുക്ത പ്രവർത്തനത്തിലൂടെ ജൈവമാലിന്യം വളമാക്കി മാറ്റുന്ന രീതിയാണ് മണ്ണിര കമ്പോസ്റ്റിങ്. മണ്ണിരയ്ക്ക് ജീവിക്കുന്നതിനുള്ള അനുകൂല സാഹചര്യങ്ങൾ സംരക്ഷിക്കേണ്ടത് ഇവിടെ അനിവാര്യമാണ്. കീടനാശിനികളുടെ സാന്നിദ്ധ്യം, അമിതമായി എണ്ണയും എരിവും പുളിയും എല്ലാം അടങ്ങിയ മാലിന്യങ്ങൾ എന്നിവയൊന്നും മണ്ണിരയ്ക്ക് പഥ്യമല്ല. അതിനാൽ തന്നെ നമ്മുടെ വമ്പൻ നഗരമാലിന്യ സംസ്കരണ കേന്ദ്രങ്ങൾക്ക് മണ്ണിര കമ്പോസ്റ്റിങ് യോജിച്ചതല്ല. അതേസമയം വീടുകളിൽ നിയന്ത്രിതമായി ചെയ്യാവുന്ന കമ്പോസ്റ്റിങ് രീതിയാണിത്. ഏറ്റവും നല്ല ജൈവവളമാണ് മണ്ണിര കമ്പോസ്റ്റ്. കുടുംബകൃഷിയുമായി കണ്ണിചേർത്ത് ചിട്ടയായി ചെയ്യാവുന്ന ഒന്നാണ് മണ്ണിര കമ്പോസ്റ്റിങ്.

'നിർമ്മല ഭവനം നിർമ്മല നഗരം' പദ്ധതിയിൽ ഉപയോഗിക്കുന്ന

രണ്ടു കമ്പോസ്റ്റിങ് സംവിധാനങ്ങളുണ്ട്. 1. പൈപ്പ് കമ്പോസ്റ്റിങ് 2. എയ്റോബിക് കമ്പോസ്റ്റിങ്. അടിസ്ഥാനപരമായി രണ്ടും ബിൻ കമ്പോസ്റ്റിങ്ങാണ്. കേരളത്തിന്റെ കാലാവസ്ഥയ്ക്കും മാലിന്യത്തിന്റെ സ്വഭാവത്തിനും എല്ലാം അനുസരിച്ച് വേണ്ട പുതുക്കലുകളും കൂട്ടിച്ചേർക്കലും വരുത്തി പരിഷ്കരിച്ച സംവിധാനങ്ങളാണ് ഇവിടെ സ്ഥാപിക്കുന്നത്. ഇവയുടെ സാങ്കേതിക വിശകലനം അനുബന്ധത്തിൽ നല്കിയിട്ടുണ്ട്. കുറഞ്ഞ അളവിലാണെങ്കിലും വെർമി കമ്പോസ്റ്റിങ്ങും മറ്റും ആലപ്പുഴയിൽ പരീക്ഷിക്കുന്നുണ്ട്.

ബയോഗ്യാസ് പ്ലാന്റുകൾ

വായുസമ്പർക്കമില്ലാതെ, ജലത്തിന്റെ സാന്നിദ്ധ്യത്തിൽ ജൈവമാലിന്യം വിഘടിപ്പിക്കുന്ന പ്രക്രിയയാണ് ബയോഗ്യാസ് പ്ലാന്റുകളിൽ നടക്കുന്നത്. മൂന്നു തരം ബാക്ടീരിയകൾ ജൈവമാലിന്യത്തെ ക്രമമായി വിഘടിപ്പിച്ച് ജൈവവാതകവും വളക്കൂറുള്ള സ്ലറിയും ഉല്പാദിപ്പിക്കുകയാണ് ചെയ്യുന്നത്. ജൈവവാതകം പ്രകൃതി വാതകമല്ല. പ്രകൃതി വാതകം പെട്രോളിയം ഉല്പന്നമാണ്. മീഥേയ്നും കാർബൺ ഡൈഓക്സൈഡുമാണ് ബയോഗ്യാസ് പ്ലാന്റുകളിൽ ഉല്പാദിപ്പിക്കപ്പെടുന്നത്. ഒരു ക്യുബിക് മീറ്റർ ജൈവവാതകത്തിന്റെ ഇന്ധനക്ഷമത 0.62 ലിറ്റർ മണ്ണെണ്ണ, 3.5 കിലോ ഗ്രാം വിറക്, 0.433 എൽ പി ജി എന്നിവയ്ക്ക് തുല്യമാണ്. ജൈവവാതകത്തിന്റെ ചേരുവയിൽ 60–70 ശതമാനം മീഥേൻ ഉള്ളപ്പോഴാണ് ഇത് കാര്യക്ഷമതയോടെ കാണുന്നത്. കാർബൺ ഡൈഓക്സൈഡിന്റെ അളവ് കൂടുന്നത് അഭികാമ്യമല്ല. കൃത്യമായും ക്രമമായും ദഹനം നടക്കാതിരിക്കുമ്പോഴാണ് ഇത് സംഭവിക്കുക.

ബയോഗ്യാസ് പ്ലാന്റുകൾ നമ്മുടെ ദഹനവ്യവസ്ഥ പോലെയാണ്. അരുതാത്തതോ ആവശ്യത്തിലധികമോ മാലിന്യങ്ങൾ പ്ലാന്റിൽ നിക്ഷേപിച്ചാൽ ദഹനക്കേട് ഉറപ്പ്. അത് പ്ലാന്റ് പണിമുടക്കുന്നതിലേക്ക് നയിക്കും. കൃത്യമായ പരിപാലനം ആവശ്യമുള്ള ഒരു സാങ്കേതിക വിദ്യയാണിത്. ഓരോ പ്ലാന്റിന്റേയും ശേഷിക്കനുസരിച്ച് മാത്രം മാലിന്യം നിക്ഷേപിക്കുക. ദഹനപ്രക്രിയയിൽ പങ്കെടുക്കുന്ന സൂക്ഷ്മ ജീവികൾക്ക് അനുകൂലമായ അവസ്ഥ ഉറപ്പാക്കുന്നതിന് ശ്രദ്ധിക്കുക, അരുതാത്ത വസ്തുക്കൾ പ്ലാന്റിൽ നിക്ഷേപിക്കുന്നത് ഒഴിവാക്കുക, ഇത്തരത്തിൽ ലഘുവായ ചില ചിട്ടകൾ പാലിച്ച് കാര്യക്ഷമമായി ഉപയോഗിക്കാൻ കഴിയുന്ന ഒരു മാലിന്യസംസ്കരണ സംവിധാനമാണ് ബയോഗ്യാസ് പ്ലാന്റുകൾ.

പരിചരണം ആവശ്യമായ ഒന്നാണ് ബയോഗ്യാസ് പ്ലാന്റുകൾ എന്നു പറഞ്ഞല്ലോ? ബയോഗ്യാസ് പ്ലാന്റുകൾ പരിശോധിക്കുന്നതിനും റിപ്പയർ ചെയ്യുന്നതിനും ഈ സാങ്കേതിക വിദ്യയുടെ വിശദാംശങ്ങൾ സ്വായത്തമാക്കിയ ഒരു സർവ്വീസ് ടീം ഉണ്ടാകണം. ഇത്തരമൊരു സംഘം ഉണ്ടാക്കി നിലനിർത്തുന്നു എന്നതാണ് 'നിർമ്മല ഭവനം നിർമ്മല നഗരം' പദ്ധതിയുടെ ഒരു സവിശേഷത. മറ്റു പല സ്ഥലങ്ങളിലും സ്ഥാപിച്ച ബയോഗ്യാസ് പ്ലാന്റുകൾ ഉപേക്ഷിക്കപ്പെടുന്നതിനു കാരണം കൃത്യമായ

Drawing by Laurie Baker

സർവ്വീസ് നല്കാൻ കഴിയാത്തതാണ്. ഈ പോരായ്മ പരിഹരിച്ച് പ്ലാന്റു കളുടെ പ്രവർത്തനം സുഗമമാക്കാൻ ആലപ്പുഴയിൽ സഹായിക്കുന്നത് സർവ്വീസ് ടീമിന്റെ സാന്നിദ്ധ്യമാണ്. സർവ്വീസ് ടീമിനെ സംബന്ധിച്ച് പിന്നാലെ വിശദമായി പ്രതിപാദിക്കുന്നുണ്ട്.

പല അളവുകളിലും സ്വഭാവത്തിലുമുള്ള ബയോഗ്യാസ് പ്ലാന്റുകൾ ഉണ്ട്. ഗാർഹിക ജൈവമാലിന്യം കൈകാര്യം ചെയ്യുവാൻ ഏറ്റവും യോജിച്ച മാതൃകകളാണ് ആലപ്പുഴയിൽ തെരഞ്ഞെടുത്തിട്ടുള്ളത്. 1 m3 ശേഷിയുള്ള എടുത്തുമാറ്റാവുന്ന (Portable bio gas plants) മാതൃകകളാണ് വ്യാപക മായി ഉപയോഗിക്കുന്നത്. കോൺക്രീറ്റ് റിങ്ങുകളും ഫ്ളോട്ടിങ് ഡോമും (വാതക അറ) ഉള്ള ഫിക്സഡ് പ്ലാന്റുകളും സ്ഥാപിക്കുന്നുണ്ട്. വാണിജ്യ സ്ഥാപനങ്ങളിലും മറ്റും ഫിക്സഡ് പ്ലാന്റുകളാണ് ഉപയോഗിക്കുന്നത്.

മാലിന്യം ഒരു സാമൂഹിക പ്രശ്നമാണ്. അതിന് കേവലമായ സാങ്കേ തിക പരിഹാരം സാദ്ധ്യമല്ല. കൈകാര്യം ചെയ്യാവുന്ന പരിധിക്കകത്ത് നിർത്തുക എന്നത് ഒരു സാമൂഹിക ലക്ഷ്യമാണ്. അപ്പോഴും അനിവാ ര്യമായ അളവിൽ മാലിന്യം ഉല്പാദിപ്പിക്കപ്പെടും. അത് സംസ്കരിക്കു ന്നതിന് അനുയോജ്യമായ സാങ്കേതിക വിദ്യ പ്രയോഗിക്കേണ്ടതുമുണ്ട്. ഈ രണ്ട് ഘടകങ്ങളും സമന്വയിപ്പിച്ച് മാത്രമേ കേരളം ഇന്ന് നേരിടുന്ന പ്രധാന വെല്ലുവിളിയായ നഗരമാലിന്യ പ്രശ്നത്തെ നേരിടാനാകൂ. അത്ത രമൊരു ശ്രമമാണ് ആലപ്പുഴയിൽ നടക്കുന്ന 'നിർമ്മല ഭവനം നിർമ്മല നഗരം പദ്ധതി.'

പുഴകൾ കാട്ട് വഴികൾ
വീട്ട് തൊടികൾ കുന്നുകൾ
മലിനമാക്കിടാതെ
നിത്യമുറവിടങ്ങളിൽ
ചവറൊക്കെ വേർതിരിച്ചു
വേറെയാക്കുകിൽ
തുടങ്ങി വച്ചു നമ്മളാദ്യ
ചുവടു ഭംഗിയിൽ

(ഹരിത കുണ്ടറ സിഗ്നേച്ചർ സോങ് - അനിതാ തമ്പി)

6

ആദ്യം വേണ്ടത് സ്രോതസ്സിൽത്തന്നെ തരംതിരിക്കൽ

ആദ്യകാലത്തൊന്നും മാലിന്യ സംസ്കരണത്തെക്കുറിച്ച് ആലോചിച്ചിരുന്നതേയില്ല. ഇവിടെയെന്നല്ല എവിടെയും ഇത്തരം കേന്ദ്രങ്ങൾ സ്ഥാപിച്ചത് നഗരമാലിന്യങ്ങൾ തള്ളുന്നതിനുള്ള കേന്ദ്രം (dump yard) എന്ന തരത്തിലായിരിക്കണം. 5 പതിറ്റാണ്ടുകാലത്തെ മാലിന്യമാണ് 14 ഏക്കർ വിസ്തൃതിയുള്ള സർവ്വോദയപുരം യാർഡിന്റെ പല ഭാഗങ്ങളിലായി കൂടിക്കിടക്കുന്നത്. ഇതിൽ ജൈവമാലിന്യം മുഴുവൻ കാലപ്പഴക്കം കൊണ്ട് മണ്ണായി മാറിയിട്ടുണ്ട്. മലപോലെ കൂടിക്കിടക്കുന്നതിൽ ഭൂരിഭാഗവും പ്ലാസ്റ്റിക്, തടി, ടയർ, ഇരുമ്പ് തുടങ്ങിയവയുടെ അവശിഷ്ടങ്ങളാണ്. ഇത് ശാസ്ത്രീയമായി മൂടി ലാൻഡ്സ്കേപ്പു ചെയ്യുന്നതിന് ശുചിത്വമിഷന് അപേക്ഷ നല്കിയിട്ട് ഒരു വർഷത്തിലേറെയായി.

മാലിന്യം കുഴിച്ചുമൂടുന്നത് അശാസ്ത്രീയമാണെന്നും ഒഴിവാക്കേണ്ടതാണെന്നുമുള്ള കാര്യത്തെക്കുറിച്ച് തർക്കമില്ല. എന്നാൽ സർവ്വോദയപുരത്ത് എന്തെങ്കിലും പുതിയ മാലിന്യം കുഴിച്ചുമൂടുന്നതിനെക്കുറിച്ചായിരുന്നില്ല അപേക്ഷ. മറിച്ച് എത്രയോ കാലമായി അവിടെ കിടക്കുന്ന മാലിന്യങ്ങൾ ഒറ്റത്തവണ ക്യാപ്പു ചെയ്ത് ഇന്നത്തെ അശ്രീകരമായ അവസ്ഥ ഇല്ലാതാക്കലായിരുന്നു ശ്രമം. ഇവിടെനിന്ന് ഇവയൊക്കെ എടുത്തുമാറ്റി വേറെ എവിടെ കൊണ്ടുപോയാലും ലാൻഡ് ഫില്ലിങ്ങിനേ പറ്റുകയുള്ളൂ. ഈ ലളിതമായ യാഥാർത്ഥ്യം പരിഗണിക്കാതെ ഒരു വർഷക്കാലം ഫയലിൽ കാര്യങ്ങൾ ചർച്ച ചെയ്ത് അവസാനം സർവ്വോദയപുരത്ത് രണ്ടാമതൊരുവട്ടം സമരം അനിവാര്യമാക്കി. ഇതിലേക്ക് പിന്നീടു വരാം.

മാലിന്യസംസ്കരണ പ്ലാന്റുകൾ പരാജയപ്പെടുന്നതെന്തുകൊണ്ട്?

2004–2005 കാലത്താണ് ഒരു ആധുനിക മാലിന്യസംസ്കരണ

പ്ലാന്റിനെക്കുറിച്ചുള്ള ചർച്ചകൾ ആലപ്പുഴയിൽ ഗൗരവമായി ഉയരുന്നത്. 2005 ഏപ്രിൽ 11-ാം തീയതിയാണ് ഖരമാലിന്യസംസ്കരണ പദ്ധതിക്ക് നഗരസഭ ഔപചാരികമായി അംഗീകാരം നല്കുന്നത്. Andra Pradesh Technology Development and promotion center (APTDC) എന്ന സ്ഥാപനത്തിന്റെ പദ്ധതി നിർദ്ദേശം നഗരസഭ അംഗീകരിച്ചു. 2005 ൽ ധാരണാപത്രം ഒപ്പുവെച്ചു. 2006 ഫെബ്രുവരിയിൽ ടേൺ കീ അടിസ്ഥാനത്തിൽ ഈ പദ്ധതി നടപ്പിലാക്കുന്നതിന് APTDCയുമായി നഗരസഭ കരാറിൽ ഏർപ്പെടുകയും ചെയ്തു. പ്രതിദിനം 50 ടൺ നഗരമാലിന്യം കൈകാര്യം ചെയ്യുന്നതിനുള്ള പ്ലാന്റാണ് വിഭാവനം ചെയ്തത്. അറവുമാലിന്യം, മീൻ - പച്ചക്കറി മാർക്കറ്റിലെ മാലിന്യം എന്നിവയടക്കം 50 ടൺ മാലിന്യം സംസ്കരിക്കുമെന്നു പറയുന്ന കരാറിൽ നിർമ്മാണ സാമഗ്രികളുടെ അവശിഷ്ടങ്ങൾ, ആശുപത്രി മാലിന്യം, അപകടകാരികളായ മാലിന്യങ്ങൾ എന്നിവയെ പ്രത്യേകം ഒഴിവാക്കിയിട്ടുണ്ട്. 4000 ചതുരശ്ര മീറ്റർ വിസ്തൃതിയുള്ള കമ്പോസ്റ്റിങ് യാർഡ് നിർമ്മിച്ച് വിൻഡ്രോ കമ്പോസ്റ്റിങ് സംവിധാനം വഴി നഗരമാലിന്യം വളമാക്കി മാറ്റുന്നതിനും അവശിഷ്ട മാലിന്യം സുരക്ഷിതമായി മറവു ചെയ്യുന്നതിനുമുള്ള പദ്ധതിയായിരുന്നു ഇത്. ഇതിനുവേണ്ട നിർമ്മാണം യന്ത്രസാമഗ്രികളും മറ്റും വാങ്ങി സ്ഥാപിക്കൽ തുടങ്ങി പരീക്ഷണാടിസ്ഥാനത്തിൽ പ്ലാന്റ് നടത്തി കാണിക്കുന്നതിനുള്ള ഉത്തരവാദിത്വവും കരാർപ്രകാരം APTDCയ്ക്കായിരുന്നു. പരീക്ഷണ നടത്തിപ്പിന്റെ സമയത്ത് പ്രതിദിനം 50 ടൺ നഗരമാലിന്യം പ്ലാന്റിൽ എത്തും എന്ന് ഉറപ്പാക്കേണ്ട ഉത്തരവാദിത്വം നഗരസഭയ്ക്കായിരുന്നു. പ്ലാന്റിൽ ഉല്പാദിപ്പിക്കുന്ന വളം APTDCയ്ക്ക് അവകാശപ്പെട്ടതായിരിക്കും.

Drawing by Reghu Harmony

3.77 കോടി രൂപയായിരുന്നു പദ്ധതിയുടെ ചെലവ്. APTDC സംസ്ഥാന സർക്കാർ അംഗീകരിച്ച ഒരു സേവനദാതാവായിരുന്നു. ഈ പദ്ധതി APTDCമുഖാന്തിരം Turn Key അടിസ്ഥാനത്തിൽ നടപ്പിലാക്കുന്നതിനും സംസ്ഥാന സർക്കാർ അനുമതി നല്കിയിരുന്നു. ഇതിനെ തുടർന്നാണ് നഗരസഭ APTDCയുമായി ധാരണാപത്രം ഒപ്പു വെക്കുന്നത്. നിയമപരമായ അനുമതികൾ ലഭ്യമാക്കി സ്ഥലം കൈമാറിക്കഴിഞ്ഞ് 10 മാസത്തിനകം പ്രവൃത്തികൾ പൂർത്തീകരിച്ച് പ്ലാന്റ് കമ്മീഷൻ ചെയ്യണമെന്നതായിരുന്നു കരാർ. പദ്ധതി പൂർത്തീകരിക്കുന്നതിന് അക്ഷന്തവ്യമായ കാലതാമസം വരുത്തിയെന്ന് മാത്രമല്ല, ഫലപ്രദമായി പ്ലാന്റ് നടത്തുന്നതിലും കരാറുകാർ പരാജയപ്പെട്ടു. കഷ്ടിച്ച് 5–10 ടൺ മാലിന്യം മാത്രമാണ് ഇവിടെ കമ്പോസ്റ്റാക്കി മാറ്റിയത്. ബാക്കിവരുന്ന 30–40 ടൺ മാലിന്യം നേരത്തെ ഇവിടെ കുന്നുകൂട്ടിയിരുന്ന മാലിന്യത്തോടൊപ്പം കൂട്ടിച്ചേർക്കപ്പെടുന്ന നിലയായി. കമ്പോസ്റ്റിങ് യാർഡിലേക്കുള്ള വഴിയിലും മറ്റും മാലിന്യം കുന്നുകൂടിയതോടെ അങ്ങോട്ടേക്ക് മാലിന്യമെത്തിക്കുന്നത് തന്നെ അസാദ്ധ്യമായി. മഴക്കാലമെത്തുമ്പോഴേക്ക് ഗുരുതരമായ പരിസ്ഥിതി ആരോഗ്യപ്രശ്നങ്ങൾ ഉടലെടുക്കുന്ന സ്ഥിതിയായി.

ഇത് സർവ്വോദയപുരത്ത് മാത്രമല്ല, സമാനമായ കേന്ദ്രീകൃത പ്ലാന്റുകൾ സ്ഥാപിച്ച വിളപ്പിൽശാല, ബ്രഹ്മപുരം, ലാലൂർ, ഞെളിയൻ പറമ്പ് എന്നിവിടങ്ങളിലെല്ലാം ഉണ്ടായ അനുഭവങ്ങളാണ്. നിശ്ചയമായും ചില പൊതുകാരണങ്ങൾ ഈ പ്രതിഭാസത്തിന് പിന്നിലുണ്ടാകും. നഗരസഭകൾ വ്യത്യസ്ത സേവന ദാതാക്കളുമായി ഉണ്ടാക്കിയ കരാറുകൾ പരിശോധിച്ചാൽ ഒരു കാര്യം വ്യക്തമാകും. ഏതാണ്ട് എല്ലാ കരാറുകളിലും നഗരസഭകൾ കുറഞ്ഞത് ഇത്ര മാലിന്യം പ്ലാന്റിൽ എത്തിക്കണം എന്ന വ്യവസ്ഥ ഉൾപ്പെടുത്തിയിരുന്നു. ആലപ്പുഴയിൽ പ്രതിദിനം 50 ടൺ മാലിന്യം എത്തിക്കണമെന്നതായിരുന്നു വ്യവസ്ഥ. ഉടമ്പടി പ്രകാരമുള്ളത്ര അളവ് മാലിന്യം എത്തിക്കാൻ പരാജയപ്പെട്ടതിനെ തുടർന്ന് സേവന ദാതാക്കൾക്ക് നഗരസഭകൾ നഷ്ടപരിഹാരം നല്കേണ്ട അവസ്ഥയും കേരളത്തിൽ ഉണ്ടായിട്ടുണ്ട്. ഇത് വ്യക്തമാക്കുന്ന ഒരു സംഗതിയുണ്ട്.

ഖരമാലിന്യം എത്രയായാലും അത് കേന്ദ്രീകൃത പ്ലാന്റിൽ സംസ്കരിക്കാൻ കഴിയും എന്ന ധാരണയിലായിരുന്നു പൊതുവിൽ കേരളം. ഇത് സാങ്കേതികമായി സാദ്ധ്യമാണോ? സാമൂഹികമായും പാരിസ്ഥിതികമായും സ്വീകാര്യമാണോ? സാമ്പത്തികമായി നിലനില്ക്കുന്നതാണോ? ഇത്തരം ആശങ്കകളോട് കേരളം പൊതുവിൽ മുഖം തിരിക്കുകയായിരുന്നു. എന്നാൽ അസ്വീകാര്യവും അസാദ്ധ്യവുമായ ഈ വമ്പൻ പദ്ധതികൾ സൃഷ്ടിച്ച ദുരിതങ്ങൾ അനുഭവിച്ച ജനങ്ങൾ ക്രമേണ പ്രക്ഷോഭരംഗത്ത് എത്തുകയായിരുന്നു. ഈ അവസ്ഥ തന്നെയാണ് ആലപ്പുഴയിലും സംജാതമായത്.

പ്ലാന്റുകളുടെ നടത്തിപ്പിൽ കരാറുകാർ വലിയ അലംഭാവവും പാ

ളിച്ചകളും വരുത്തി. പ്ലാന്റുകളുടെ സാങ്കേതികവിദ്യയിലും ഒട്ടേറെ പ്രശ്നങ്ങളുണ്ടായിരുന്നു. ഒരു പ്ലാന്റിൽപോലും ജൈവമാലിന്യങ്ങളിൽനിന്ന് ഒലിച്ചിറങ്ങുന്ന ലീച്ചെറ്റ് സംസ്കരിക്കുന്നതിനുള്ള സൗകര്യങ്ങളുണ്ടായിരുന്നില്ല. മഴക്കാലത്ത് ഈ പ്രശ്നം വളരെ ഗുരുതരമായി. ദുർഗന്ധത്തിനൊപ്പം ജനങ്ങളുടെ പ്രതിഷേധത്തിനിടയാക്കിയ ഘടകം ജലമലിനീകരണമായിരുന്നു.

ഉറവിട വേർതിരിക്കലിന്റെ പ്രാധാന്യം

ഏറ്റവും അടിസ്ഥാനപരമായ കാരണമായി ഞങ്ങൾ കാണുന്നത് മാലിന്യങ്ങൾ തരംതിരിക്കാതെയാണ് സംസ്കരണകേന്ദ്രത്തിലേക്ക് കൊണ്ടുപൊയ്ക്കൊണ്ടിരുന്നത് എന്ന യാഥാർത്ഥ്യമാണ്. എല്ലാത്തരം ജൈവ–അജൈവ മാലിന്യങ്ങളും കൂട്ടമായി വിൻഡ്രോ കമ്പോസ്റ്റിങ്ങിന് വിധേയമാക്കുകയാണ് ചെയ്തത്. ഇത് രണ്ടുതരത്തിലുള്ള പ്രശ്നങ്ങൾ സൃഷ്ടിച്ചു. ഒന്ന്, കമ്പോസ്റ്റിൽ അജൈവവസ്തുക്കൾ ഇടകലർന്നുകിടന്നു. ഇത് യന്ത്രസഹായത്തോടെ അരിച്ച് വേർതിരിക്കുന്ന സമ്പ്രദായമാണ് എല്ലായിടത്തുമുണ്ടായിട്ടുള്ളത്. എന്നാൽ തടിക്കഷണങ്ങളും ടയറും മറ്റും ഈ യന്ത്രങ്ങളിൽ കുടുങ്ങി അവ പലപ്പോഴും കേടാവുകയും പ്രവർത്തനം നിലയ്ക്കുകയും ചെയ്യുന്നത് പതിവായി. രണ്ട്, അരിച്ചെടുത്ത കമ്പോസ്റ്റിലാവട്ടെ രാസപദാർത്ഥങ്ങളും മറ്റും ഇടകലർന്നിരുന്നു. സർവ്വോദയപുരത്താകട്ടെ പ്ലാസ്റ്റിക് തരികളുടെ അളവ് കൂടുതലാണ് എന്ന വസ്തുത ചൂണ്ടിക്കാണിച്ച് FACT പോലുള്ള പൊതുമേഖലാസ്ഥാപനങ്ങൾപോലും വളം വാങ്ങുന്നതിനുള്ള ധാരണയിൽ നിന്നും പിൻവാങ്ങുകയാണ് ചെയ്തത്. അതിനവരെ കുറ്റപ്പെടുത്താനുമാവില്ല.

ഫലപ്രദമായി മാലിന്യസംസ്കരണം നടത്തുന്ന ഒരിടത്തും മാലിന്യങ്ങൾ വേർതിരിക്കാതെ കൂട്ടമായി സംഭരിക്കുന്ന സമ്പ്രദായം കാണാൻ കഴിയില്ല. പാശ്ചാത്യരാജ്യങ്ങൾ ഏതെടുത്താലും വളരെ കൃത്യമായി മാലിന്യങ്ങൾ വേർതിരിച്ച് വ്യത്യസ്തദിവസങ്ങളിൽ വീടുകളിൽനിന്ന് സംഭരിക്കുന്ന രീതിയാണ് കാണാൻ കഴിയുക. ചില ജാപ്പനീസ് പട്ടണങ്ങളിൽ വീട്ടുകാർ മാലിന്യം 6–8 ഇനങ്ങളായി തരംതിരിച്ച് നല്കാൻ ബാദ്ധ്യസ്ഥരാണ്. സമീപകാലത്ത് ഷാങ്ഹായ് നഗരസഭ ഉറവിട വേർതിരിവ് കാര്യക്ഷമമാക്കുന്നതിനുവേണ്ടി പലനിറത്തിലുള്ള ബക്കറ്റുകൾ വിതരണം ചെയ്തുകൊണ്ടുള്ള വലിയൊരു പ്രസ്ഥാനം തന്നെ ആരംഭിച്ചിട്ടുണ്ട്. എന്നാൽ കേരളത്തിലെ സ്ഥിതി മറിച്ചാണ്. ഇവിടെനിന്നുവേണം നമ്മുടെ പ്രവർത്തനം ആരംഭിക്കുവാൻ.

സ്രോതസ്സിൽ വേർതിരിച്ചു മാത്രമേ മാലിന്യം കൈകാര്യം ചെയ്യാനാകൂ. ഓരോ തരം മാലിന്യവും ഓരോ രീതിയിലാണ് കൈകാര്യം ചെയ്യേണ്ടത്. ഈർപ്പമുള്ള ജൈവ മാലിന്യങ്ങൾ കമ്പോസ്റ്റു ചെയ്യാം, അതിൽനിന്നും ജൈവവാതകം ഉണ്ടാക്കാം. റീസൈക്കിൾ ചെയ്യുന്ന കേന്ദ്രത്തിൽ ലോഹങ്ങളും മറ്റും എത്തിക്കണം. പ്ലാസ്റ്റിക്കും അത് പോലെ

തന്നെ. നിർമ്മാണ അവശിഷ്ടങ്ങൾ ചെറിയ ചെറിയ പാതകൾ വിരിക്കുന്നതിനോ, ലഘുവായ മറ്റു നിർമ്മാണങ്ങൾക്കോ ഉപയോഗിക്കാം. ഘന ലോഹങ്ങൾ പോലുള്ളവ ഏറ്റവും സുരക്ഷിതമായി മറവു ചെയ്യണം. ആശുപത്രി മാലിന്യങ്ങൾ ഉയർന്ന ഊഷ്മാവിൽ, എല്ലാ പരിസ്ഥിതി മാനദണ്ഡങ്ങളുംപാലിച്ചു കത്തിക്കണം. ഇങ്ങനെ പല രീതികളുണ്ട്.

അതൊന്നും ചെയ്യാതെയാണ് എല്ലാത്തരം മാലിന്യങ്ങളും ഒറ്റ കിറ്റിൽ കെട്ടി നാം കമ്പോസ്റ്റിങ് യാർഡിൽ എത്തിച്ചത്. മാർഗ്ഗം പരാജയപ്പെട്ടതിൽ അത്ഭുതമുണ്ടോ? സ്രോതസ്സിൽ തന്നെയുള്ള തരം തിരിക്കൽ മാലിന്യ മാനേജ്മെന്റിൽ ഏറ്റവും പ്രധാനപ്പെട്ട കാര്യമാണ്. തെരുവിലോ, യാർഡിലോ തരം തിരിക്കാം എന്ന് കരുതുന്നത് അസാദ്ധ്യമാണെന്ന് അനുഭവം തെളിയിച്ചു കഴിഞ്ഞു.

മാലിന്യം സ്രോതസ്സിൽ തന്നെ വേർതിരിക്കുന്നതിനുള്ള ചിട്ട കേന്ദ്ര മലിനീകരണ നിയന്ത്രണ ബോർഡ് ഉണ്ടാക്കിയിട്ടുണ്ട്. മാലിന്യം തരം തിരിക്കുന്നത് എങ്ങനെ? അതു ഓരോന്നും കൈകാര്യം ചെയ്യുന്നതെങ്ങനെ എന്ന് ഇതിൽ വ്യക്തമാണ്. ഏതെങ്കിലും ഒരു മാർഗ്ഗം മാത്രം സ്വീകരിച്ചു മാലിന്യം കൈകാര്യം ചെയ്യാനാവില്ല. നേരത്തെ നാം കണ്ടതുപോലെ സാമൂഹ്യ നിയന്ത്രണത്തിന്റെയും അനുയോജ്യ സാങ്കേതികവിദ്യയുടെ പ്രയോഗത്തിന്റെയും ശരിയായ ചേരുവയ്ക്കേ പ്രശ്നം പരിഹരിക്കാനാകൂ. അനുയോജ്യ സാങ്കേതിക വിദ്യാ പ്രയോഗത്തിന് തരം തിരിക്കൽ സുപ്രധാനമാണ്.

ഖരമാലിന്യങ്ങളെ അടിസ്ഥാനപരമായി നാലായി കേന്ദ്ര മലിനീകരണ നിയന്ത്രണ ബോർഡ് തരംതിരിക്കുന്നു. ഒന്നാമത്തേത് പുനഃചംക്രമണത്തിന് ഉപയോഗപ്പെടുത്താവുന്ന ഈർപ്പമില്ലാത്ത മാലിന്യമാണ്. ഇതിൽത്തന്നെ മൂന്നിനങ്ങളുണ്ട്. ഗ്ലാസ്, ലോഹങ്ങൾ എന്നിവ പോലുള്ള ദഹിപ്പിക്കാൻ കഴിയാത്ത വസ്തുക്കൾ ഇവയെല്ലാം റീസൈക്കിൾ ചെയ്യണം. രണ്ടാമത്തെയിനം പ്ലാസ്റ്റിക്കാണ്. ഇതും റീസൈക്കിളിങ്ങിന് വിധേയമാക്കേണ്ടതാണ്. മൂന്നാമത്തേത് പാക്കേജിങ് മെറ്റീരിയലും പേപ്പറും മറ്റുമാണ്. ഇവ തീയെരിക്കാനുള്ള പല്ലെറ്റുകളാക്കി മാറ്റാനാവും.

ഖരമാലിന്യങ്ങളിൽ രണ്ടാമത്തെയിനം ജൈവമാലിന്യമാണ്. ഇവ പ്രത്യേകം ശേഖരിച്ച് വിവിധതരത്തിലുള്ള കമ്പോസ്റ്റിങ്ങിനോ ബയോ ഗ്യാസ് നിർമ്മാണത്തിനോ ഉപയോഗിക്കാവുന്നതാണ്.

ഖരമാലിന്യങ്ങളിൽ മൂന്നാമത്തെയിനം കെട്ടിടാവശിഷ്ടങ്ങളാണ്. ഇവയെ താഴ്ന്നയിനം റോഡുകൾക്കും മറ്റുമായി ഉപയോഗിക്കാം.

മാലിന്യങ്ങളിൽ നാലാമത്തെയിനം അപകടകരമായിട്ടുള്ളവയാണ്. ഇവയിലെ ഏറ്റവും വലിയ ഭാഗം ആശുപത്രിമാലിന്യങ്ങളാണ്. ഇവയെ ശാസ്ത്രീയമായി ദഹിപ്പിക്കുകയല്ലാതെ വഴിയില്ല. മറ്റുള്ള അപകടകാരികളായ മാലിന്യത്തിൽ മെർക്കുറി അടങ്ങുന്ന ട്യൂബ്ലൈറ്റുകളും സി എഫ് എൽ ലാമ്പുകളും വലിയ അളവിൽ ലെഡ് ഉള്ള കമ്പ്യൂട്ടർ പോലുള്ള ഉപകരണങ്ങളും പെടും. ഇവ ഓരോന്നും ഇനം തിരിച്ച് ശേഖരിച്ച് പ്രത്യേ

കം സംസ്കരിക്കുന്നതിനുള്ള സംവിധാനങ്ങളുണ്ടാക്കേണ്ടിവരും. ഉറവിടത്തിലല്ലാതെ എങ്ങനെ നമുക്കിത് ഫലപ്രദമായി വേർതിരിക്കാനാവും?

കുഞ്ഞുമോന്റെ 'വേർതിരിക്കൽ' സംരംഭം

മാലിന്യങ്ങളെ ഫലപ്രദമായി തരം തിരിക്കുന്നതിലൂടെ മാത്രം അവയെ എങ്ങനെ ലാഭകരമായ ഒരു വാണിജ്യ ഇടപാടായി മാറ്റാം എന്നതിന്റെ ഉത്തമ ദ്രഷ്ടാന്തമാണ് ചേർത്തലക്കാരൻ കുഞ്ഞുമോൻ എന്ന മാലിന്യ സംസ്കരണ സംരംഭകൻ. കുഞ്ഞുമോന്റെ ബിസിനസ് മോഡൽ വളരെ ലളിതമാണ്.

ഒന്ന്) തങ്ങളുടെ മാലിന്യം നീക്കം ചെയ്യണമെന്ന് തല്പരരായ സ്ഥാപനങ്ങൾ ഒരു നിശ്ചിത ഫീസ് കുഞ്ഞിമോനു ദിവസം തോറും നല്കണം. അജൈവ-ജൈവ മാലിന്യങ്ങളായി തരംതിരിച്ച് നല്കാൻ സ്ഥാപനങ്ങൾ ബാദ്ധ്യസ്ഥരാണ്. അവ ദിവസം തോറും സ്ഥാപനത്തിൽ ചെന്ന് ശേഖരിച്ച് കൊണ്ടുപോകാനുള്ള ചുമതല കുഞ്ഞിമോന്റെയും.

രണ്ട്) കുഞ്ഞുമോൻ തന്റെ വീട്ടുമുറ്റത്ത് ഒരുക്കിയിരിക്കുന്ന ടൈലു പാകി വലകെട്ടിയ യാർഡിൽ ഇവ സൂക്ഷ്മമായി വീണ്ടും വേർതിരിക്കും. പന്നി, മീൻ, കോഴി, ഇതിൽ മൂന്നിനും പറ്റാത്തത് എന്നിങ്ങനെ ജൈവ മാലിന്യങ്ങൾ തരംതിരിക്കും. തീറ്റ സാധനങ്ങൾ അന്നന്നുതന്നെ വണ്ടികളിലായി വളർത്തൽ കേന്ദ്രങ്ങളിലെത്തിക്കും. തീറ്റയ്ക്ക് സാമാന്യം നല്ല വില കിട്ടും. ശിഷ്ടം വരുന്ന ജൈവ മാലിന്യങ്ങൾ യാർഡിൽ തന്നെ കെട്ടിയിട്ടുള്ള അറകളിൽ കമ്പോസ്റ്റ് ചെയ്യും. ഇതിനുപയോഗിക്കുന്ന സങ്കേതവും നൂതനമാണ്. കോയമ്പത്തൂർ കാർഷിക സർവ്വകലാശാലയിൽനിന്ന് ഗവേഷണബിരുദം നേടിയ പാലാ സ്വദേശി ജോഷി വികസിപ്പിച്ചെടുത്ത ചകിരിച്ചോറ് മീഡിയമാണ് ഇതിനായി ഉപയോഗിക്കുന്നത്. പൊള്ളാച്ചിയിൽ സുലഭമായ ചകിരിച്ചോറിൽ ജൈവവസ്തുക്കളെ വിഘടിപ്പിക്കുന്ന ബാക്ടീരിയ (ഇനാക്കുലം) കൂട്ടിച്ചേർത്താണ് മിശ്രിതം ഉണ്ടാക്കുന്നത്.

മൂന്ന്) പ്ലാസ്റ്റിക് വീണ്ടും തരംതിരിക്കും. കഴുകേണ്ടവ കഴുകി വൃത്തിയാക്കും. അവ ആക്രിക്കാർക്ക് വിറ്റ് കിട്ടുന്നതും ഒരു വരുമാനമാണ്.

നാല്) കുഞ്ഞുമോന്റെ ചെലവ് മുഖ്യമായും മൂന്നാണ്. തരംതിരിക്കൽ ജോലിയിൽ ഏർപ്പെട്ടിരിക്കുന്ന സ്ത്രീ പുരുഷന്മാരുടെ കൂലി. 365 ദിവസവും ജോലിയുള്ളതുകൊണ്ട് നാട്ടുനടപ്പുള്ള കൂലിനിരക്കിൽ അച്ചടക്കത്തോടെ തൊഴിലെടുക്കാൻ ആളെ കിട്ടാൻ പ്രയാസമില്ല. രണ്ടാമത്തെ ചെലവ് മാലിന്യം ശേഖരിക്കുന്നതിനും തരംതിരിച്ച് ഉപയോഗ കേന്ദ്രങ്ങളിൽ എത്തിക്കുന്നതിനുമുള്ള വണ്ടിച്ചെലവുകളാണ്, മൂന്നാമത്തേത് ചകിരിച്ചോറ് ഇനാക്കുലത്തിനുള്ള ചെലവാണ്. ഈ ചെലവുകൾ കിഴിച്ചാലും സംരംഭം വൻലാഭത്തിലാണ്.

ഈ ലാഭകരമായ സംരംഭം വികസിപ്പിക്കാനുള്ള ശ്രമത്തിനിടയിലാണ് കുഞ്ഞുമോൻ ഞങ്ങളുമായി ബന്ധപ്പെടുന്നത്. ആലപ്പുഴ നഗര

ത്തിലെ സ്ഥാപനങ്ങളുടെ മാലിന്യം ശേഖരിക്കാൻ സ്ഥാപനങ്ങളുമായി കരാറിൽ ഏർപ്പെടാനുള്ള സൗകര്യം മുനിസിപ്പാലിറ്റി ചെയ്തുകൊടുക്കണം. പരമാവധി ഈടാക്കാവുന്ന ഫീസ് നിരക്ക് മുനിസിപ്പാലിറ്റിക്ക് നിശ്ചയിക്കാവുന്നതാണ്. സർവ്വോദയപുരത്തെ മാലിന്യ സംസ്കരണ പ്ലാന്റിലെ ഒരു ഷെഡ്ഡും പരിസര പ്രദേശവും ഈ പ്രവർത്തനങ്ങൾക്കായി വിട്ടുകൊടുക്കണം. പ്രത്യുപകാരമായി മുനിസിപ്പാലിറ്റിയിൽ നിന്നും ദിനം പ്രതിയെത്തുന്ന നാലഞ്ച് ടൺ മാലിന്യം സൗജന്യമായി സംസ്കരിക്കണമെന്ന ചുമതല കുഞ്ഞുമോനും ഏറ്റെടുത്തു. പുതിയ ബാദ്ധ്യതകളൊന്നും ഏല്ക്കാതെ നഗരത്തിലെ മാലിന്യത്തിലെ നല്ലൊരു ഭാഗം സംസ്കരിക്കപ്പെടുന്ന ഈ പദ്ധതി വളരെ ആകർഷകമായിരുന്നു. ഈ നിർദ്ദേശങ്ങൾ സർവ്വോദയപുരത്തെ സമര സമിതിക്കും സ്വീകാര്യമായി. സ്വന്തം വീട്ടുമുറ്റത്ത് ചെയ്തുകൊണ്ടിരിക്കുന്ന പരിപാടി വിശാലമായ മാലിന്യ സംസ്കരണ വളപ്പിൽ പരീക്ഷിക്കുന്നതിനെ അവർ സ്വാഗതം ചെയ്തു. യഥാർത്ഥത്തിൽ ഈ പരിപാടി നടപ്പാക്കണം എന്നു ശഠിച്ചത് അവരാണ്. ഈ പദ്ധതി മുനിസിപ്പാലിറ്റി വെച്ചു താമസിപ്പിക്കുന്നു എന്ന് ആക്ഷേപിച്ചുകൊണ്ട് പ്ലാന്റിലേക്കുള്ള മുനിസിപ്പാലിറ്റിയുടെ വണ്ടികളെ അവർ തടയുക പോലും ചെയ്തു. ഈ പദ്ധതിക്ക് പിന്നീട് എന്തു സംഭവിച്ചു എന്ന് അടുത്ത അദ്ധ്യായത്തിൽ വിശദീകരിക്കുന്നുണ്ട്.

ഉറവിട വേർതിരിക്കലിന്റെ പ്രസക്തിയേയും പ്രാധാന്യത്തേയും ഈ പദ്ധതി അടിവരയിട്ടു കാണിക്കുന്നു. സൂക്ഷ്മമായ വേതിരിക്കലിലൂടെ മാത്രം മാലിന്യം മൂർത്തമായ ആവശ്യങ്ങൾ തൃപ്തിപ്പെടുത്താനുള്ള മൂല്യ വർദ്ധിത ഉല്പന്നങ്ങളായി മാറുന്നു. ഇത് യാർഡിൽ കൊണ്ടുവന്ന് തരംതിരിക്കേണ്ട ആവശ്യം പോലും പലപ്പോഴും ഉണ്ടാകുന്നില്ല. കടക്കാർ തന്നെ പ്രത്യേകം ബിന്നുകളിലാക്കി വെക്കുന്നവയെ എത്രയും വേഗം തീറ്റ കേന്ദ്രങ്ങളിലേക്ക് കൊണ്ടുപോയാൽ മതി. ശ്രദ്ധിക്കേണ്ടുന്ന കാര്യം അന്നന്ന് തന്നെ നീക്കം ചെയ്യണം എന്നുള്ളതാണ്. അതുകൊണ്ട് ദുർഗന്ധം ഒഴിവാക്കാനാവും, യാർഡിൽവെച്ച് കായികമായി അവ തരം തിരിക്കുന്നതിനും ബുദ്ധിമുട്ടുണ്ടാകില്ല. എന്നാൽ പൊതുവായി പോലും തരം തിരിക്കാതെ, പലപ്പോഴും ഒന്നോ രണ്ടോ ദിവസം കഴിഞ്ഞ് മുനിസിപ്പാലിറ്റി വണ്ടികളിൽ സർവ്വോദയപുരത്തെത്തിക്കൊണ്ടിക്കുന്ന നഗര മാലിന്യം നഷ്ടവും പ്രതിസന്ധിയും മാത്രമേ സൃഷ്ടിച്ചുള്ളു. അതേസമയം ചിട്ടയായ തരം തിരിവിലൂടെ മാത്രം മാലിന്യം ലാഭകരമായ ഒരു വാണിജ്യ വസ്തുവായി മാറുന്നു. പക്ഷേ ആലപ്പുഴ അടക്കമുള്ള നഗരങ്ങളിലെ മാലിന്യങ്ങളുടെ ഒരു ഭാഗം വീട്ടുമുറ്റത്ത് എത്തിയപ്പോൾ ഒരുപക്ഷേ അത് ആ ചെറു പ്രദേശത്തിന് ഉൾക്കൊള്ളാവുന്നതിനും അപ്പുറമായിരുന്നിരിക്കാം. സമീപവാസികൾ പ്രതിഷേധമുയർത്തിയിട്ടുണ്ട്. എന്നാലും മറ്റു വെളിമ്പ്രദേശങ്ങൾ കേന്ദ്രമാക്കി ഈ വേർതിരിക്കൽ സംരംഭം മുന്നോട്ടു തന്നെ പൊയ്ക്കൊണ്ടിരിക്കുന്നു.

ഇന്ത്യവഴിയുള്ള ഒരു കഠിനയാത്ര കഴിഞ്ഞ് ബംഗ്ലാദേശിലെത്തിയ ഞങ്ങൾക്ക് എന്തോ ഒരു വ്യത്യസ്തത അനുഭവപ്പെട്ടു: സാധാരണഗതിയിൽ പച്ചക്കറിയോ പഴങ്ങളോ ഇറച്ചിയോ മീനോ വാങ്ങുമ്പോൾ പായ്ക്കു ചെയ്യാനുപയോഗിക്കുന്ന സാർവ്വത്രികമായ സാമഗ്രി പ്ലാസ്റ്റിക് ബാഗാണ്. പക്ഷേ, ബംഗ്ലാദേശിൽ ഇവയെല്ലാം വെറും കടലാസ് കൂടയിലാണ് ലഭിക്കുക. പത്രക്കടലാസോ ആപ്പീസ് കടലാസുകളോ കൊണ്ടാണ് കൂടകളുണ്ടാക്കിയിരിക്കുന്നത്. കണ്ടിട്ട് വലിയ കുഴപ്പമൊന്നും തോന്നിയില്ല.

ഇതിനു കാരണമെന്തെന്ന് അറിയാനായിരുന്നു ഞങ്ങൾക്കു കൂടുതൽ താല്പര്യം... ഒരു മൂന്നാം ലോക പട്ടണത്തെ സംബന്ധിച്ചിടത്തോളം വളരെ അസാധാരണമായ പാക്കേജിങ് രീതിയാണ്. 2002 ൽ ബംഗ്ലാദേശ് സർക്കാർ പ്ലാസ്റ്റിക് ബാഗുകൾ പൂർണ്ണമായി നിരോധിച്ചുവെന്ന് ചില വിദ്യാർത്ഥികൾ ഞങ്ങളോടു പറഞ്ഞു. പ്ലാസ്റ്റിക് ബാഗുകൾ നിറഞ്ഞ് ഓടകൾ അടഞ്ഞുപോയതാണ് 1988 നും 1998 നുമിടയ്ക്ക് ധാക്കയിലുണ്ടായ ഭീമൻ വെള്ളപ്പൊക്കങ്ങൾക്കു കാരണമെന്ന് പല പഠനങ്ങളും തെളിയിച്ചു. ഇത് കേവലം പരിസ്ഥിതി പ്രശ്നമായിരുന്നില്ല. ജീവന്മരണ പ്രശ്നമായിരുന്നു. അന്ത്യമെന്താകുമെന്നുള്ളത് പ്രശ്നമല്ല. ഇന്നത്തെ യാഥാർത്ഥ്യം ബംഗ്ലാദേശിൽ പ്ലാസ്റ്റിക് ബാഗുകൾ നിരോധിക്കപ്പെട്ടിരിക്കുന്നു എന്നതാണ്.

(പ്ലാസ്റ്റിക് ബാഗുകൾ ഒരു ആഗോള മലിനീകരണ പ്രശ്നം - നിസ, cookiesound.com)

7

പ്ലാസ്റ്റിക് എന്തുചെയ്യും?

ആയിരത്തിത്തൊള്ളായിരത്തി തൊണ്ണൂറ്റിയെട്ടിൽ ബംഗ്ലാദേശിലുണ്ടായ വെള്ളപ്പൊക്കം ലോകം ഇന്നും മറന്നിട്ടില്ല. മഴ തോർന്ന് ആഴ്ചകൾ കഴിഞ്ഞിട്ടും ധാക്ക നഗരം വെള്ളത്തിൽ മുങ്ങിക്കിടന്നു. ഓടകളുടെയും ചാലുകളുടെയും ഒഴുക്ക് അടയ്ക്കുന്ന വില്ലനെ അധികാരികൾ തിരിച്ചറിഞ്ഞു. ധാക്കയിൽ പ്രതിവർഷം 9 ദശലക്ഷം പ്ലാസ്റ്റിക് കാരിബാഗുകളാണത്രേ വലിച്ചെറിയപ്പെടുന്നത്. അതിൽ 10–15 ശതമാനം ബിന്നുകളിൽ എത്തും. ബാക്കിയത്രയും ഓടകളിലും ചാലുകളിലും തള്ളുകയാണ്. ഇതിനെത്തുടർന്നാണ് 2002 ൽ ധാക്കയിൽ മാത്രമല്ല, ബംഗ്ലാദേശിലാകെ പ്ലാസ്റ്റിക് കാരിബാഗുകൾ നിരോധിച്ചത്.

കേരളത്തിലെ ഏതൊരു പ്രദേശത്തിനും പരിചിതമായൊരു ചിത്രമല്ലേ ഇത്? ഓടകളിലും കനാലുകളിലും പ്ലാസ്റ്റിക് ബാഗുകൾ കൂട്ടിക്കെട്ടി എറിയുന്നതുമൂലം ഒഴുക്ക് അടഞ്ഞ് ഉണ്ടാകുന്ന വെള്ളപ്പൊക്കത്തിന്റെ അനുഭവമില്ലാത്ത നഗരങ്ങളുണ്ടോ കേരളത്തിൽ? നഗരങ്ങൾ മാത്രമല്ല, ഗ്രാമങ്ങളിലും ഇതുതന്നെയാണ് സ്ഥിതി.

2012 ലെ മഴക്കാലം. എറണാകുളത്തെ ഇടപ്പള്ളി ടോൾ ജങ്ഷനിൽ അരയൊപ്പം വെള്ളം. ദേശീയപാതയിൽ ഗതാഗതം സ്തംഭിച്ചു. ട്രാഫിക് കുരുക്ക് നഗരത്തെയാകെ ബാധിച്ചു. കളമശ്ശേരി നഗരസഭാ അധികൃതർ റോഡിനടിയിൽക്കൂടെ പോകുന്ന ഓട കുത്തിപ്പൊളിച്ച് പരിശോധന നടത്തിയപ്പോൾ ലോറിക്കണക്കിന് പ്ലാസ്റ്റിക്. ഇത് കെട്ടിക്കിടന്ന് ഓട ആകെ ബ്ലോക്കായതാണ് ഫ്ളാഷ് ഫ്ളഡിന് കാരണമായത്. ലോറികളിൽ കയറ്റി പ്ലാസ്റ്റിക് നീക്കിയത് അന്ന് വലിയ വാർത്തയായിരുന്നു.

1998 ലെ ബോംബെ വെള്ളപ്പൊക്കത്തിന്റെ ചിത്രങ്ങൾ *ഫ്രണ്ട് ലൈൻ* അടക്കമുള്ള മാദ്ധ്യമങ്ങൾ പ്രസിദ്ധീകരിച്ചിരുന്നു. മരങ്ങളുടെ തലപ്പുകൾക്കൊപ്പം അന്ന് വെള്ളം പൊങ്ങി. വെള്ളം ഇറങ്ങിയപ്പോൾ മരത്തലപ്പിലെല്ലാം എണ്ണമറ്റ പ്ലാസ്റ്റിക് ബാഗുകൾ തൂങ്ങിക്കിടക്കുന്ന ചിത്രമാണ് അന്ന് മാദ്ധ്യമങ്ങൾ പ്രസിദ്ധീകരിച്ചത്.

ആലപ്പുഴയിലെ പ്രധാന കനാലുകളിലേക്ക് എത്തുന്ന അസംഖ്യം ഇടത്തോടുകളുണ്ട്. നഗരത്തിലെ പലപ്രദേശങ്ങളിൽനിന്നും മഴവെള്ളം ഒഴിഞ്ഞു പോകാൻ സഹായിച്ചിരുന്നത് ഈ ഇടത്തോടുകളായിരുന്നു. ഈ ഇടത്തോടുകളും ഓടകളുമെല്ലാം ഇന്ന് പ്ലാസ്റ്റിക് ബാഗുകളും കുപ്പികളും കൊണ്ട് നിറഞ്ഞ് ഒഴുക്കടഞ്ഞ്, അശ്ലീലക്കാഴ്ചകളായി മാറിയിരിക്കുന്നു.

പ്ലാസ്റ്റിക്കിനെന്താണ് പരിഹാരം?

പ്ലാസ്റ്റിക് എന്ന പ്രമാണി

പദാർത്ഥത്രയത്തിലെ (material trinity) പ്രമാണിയാണിവൻ. ലോഹങ്ങൾ, സിറാമിക്സ്, പോളിമർ എന്നിവയാണ് ഈ തൃമൂർത്തികൾ. ഇവരിൽ പോളിമർ എന്ന വിഭാഗത്തിൽ വരുന്നതാണ് പ്ലാസ്റ്റിക്. എല്ലാ പോളിമറും പ്ലാസ്റ്റിക്കല്ല. നമ്മുടെ സ്വാഭാവിക റബ്ബറും പോളിമർ കുടുംബത്തിൽപ്പെടും.

ഒരുപാട് തരം പ്ലാസ്റ്റിക് ഉണ്ട്. രാസഘടനയിലെ വ്യത്യാസമാണ് വൈജാത്യത്തിനു അടിസ്ഥാനം. ഈ വ്യത്യാസം അവയുടെ സ്വഭാവത്തിലും പ്രതിഫലിക്കും. ചിലത് നല്ല ബലമുള്ളവയായിരിക്കും. ചിലതിനു കൂടുതൽ ചൂട് താങ്ങാൻ ശേഷിയുണ്ടാകും. മറ്റു ചിലവ കൂടുതൽ വഴങ്ങുന്നവ (flexible) സ്വഭാവമുള്ളവയാണ്. ഇവയുടെ ഉപയോഗവും ഈ സ്വഭാവ സവിശേഷതകൾക്കനുസരിച്ചാണ്. ഓരോതരം പ്ലാസ്റ്റിക്കും ഉപയോഗിച്ച് നിർമ്മിക്കുന്ന വസ്തുക്കളുടെ അടിസ്ഥാനത്തിൽ അവ തിരിച്ചറിയുകയായിരിക്കും നമുക്ക് എളുപ്പം.

പ്ലാസ്റ്റിക്കിനെ പൊതുവിൽ രണ്ടായി തിരിക്കാം. ഒന്ന് തെർമോ പ്ലാസ്റ്റിക്കുകൾ. ഇവ സംസ്കരണത്തിന് (Recycable) വഴങ്ങുന്നവയാണ്. എന്നാൽ ജൈവമാലിന്യം പോലെയല്ല. വിർജിൻ പ്ലാസ്റ്റിക് (virgin plastic) രണ്ടു മൂന്നു തവണ മാത്രമേ റീ സൈക്ലിങ്ങിനു വിധേയമാക്കാൻ കഴിയൂ. ഓരോ ഘട്ടത്തിലും പ്ലാസ്റ്റിക്കിന്റെ ശക്തി ഗണ്യമായി ക്ഷയിക്കും. പിന്നെ ഉപേക്ഷിക്കുകയേ രക്ഷയുള്ളൂ. അതെല്ലാം മാലിന്യമായി, ഭൂമിക്കു മേൽ ആവരണമായി കിടക്കും. മാത്രമല്ല റീ സൈക്ലിങ്ങിൽ നിറവും, ബലവും ഒക്കെ ഉണ്ടാകാൻ അധികമായി രാസവസ്തുക്കൾ ചേർക്കും. ഇതെല്ലാം കൂടുതൽ വിഷമയമാണ്.

വാട്ടർ ബോട്ടിലും മറ്റും ഉണ്ടാക്കുന്ന PET (polyethylene terephthalate), പാൽ വരുന്ന കവർ, കണ്ടെയിനറുകൾ എന്നിവ ഉണ്ടാക്കുന്ന HDPE (High-denstiy polyethylene), കിറ്റുകളും മറ്റും ഉണ്ടാക്കുന്ന LDPE (Low denstiy polyethylene), കേബിളുകൾ, പൈപ്പ് എന്നിവയുടെ നിർമ്മാണത്തിന് ഉപയോഗിക്കുന്ന PVC (polyvinyl chloride), പൊതിയാൻ ഉപയോഗിക്കുന്ന നേർത്ത പ്ലാസ്റ്റിക് ഷീറ്റും മറ്റും ഉണ്ടാക്കുന്ന PP (polypropylene), പറ്റിപ്പിടിക്കാത്ത പാത്രങ്ങളിൽ (non-stick cookware) പൂശാൻ (coating) ഉപയോഗിക്കുന്ന teflon (poly tetra fluoro ethylene (PTFE)), CD, DVD എന്നിവയുടെ നിർമ്മാണത്തിൻ ഉപയോഗിക്കുന്ന PS (Polystyrene) എന്നിവയെല്ലാം തെർമോ പ്ലാസ്റ്റിക്കുകളാണ്.

തെർമോസെറ്റ് (thermoset plastic) പ്ലാസ്റ്റിക്കാണ് മറ്റൊരു പൊതുവിഭാഗം. പ്ലാസ്റ്റിക് ആഭരണങ്ങൾ, ബട്ടണുകൾ എല്ലാം നിർമ്മിക്കുന്ന Bakelite, റൂഫിങ് ഷീറ്റുകൾ നിർമ്മിക്കുന്ന പോളി കാർബണേറ്റ് (PC), കുഷനുകൾ, ബുഷുകൾ എന്നിവയെല്ലാം നിർമ്മിക്കാൻ ഉപയോഗിക്കുന്ന Polyurethane, നൈലോൺ (nylone) (നമ്മുടെ നൂല് തന്നെ) എന്നിവയെല്ലാം ഈ ഗണത്തിൽ വരും. ഇവയുടെ സ്വഭാവം നമുക്കറിയാം. കത്തിയുരുകും. വല്ലാതെ കട്ടിപിടിച്ചു കിടക്കും. ഇങ്ങനെ ഉരുകി കട്ടപിടിച്ചാൽ ഇവ പിന്നെ പഴയ രീതിയിലേക്ക് മാറ്റാൻ (remould) കഴിയില്ല. അങ്ങനെ കിടക്കും. ഇവ പൊതുവിൽ റീസൈക്ലിങ്ങിനു വഴങ്ങില്ല. പേസ്റ്റ്, മരുന്നുകൾ എന്നിവയുടെയെല്ലാം ടൂബുകൾ, കവർ എന്നിവ ഉണ്ടാക്കുന്ന multilayer laminated palstic-ഉം ഇതേ സ്വഭാവമുള്ളവയാണ്.

മറ്റു രണ്ട് പദാർത്ഥങ്ങളെയും അപേക്ഷിച്ച് പ്ലാസ്റ്റിക്കിന് പല മേന്മകളുമുണ്ട്. ഭാരക്കുറവ്, ബലംകൂടുതൽ, കുറഞ്ഞ ദ്രവിക്കൽ നിരക്ക്, ഏതു രൂപത്തിലും സൈസിലും ഉല്പന്നങ്ങളാക്കി മാറ്റാമെന്ന മേന്മ, പിന്നെ വിലക്കുറവും. ലോഹങ്ങളേയും സിറാമിക്സിനേയും അപേക്ഷിച്ച് പ്ലാസ്റ്റിക്കിന് കൂടുതൽ ഉപയോഗം ഉണ്ടാകുന്നത് ഈ ഗുണവിശേഷങ്ങൾ കൊണ്ടാണ്. 1950 ൽ 5 ദശലക്ഷം ടൺ മാത്രമായിരുന്നു ലോകത്തെ പ്ലാസ്റ്റിക് ഉപഭോഗം. ഇപ്പോൾ അത് ഏതാണ്ട് 100 ദശലക്ഷം ടൺ കടന്നിരിക്കുന്നു.

പ്ലാസ്റ്റിക് സൃഷ്ടിക്കുന്ന മാലിന്യ പ്രതിസന്ധി

കളിപ്പാട്ടങ്ങൾ മുതൽ വിമാനത്തിന്റെ നിർമ്മാണത്തിന് വരെ പ്ലാസ്റ്റിക് ഒഴിവാക്കാനാകാത്ത പദാർത്ഥമാണ്. കൃത്രിമ അവയവങ്ങളുടെ നിർമ്മിതിയിലും പ്ലാസ്റ്റിക് പ്രധാനം തന്നെ. വീട്ടുപകരണങ്ങളും ചികിത്സാ ഉപകരണങ്ങളും എന്തിന് പ്ലാസ്റ്റിക് ഒഴിവാക്കി മനുഷ്യജീവിതം മുന്നോട്ടു പോകുക സാദ്ധ്യമല്ലാത്ത നില. അതേസമയം ആകെ പ്ലാസ്റ്റിക് ഉപയോഗത്തിന്റെ 35 ശതമാനം പാക്കേജിങ്ങിനാണ് ഉപയോഗിക്കുന്നത്. ഈ പാക്കേജിങ് മെറ്റീരിയലുകളാണ് പ്ലാസ്റ്റിക്കിന് ഇന്നത്തെ വില്ലൻ പരിവേഷം നല്കിയിട്ടുള്ളത്.

പട്ടിക 7.1

പ്ലാസ്റ്റിക്കിന്റെ ഉപയോഗം

മേഖല	ശതമാനം
മേഖലപാക്കേജിങ്	35
നിർമ്മാണം	23
ഇലക്ട്രിക്കൽ/ഇലക്ട്രോണിക് വസ്തുക്കൾ	8
വീട്ടുപകരണങ്ങൾ	8
ഗതാഗതം	8
കൃഷി	7
കളിപ്പാട്ടങ്ങൾ	3
ചികിത്സ	2
ചെരുപ്പ് നിർമ്മാണം	2
മറ്റുള്ളവ	3

Source: Plastic and Environment - Centre for Excellence in Environmental Economics. Madras School of Economics

ആഗോളതലത്തിൽ നഗരമാലിന്യത്തിന്റെ 2.6 ശതമാനമാണ് പ്ലാസ്റ്റിക് മാലിന്യം. ഇന്ത്യയിൽ ഇത് 0.6 ശതമാനം മാത്രമാണ്. എന്നാൽ കേരളത്തിലെ നഗരപ്രദേശങ്ങളിൽ മാലിന്യത്തിലെ പ്ലാസ്റ്റിക്കിന്റെ അളവ് 4 മുതൽ 6 ശതമാനം വരെയാണ്. വികസിത രാജ്യങ്ങളിലെ 8 ശതമാനത്തിനോട് അടുത്തു നില്ക്കുന്ന സ്ഥിതിയാണിത്. ആലപ്പുഴ നഗരത്തിലെ പ്ലാസ്റ്റിക്കിന്റെ അളവും ഈ കണക്കിനോട് ഒത്തുപോകുന്നതാണ്.

ഉപയോഗിച്ച് വലിച്ചെറിയുന്ന ജീവിതക്രമമാണ് പ്ലാസ്റ്റിക് മാലിന്യത്തിന്റെ വർദ്ധനവിന് കാരണം എന്നു വ്യക്തമാണ്. ജൈവമാലിന്യം പ്ലാസ്റ്റിക് ക്യാരിബാഗുകളിൽ കെട്ടി വലിച്ചെറിയുന്നത് പ്ലാസ്റ്റിക്കിന്റെയും ജൈവമാലിന്യത്തിന്റെയും സംസ്കരണം അസാദ്ധ്യമാക്കുകയാണ്. നമ്മുടെ ഉപയോഗക്രമമാണ് പ്ലാസ്റ്റിക്കിനെ പരിസ്ഥിതി പ്രശ്നങ്ങളിൽ

പ്രതിയാകുന്നതിന് പ്രധാന കാരണം. ഈ ക്രമത്തിൽ മാറ്റങ്ങൾ വരുത്തി കൊണ്ടു മാത്രമേ പ്ലാസ്റ്റിക് മാലിന്യം നമുക്ക് കൈകാര്യം ചെയ്യാനാകൂ. ദ്രവിക്കാതെ ലക്ഷക്കണക്കിന് വർഷം മണ്ണിൽ കിടക്കുന്ന പ്ലാസ്റ്റിക് മണ്ണിന്റെ മുകൾതലം മൂടി വെള്ളം ഊർന്നിറങ്ങുന്നതും ജീവൻ പൊടിക്കുന്നതുമെല്ലാം തടയും. വെള്ളവും വായുവും കടക്കാതെ, ജൈവപ്രക്രിയകൾ തടയപ്പെട്ട് മണ്ണിന്റെ മരണമായിരിക്കും ഫലം. മണ്ണിൽ കിടക്കുന്ന പ്ലാസ്റ്റിക് ദ്രവിച്ചില്ലെങ്കിലും വിഘടിക്കപ്പെടും. അങ്ങനെയുണ്ടാകുന്ന രാസവസ്തുക്കൾ മണ്ണിലും ജലത്തിലും പടരും. നമ്മുടെ നഗരമാലിന്യത്തിൽ ഘനലോഹങ്ങളുടെ ആധിക്യം നാം നേരത്തെ കണ്ടതാണ്. ഘനലോഹങ്ങളിൽ പലതും മാരകരോഗങ്ങൾ വരുത്തി വെക്കുന്നതാണെന്നും നാം കണ്ടു. ഇത്തരത്തിൽ അപകടകരമായ രീതിയിലാണ് നാം പ്ലാസ്റ്റിക് കൈകാര്യം ചെയ്യുന്നത് എന്നതാണ് പ്രശ്നം. വ്യത്യസ്ത പദാർത്ഥങ്ങൾ മണ്ണിൽ അലിഞ്ഞുചേരുന്നതിന് എടുക്കുന്ന കാലയളവ് പട്ടികയിൽ.

പട്ടിക 7.2

മണ്ണിൽ അലിഞ്ഞു ചേരാൻ വ്യത്യസ്ത
പദാർത്ഥങ്ങൾക്ക് വേണ്ട കാലയളവ്

വസ്തു	(വർഷം)
പ്ലാസ്റ്റിക് ബാഗ്	10 ലക്ഷം
അലൂമിനിയം	200–500
ടിൻ	80–100
ഡയാപർ	500–600
ലെതർ ഷൂ	40–50
തടി	10–15
തുണിസഞ്ചി	5 മാസം
പേപ്പർ ബാഗ്	1 മാസം
ജൈവമാലിന്യം	30–50 ദിവസം

പ്ലാസ്റ്റിക് കത്തിച്ച് പ്രശ്നം തീർക്കാമോ?

വീടുകളിലും നഗരമാലിന്യം കൈകാര്യം ചെയ്യുന്ന സ്ഥലങ്ങളിലും പലപ്പോഴും പ്ലാസ്റ്റിക് കത്തിക്കുകയാണ് ചെയ്യുന്നത്. യാർഡുകളിൽ നല്ലൊരുപങ്ക് സ്ഥലവും നഗരമാലിന്യത്തോടൊപ്പം എത്തുന്ന പ്ലാസ്റ്റിക് കൈയടക്കും. ചെളിയും വെള്ളവുമെല്ലാമുള്ള പ്ലാസ്റ്റിക് ആരും റീസൈക്ലിങ്ങിന് സ്വീകരിക്കുകയുമില്ല. പിന്നെ കത്തിക്കുക മാത്രമാകും വഴി. എല്ലാം കൂട്ടിയിട്ട് തീ കൊളുത്തും. കത്തിക്കഴിഞ്ഞാൽ ഇതിന്റെ അളവ് ഗണ്യമായി ചുരുങ്ങും. ബാക്കി മണ്ണിൽ തന്നെ കിടക്കുകയും ചെയ്യും. ഇതാണ് ഇപ്പോഴത്തെ രീതി. പ്ലാസ്റ്റിക് കത്തിക്കുന്നത് വളരെ അപകടകരമാണ്. കത്തിക്കുമ്പോൾ പ്ലാസ്റ്റിക്കിന്റെ രാസഘടന മാറുകയും മാര

Drawing by Reghu Harmony

കമായ വിഷവാതകങ്ങൾ ഉണ്ടാകുകയും ചെയ്യും. അപകടകാരികളായ ഘനലോഹങ്ങൾ മണ്ണിലും ജലത്തിലും കലരും. പി വി സി കത്തിക്കുമ്പോൾ പുറത്തുവരുന്ന ഡയോക്സിൻ, ഫ്യൂറാൻ, വിനൈൽ ക്ലോറൈഡ് തുടങ്ങിയ വാതകങ്ങൾ മാരകമായ ശ്വാസകോശ കാൻസറിന് വഴിവെക്കും എന്ന് പഠനങ്ങളിൽ കണ്ടെത്തിയിട്ടുണ്ട്. കുഷനുകളിലും മറ്റും ഉപയോഗിക്കുന്ന ഫോം (Poly Urethene foam) കത്തിക്കുമ്പോൾ കാൻസറിന് കാരണമായേക്കാവുന്ന അൻപതിലധികം രാസപദാർത്ഥങ്ങളാണത്രേ പുറത്തുവരുന്നത്. വേണ്ടത്ര ഓക്സിജൻ സാന്നിദ്ധ്യമില്ലാതെ പി വി സി പ്രോസസ് ചെയ്താൽ മാരകമായ കാർബൺ മോണോക്സൈഡ് ഉണ്ടാകും. നമ്മുടെ നാട്ടിലെ പ്ലാസ്റ്റിക് സംഭരണ കേന്ദ്രങ്ങളിലൊക്കെ മാരകമായ ഈ കത്തിക്കൽ നടക്കുകയാണ്. ചെറുമാത്രകൾ പോലും കാൻസറിനും മറ്റും വഴിവെക്കുന്ന രാസവസ്തുക്കൾ പുറത്തുവിടുന്ന പ്ലാസ്റ്റിക് മാലിന്യം അത്യധികം അശ്രദ്ധയോടെയാണ് കൈകാര്യം ചെയ്യുന്നത്.

നമുക്ക് എന്താണ് ചെയ്യാൻ കഴിയുക? ഭൂമി നികത്തലിന് പ്ലാസ്റ്റിക് ഉപയോഗിച്ചാൽ അപകടകാരികളായ വസ്തുക്കൾ മണ്ണിലും വെള്ളത്തിലും കലരും. ഇപ്പോൾ തന്നെ കേരളത്തിലെ നഗരമാലിന്യത്തിൽ ഘനലോഹങ്ങളുടെ അളവ് കൂടുതലാണ്. പ്ലാസ്റ്റിക്കിന്റെ ഉപയോഗവും വലിച്ചെറിയലും തുടർന്നാൽ ഗുരുതര പ്രത്യാഘാതങ്ങൾ ഉണ്ടാവുകയും ചെയ്യും.

പ്ലാസ്റ്റിക്കിന്റെ സംസ്കരണം നേരിടുന്ന ഈ വിഷമസന്ധി മറ്റുവഴികൾ അന്വേഷിക്കേണ്ടത് അനിവാര്യമാക്കിയിരിക്കുന്നു. കേന്ദ്ര മലിനീകരണ നിയന്ത്രണ ബോർഡ് ചില സാദ്ധ്യതകൾ ചൂണ്ടിക്കാണിക്കുന്നുണ്ട്. ആ സാദ്ധ്യതകൾ ഒന്ന് പരിശോധിക്കാം.

സംസ്കരണ സാദ്ധ്യതകൾ

8 ദശലക്ഷം ടൺ പ്ലാസ്റ്റിക്കാണ് പ്രതിവർഷം നമ്മുടെ രാജ്യത്ത് ഉപയോഗിക്കുന്നത്. ചുരുങ്ങിയ കാലത്തിനുള്ളിൽ തന്നെ ഇതിന്റെ 70 ശതമാനവും മാലിന്യമായി മാറുന്നു എന്നാണ് കേന്ദ്ര മലിനീകരണ നിയന്ത്രണ ബോർഡിന്റെ കണക്ക്. ഇതെങ്ങനെയാണ് സംസ്കരിക്കുക എന്നതിന് കൃത്യമായ ധാരണ ഇപ്പോഴും നിലവിലില്ല. രാജ്യത്തെ ഇരുപത്തി അയ്യായിരത്തിൽ അധികം റീസൈക്ലിങ് യുണിറ്റുകളിൽ നല്ലൊരു പങ്കും ചേരികളുടെ പിന്നാമ്പുറത്ത് കടുത്ത മലിനീകരണം സൃഷ്ടിക്കുന്ന വിധത്തിലാണ് പ്രവർത്തിക്കുന്നതെന്ന് മദ്രാസ് സ്കൂൾ ഓഫ് ഇക്കണോമിക്സിൽ നടന്ന ഒരു പഠനം ചൂണ്ടിക്കാണിക്കുന്നു. പാരിസ്ഥിതിക മാനദണ്ഡങ്ങൾ പാലിച്ചുകൊണ്ടുള്ള ഒരു റീസൈക്ലിങ് യൂണിറ്റ് കഞ്ഞിക്കുഴി ബ്ലോക്കു പഞ്ചായത്തിന്റെ ആഭിമുഖ്യത്തിൽ ആലപ്പുഴയിൽ നടന്നു. സ്ഥലം വാങ്ങി ചുറ്റുമതിലും പണിതു. എന്നാൽ ശുചിത്വമിഷന്റെ അംഗീകാരം പദ്ധതിക്കു ലഭിച്ചില്ല. ഇനിയിപ്പോൾ മറ്റു സാങ്കേതികവിദഗ്ദ്ധരുടെ സഹായത്തോടെ ബ്ലോക്കിന്റെ തനതു ഫണ്ടുപയോഗിച്ച് ഇത്തരമൊരു ശാസ്ത്രീയ റീസൈക്ലിങ് പ്ലാന്റു സ്ഥാപിക്കുന്നതിനുള്ള ശ്രമങ്ങൾ നടക്കുന്നുണ്ട്.

റോഡ് ടാറിങ്ങിനു പ്ലാസ്റ്റിക്

പേർത്തും പേർത്തും വാർത്തകളിൽ നിറയുന്ന ഒന്നാണ് പ്ലാസ്റ്റിക് ഉപയോഗിച്ചുള്ള റോഡു ടാറിങ്. ഇതൊരു സാദ്ധ്യതയായി കേന്ദ്ര മലിനീകരണ നിയന്ത്രണ ബോർഡ് ചൂണ്ടിക്കാണിക്കുന്നു. അഴുക്കു നീക്കിയ പ്ലാസ്റ്റിക് രണ്ടു മുതൽ നാല് മില്ലി മീറ്റർ വരെ വലിപ്പത്തിൽ അരിയുകയാണ് (shredding) ആദ്യം ചെയ്യുക. മെറ്റലും മറ്റും (stone aggregate) 160-170 ഡിഗ്രി ചൂടാക്കി അരിഞ്ഞ പ്ലാസ്റ്റിക് അതിലേക്കു ചേർക്കുന്നു. ടാറിങ്ങിനുപയോഗിക്കുന്ന വസ്തുക്കളുടെ ആകെ ഭാരത്തിന്റെ 10 ശതമാനം (10% w/w) പ്ലാസ്റ്റിക് ചേർക്കാം. ഇതിലേക്ക് 150-160 ഡിഗ്രി ചൂടിൽ ടാർ ഉരുക്കി ചേർക്കുന്നു. ഈ മിശ്രിതം റോഡ് ടാറിങ്ങിന് ഉപയോഗിക്കുന്നു.

പ്ലാസ്റ്റിക് ഉരുകി ചേരുന്നതോടെ ഉള്ളിലേക്ക് വെള്ളം ഇറങ്ങുന്നത് തടയപ്പെടും. റോഡു പൊളിഞ്ഞു കുഴികൾ ഉണ്ടാകാനുള്ള സാദ്ധ്യത ഇതോടെ കുറയുമത്രേ. ഇത് കേരളത്തിന് വലിയ ഉപകാരമായിരിക്കും. പ്ലാസ്റ്റിക് റോഡുകൾ പത്തു കൊല്ലക്കാലം കേടു കൂടാതെ നില്ക്കുമെന്ന് പറയപ്പെടുന്നു. ഇതിന്റെ വ്യാപകമായ പ്രായോഗിക സാദ്ധ്യതകൾ അടിയന്തരമായി തേടണം.

ഒരു കാര്യം ഓർക്കണം. തെർമോ പ്ലാസ്റ്റിക് മാത്രമേ ഇതിൽ ഉപയോഗിക്കാൻ കഴിയൂ. കുറഞ്ഞ മൈക്രോൺ ഉള്ള കിറ്റുകൾ ഒന്നും ഇവിടെ പറ്റില്ല. അഴുക്കു നീക്കി, തരംതിരിച്ച പ്ലാസ്റ്റിക് മാത്രമേ ഇതിലും ഉപയോഗിക്കാൻ കഴിയൂ. വലിച്ചെറിഞ്ഞാൽ ഇതൊന്നും നടക്കില്ല എന്നർത്ഥം. എല്ലാത്തരം പ്ലാസ്റ്റിക്കും ഇഷ്ടംപോലെ ഉപയോഗിച്ച് വലിച്ചെറിഞ്ഞാലും പ്രശ്നം സാങ്കേതികവിദ്യ പരിഹരിച്ചുകൊള്ളും എന്ന സമീപനം പറ്റില്ല എന്ന് സാരം. നമ്മുടെ രീതികളിൽ മാറ്റം കൂടിയേ തീരൂ.

മാലിന്യത്തിൽനിന്നും ഇന്ധനം

സിമെന്റ് നിർമ്മാണത്തിലും മറ്റും പ്രധാന ഇന്ധനത്തിനും അസംസ്കൃത വസ്തുക്കൾക്കുമൊപ്പം (Co-processing) പ്ലാസ്റ്റിക്കും മറ്റ് മാലിന്യങ്ങളും ഉപയോഗിച്ചു തുടങ്ങിയിട്ടുണ്ട്. വളരെയധികം ഊർജ്ജം ആവശ്യമുള്ള ഒന്നാണ് സിമെന്റു വ്യവസായവും മറ്റും. സിമെന്റു ചൂളകളിൽ ബദൽ ഊർജ്ജമായിട്ടാണ് പ്ലാസ്റ്റിക്കിൽ നിന്നും സംസ്കരിച്ചെടുക്കുന്ന ഇന്ധനം ഉപയോഗിക്കുന്നത്. നഗരമാലിന്യത്തിൽനിന്നും വേർതിരിക്കുന്ന പ്ലാസ്റ്റിക് ഉൽപ്രേരകങ്ങളുടെ സഹായത്താൽ കത്തിച്ച് (Catalytic Pyrolisis) ദ്രവ ഇന്ധനമാക്കി (Liquid refuse derived oil) ഇന്ധനമാക്കി മാറ്റുന്നു. പ്രത്യേകം രൂപകല്പന ചെയ്ത റിയാക്ടറുകളിൽ 350 സെൽഷ്യസ് ചൂടിലാണ് ഈ പ്രക്രിയ നടക്കുക. ഇന്ധനവും ഗ്യാസും കുറച്ചു സ്ലറിയുമാണ് ഉണ്ടാകുന്നത്. ഈ ഉല്പന്നങ്ങളെല്ലാം ഉപയോഗപ്രദമാണ് എന്നാണ് കേന്ദ്ര മലിനീകരണ നിയന്ത്രണ ബോർഡ് മാനദണ്ഡങ്ങളിൽ പറയുന്നത്. ഇത് അടിസ്ഥാനപരമായി കത്തിക്കൽ (Incineration) തന്നെയാണ്.

പ്ലാസ്മാ പൈറോലിസിസ്

മാലിന്യത്തെ ഓക്സിജന്റെ അസാന്നിദ്ധ്യത്തിൽ വിഘടിപ്പിച്ച് വാതകങ്ങളാക്കി മാറ്റുന്ന പ്രക്രിയയാണ് പ്ലാസ്മാ പൈറോലിസിസിൽ നടക്കുന്നത്. ഇൻസിനറേറ്ററുകളിലെപ്പോലെ മാലിന്യം കത്തിക്കുകയല്ല ഇവിടെ ചെയ്യുന്നത്. ഉയർന്ന വൈദ്യുതി കടത്തിവിട്ട് സൃഷ്ടിക്കുന്ന ഇലക്ട്രിക്കൽ ആർക്കിൽ മാലിന്യം വിഘടിച്ച് വാതകങ്ങളായി മാറുന്നു. മീഥേൻ, കാർബൺ മോണോക്സൈഡ്, കാർബൺ ഡയോക്സൈഡ്, ഹൈഡ്രജൻ, ഹൈഡ്രോ കാർബണുകൾ എന്നിവയാണ് ഒന്നാം ഘട്ടത്തിൽ രൂപപ്പെടുന്നത്. ഈ വാതകങ്ങൾ ഉയർന്ന വോൾട്ടതയിൽ കത്തിക്കുമ്പോൾ കാർബൺ ഡയോക്സൈഡും ജലവും ഉണ്ടാകുന്നു. ഇതാണ് പ്ലാസ്മാ പൈറോലിസിസിൽ (Plasma Pyrolisis) നടക്കുന്നത്.

മാരകമായ വിഷവാതകങ്ങൾ ഉണ്ടാകാനുള്ള സാദ്ധ്യത വിരളമാണ് എന്നതാണ് ഇതിന്റെ പാരിസ്ഥിതിക മേന്മ. എന്നാൽ ഇതിന്റെ വൈദ്യുതിച്ചെലവ് താങ്ങാനാവില്ല. പ്ലാസ്മാ കൺവർട്ടറിനുള്ളിലെ ചൂട് 13870 ഡിഗ്രി വരെയെത്തും. ഈ ചൂടിനെ പ്ലാന്റിന്റെ പുറന്തോടിൽ (shell)

എത്താതെ തടയുന്ന ലൈനറുകൾ ഈ സംവിധാനത്തിന്റെ പ്രധാന ഭാഗമാണ്. ഇതിന് താങ്ങാനാവാത്ത വിലയാണ്. ഇത് വർഷാവർഷം മാറ്റേണ്ടിയും വരും. ഇതിനാൽത്തന്നെ പ്ലാസ്മാ പൈറോലിസിസ് നഗരസഭകൾക്കു താങ്ങാവുന്ന ഒരു സംവിധാനമല്ല.

പ്ലാസ്റ്റിക് മാലിന്യം - അടിയന്തര പരിപാടി

പ്ലാസ്റ്റിക്കിന്റെ ഉല്പാദനത്തിലും അതുപയോഗിക്കുന്ന വിവിധ വസ്തുക്കളുടെ നിർമ്മാണത്തിലും പ്ലാസ്റ്റിക്കിന്റെ സംസ്കരണത്തിലും ഇന്നത്തേതിനേക്കാൾ പരിസ്ഥിതി സൗഹൃദപരമായ രീതികളും മറ്റും ഉണ്ടാകണം. നമ്മുടെ നാട്ടിലെ പ്ലാസ്റ്റിക് റീസൈക്ലിങ് കേന്ദ്രങ്ങളൊന്നും യാതൊരു പരിസ്ഥിതി സുരക്ഷയും പാലിക്കാതെയാണ് പ്രവർത്തിക്കുന്നതെന്ന് പഠനങ്ങൾ ചൂണ്ടിക്കാണിച്ചിട്ടുണ്ട്. 17 ശതമാനം വാർഷിക വളർച്ചാനിരക്ക് രേഖപ്പെടുത്തുന്ന ഒരു സൂര്യോദയ വ്യവസായമാണ് പ്ലാസ്റ്റിക് വ്യവസായം. 1999 ൽ വിർജിൻ പ്ലാസ്റ്റിക് വ്യവസായത്തിൽ 3000 കോടി രൂപയുടെ ഉല്പാദനമാണ് നടന്നത്. പ്ലാസ്റ്റിക് റീസൈക്ലിങ് വ്യവസായത്തിലെ ടേൺ ഓവർ 6500 കോടി രൂപയായിരുന്നു. ഇത്രയും ബൃഹത്തായ ഒരു വ്യവസായത്തിന് കൂടുതൽ പരിസ്ഥിതി സൗഹൃദപരമായ പ്രോട്ടോകോളുകൾ ഉണ്ടാക്കേണ്ടത് ഒരു ദേശീയ ഉത്തരവാദിത്തമാണ്.

നഗരമാലിന്യത്തിലെ പ്ലാസ്റ്റിക് കൈകാര്യം ചെയ്യുന്നതിന് ഒരു പരിപാടി നാം രൂപപ്പെടുത്തണം. പ്ലാസ്റ്റിക് വലിച്ചെറിയുന്ന രീതിയെങ്കിലും മാറിയേ മതിയാകൂ. ജൈവമാലിന്യത്തിന്റെ കാര്യത്തിലെന്നപോലെ ഇവിടെയും കുറയ്ക്കുന്നതും പുനരുപയോഗിക്കുന്നതും സാമൂഹ്യ ലക്ഷ്യങ്ങളായി മാറണം. പ്ലാസ്റ്റിക് ഉപയോഗത്തിന്റെ 35 ശതമാനം പാക്കേജിങ് മെറ്റീരിയലുകളായിട്ടാണ് എന്നു നാം കണ്ടല്ലോ? ഇതിൽ കുറവു വരുത്താൻ കഴിയില്ലേ? ഭംഗിയായി പായ്ക്കു ചെയ്ത ഒരു വസ്തു വീണ്ടും ഒരു പ്ലാസ്റ്റിക് കൂടിലാക്കുന്നത് എന്തിനാണ്? ഇന്നു നാം വ്യാപകമായി ഉപയോഗിക്കുന്ന പ്ലാസ്റ്റിക് കിറ്റുകൾക്ക് പകരം വയ്ക്കാൻ പരിസ്ഥിതിയ്ക്ക് ഇണങ്ങുന്ന ബാഗുകൾ ഉണ്ടാക്കിക്കൂടേ?

'നിർമ്മല ഭവനം നിർമ്മല നഗരം പദ്ധതി' ഇത്തരം ഒരു ബദൽ ഉല്പന്ന നിർമ്മാണത്തിനും പ്രചരണത്തിനും മുൻകൈയെടുക്കും. ഈ പദ്ധതിയുടെ ഇനിയുള്ള പ്രധാന ഊന്നലുകളിലൊന്ന് ഇത്തരം ബദൽ ഉല്പന്നങ്ങൾ നിർമ്മിച്ച് പ്രചരിപ്പിക്കുകയാണ്. കുടുംബശ്രീ യൂണിറ്റുകളിൽ നിന്നും അയൽക്കൂട്ടങ്ങളിൽനിന്നും തെരഞ്ഞെടുക്കുന്നവർ ചേർന്ന് രൂപീകരിക്കുന്ന ആക്ടിവിറ്റി ഗ്രൂപ്പുകളായിരിക്കും ഈ പ്രവർത്തനത്തിൽ ഏർപ്പെടുക. ഇതിന് ബാങ്ക് ലിങ്കേജ് ഉറപ്പാക്കുന്നതിനും വിപണനത്തിനുമെല്ലാം നിർമ്മലഭവനം പദ്ധതി മുൻകൈയെടുക്കും.

പ്ലാസ്റ്റിക് കാരിബാഗുകൾ അനാകർഷകമാകണം. ഇന്ന് പച്ചക്കറിയും ആഹാരപദാർത്ഥങ്ങളും വാങ്ങുമ്പോൾ സൗജന്യമായി കിട്ടുന്ന കിറ്റിന്റെ വില ഭക്ഷ്യവസ്തുക്കളിലും മറ്റും ഒളിഞ്ഞ് ചേർന്നിട്ടുണ്ട്. കിറ്റിന്റെ കാര്യ

ത്തിൽ നമുക്ക് പെട്ടെന്ന് ബോദ്ധ്യപ്പെട്ടെന്നു വരില്ല. എന്നാൽ ആഹാരം പാർസൽ ചെയ്യുമ്പോൾ പല മുന്തിയ ഹോട്ടലുകളിലും ഇപ്പോൾ ചാർജ്ജ് പ്രത്യേകമായി ഈടാക്കുന്നില്ലേ? അതുപോലെ കാരിബാഗുകൾ ആവശ്യമുള്ളവർ പണം കൊടുത്ത് വാങ്ങുന്ന നില വരണം. പല സൂപ്പർ മാർക്കറ്റുകളും ഇത്തരത്തിൽ കാരിബാഗുകൾക്ക് പ്രത്യേകപണം ഈടാക്കുന്നുണ്ട്. അതോടെ സഞ്ചിയുമായി വന്ന് സാധനം വാങ്ങുന്നവരുടെ എണ്ണം കൂടുന്നുണ്ട്. തങ്ങൾ വില്ക്കുന്ന വസ്തുക്കളിൽ വില ഒളിച്ചു ചേർത്ത് സൗജന്യം എന്ന ഭാവേന നല്കാൻ കഴിയുന്നതിനേക്കാൾ ഉയർന്നവില പ്ലാസ്റ്റിക് കിറ്റുകൾക്ക് വരണം. അതിന് ഉയർന്ന നികുതി ഈടാക്കേണ്ടി വരും. 40 മൈക്രോണിൽ താഴെയുള്ള പ്ലാസ്റ്റിക് കാരിബാഗുകൾ പൂർണ്ണമായും നിരോധിക്കാനാണ് നഗരസഭ തീരുമാനിച്ചിട്ടുള്ളത്. അതിനു മുകളിലുള്ള കാരിബാഗുകൾ നഗരസഭയിൽ നിശ്ചിതഫീസ് ഒടുക്കി സീൽ ചെയ്ത് വാങ്ങേണ്ടി വരും. അല്ലാത്തവ അനുവദിക്കില്ല. പ്ലാസ്റ്റിക് ബാഗുകളിൽ അച്ചടിക്കുന്നതും നിയന്ത്രിക്കേണ്ടതുണ്ട്. തങ്ങളുടെ സ്ഥാപനത്തിന്റെ പരസ്യം എന്ന നിലയിൽ പ്ലാസ്റ്റിക് കൂടുകൾ ഉപയോഗിക്കാനാവാത്ത സ്ഥിതി വരുമ്പോൾ സൗജന്യം നല്കുന്നത് കുറഞ്ഞേക്കും. ഔദ്യോഗിക സംവിധാനങ്ങളിൽ ഇത്തരം ലൈസൻസിങ് രീതി ഏർപ്പെടുത്തുമ്പോൾ ഉണ്ടാകാവുന്ന പ്രശ്നങ്ങൾ മറന്നല്ല ഈ നിയന്ത്രണത്തിന് നഗരസഭ മുതിരുന്നത്. ആ പ്രശ്നങ്ങൾ മറികടക്കേണ്ടി വരും.

ഇനിയും അനിവാര്യമായുണ്ടാകുന്ന പ്ലാസ്റ്റിക് ചിട്ടയായി സംഭരിക്കുന്നതിനുള്ള പരിപാടി രൂപപ്പെടുത്താനാണ് ശ്രമിക്കുന്നത്. വാട്സൻ ക്ലബുകളിലൂടെയുള്ള പ്ലാസ്റ്റിക് സംഭരണത്തിനുള്ള പരിപാടി നേരത്തേ വിശദീകരിച്ചല്ലോ? ചെളിയും മണ്ണും നീക്കി ഉണക്കി സൂക്ഷിക്കുന്ന പ്ലാസ്റ്റിക് നഗരസഭ സംഭരിക്കുന്നതിനാണ് പരിപാടി ഇടുന്നത്. ഓരോ വാർഡിലും പ്രത്യേക പ്ലാസ്റ്റിക് കളക്ഷൻ പോയിന്റുകൾ ഉണ്ടാകും. അവിടെ നിശ്ചിത ഇടവേളകളിൽ നഗരസഭയുടെ വാഹനം എത്തി പ്ലാസ്റ്റിക് ശേഖരിക്കുകയും റിസോഴ്സ് റിക്കവറി കേന്ദ്രത്തിലെത്തിക്കുകയും വേണം. റിസോഴ്സ് സെന്ററിന് മാലിന്യസംസ്കരണ കേന്ദ്രത്തിന്റെ മനം മടുപ്പിക്കുന്ന അന്തരീക്ഷമാകരുത്. ബിനാലെ കലാകാരന്മാർ അണിയിച്ചൊരുക്കിയ വഴിച്ചേരിയിലെ എയ്റോബിക് ബിൻ ക്ലസ്റ്റർ പോലെ ആർക്കും കയറി നില്ക്കാൻ പറ്റുന്ന കൗതുകമുണർത്തുന്ന ഒരു ആധുനിക സംവിധാനമായി അവിടം മാറ്റണം.

8

നമ്മൾ വസിക്കും വീടുകളിൽ
നമ്മുടെ നാടൻ ചന്തകളിൽ
ഭക്ഷണശാല, തൊഴിൽശാല
വില്പനശാലകളെന്നിവയിൽ
ഉണ്ടായ് വരുമൊരു മാലിന്യങ്ങൾ
കണ്ടയിടങ്ങളിലെറിയരുതേ .
അരുതേ അരുതേ ചെയ്യരുതേ .
ചെയ്യരുതാത്തത് ചെയ്യരുതേ.

മാലിന്യങ്ങൾ നാട്ടിൽനിറഞ്ഞാൽ
കൊതുകുകൾ – ഈച്ചകൾ പെരുകില്ലേ
കുടിവെള്ളത്തിൽ വായുവിൽ
മാരകരോഗാണുക്കൾ കലരില്ലേ
തുടച്ചുനീക്കിയ പകർച്ചവ്യാധികൾ
തിരപോൽ തിരിച്ചുവരുകില്ലേ
മഞ്ഞപ്പിത്തം, കോളറ, ചിക്കുൻ
ഗുനിയ, ഡെങ്കിപ്പനി പിന്നെ
മന്ത്, മലമ്പനി, യങ്ങനെ പലപല
വ്യാധികളിവിടെ പടരില്ലേ
നാടൊരു ചുടുകാടാവില്ലേ.

(ശുചിത്വ കലാജാഥയിലെ ഗാനം)

ആപത്ത് അവസരമാക്കി നിർമ്മല ഭവനം നിർമ്മല നഗരം

രണ്ടായിരത്തിപന്ത്രണ്ടിലെ മഴക്കാലം സർവ്വോദയപുരത്തെ പ്രതിഷേധം പൊട്ടിത്തെറിയിലെത്തിച്ചു. പ്രതിദിനം 30–40 ടൺ മാലിന്യം എത്തിച്ചിരുന്ന വണ്ടികൾ നാട്ടുകാർ തടഞ്ഞു. പതിവുപോലെ ചർച്ചകൾ. ഒടുവിൽ പ്രതിദിനം 5 ലോഡ് മാത്രം അനുവദിക്കാം എന്ന ധാരണയിലെത്തി. നഗരത്തിൽ നിന്നും ശേഖരിക്കുന്ന ബാക്കി മാലിന്യം എന്താണ് ചെയ്യുക? എത്രനാൾ കുഴിച്ചുമൂടും? സത്യം പറഞ്ഞാൽ നഗരത്തിൽ മാലിന്യം കുഴിച്ചു മൂടാനുള്ള പൊതുസ്ഥലം ഇല്ലാത്ത അവസ്ഥയായി. തെരുവോരങ്ങൾ കുപ്പത്തൊട്ടികളായി.

റസിഡന്റ്സ് അസോസിയേഷനുകളുടെയും കുടുംബശ്രീ പ്രവർത്തകരുടെയും പൗരപ്രമുഖരുടെയും ഒരു സെമിനാർ നഗരസഭ വിളിച്ചുകൂട്ടി. സുദീർഘമായ പ്രസംഗങ്ങൾക്കൊടുവിൽ ഉറവിടത്തിൽ ത്തന്നെ മാലിന്യം വേർതിരിക്കണമെന്നു തീരുമാനിച്ചു. ജൈവമാലിന്യം മാത്രം സർവ്വോദയപുരത്തേക്കു കൊണ്ടുപോവുക. ഇതിനായി എല്ലാ

വീട്ടിലും രണ്ടു ബക്കറ്റുകൾ മുൻസിപ്പാലിറ്റി നല്കണമെന്നു ധാരണായായി. ബക്കറ്റു വാങ്ങിയെങ്കിലും കാലതാമസമുണ്ടായി. അതിനിടെ മുൻസിപ്പാലിറ്റിക്ക് കൈകാര്യം ചെയ്യാനാവാത്തവിധം ഗാർഹിക മാലിന്യങ്ങളുടെ സംഭരണം പെരുകി. ക്ലീൻ കേരള സ്കീമിൽ പ്രവർത്തിച്ചിരുന്ന കുടുംബശ്രീ പ്രവർത്തകർ വീടുകളിൽനിന്ന് മാലിന്യം സ്വീകരിക്കുന്ന സമ്പ്രദായം നിലവിൽവന്നതിനെ തുടർന്ന് നേരത്തെ വീട്ടിൽത്തന്നെ സംസ്കരിച്ചിരുന്ന മാലിന്യം പോലും വേർതിരിക്കാതെ മുൻസിപ്പാലിറ്റിയുടെ തലയിൽ കെട്ടിവെക്കുന്ന സ്ഥിതിയായി. ഗത്യന്തരമില്ലാതെ മുൻസിപ്പാലിറ്റി വീടുകളിൽനിന്നുള്ള സംഭരണം നിർത്തലാക്കി. പക്ഷേ, ഇതുകൊണ്ട് പ്രശ്നം തീരില്ലല്ലോ. തെരുവുകളിലെ മാലിന്യക്കൂമ്പാരങ്ങൾ വലുതായിക്കൊണ്ടിരുന്നു.

താല്ക്കാലിക ഉടമ്പടികളുടെ അടിസ്ഥാനത്തിൽ അനന്തകാലം മാലിന്യപ്രതിസന്ധി മറികടക്കാനാവില്ല എന്നു വ്യക്തമാകുകയായിരുന്നു. സർവ്വോദയപുരത്തേക്ക് അനുവദിച്ച 4–5 ലോഡ് എന്ന അളവിലേക്ക് മാലിന്യവരവ് കുറയ്ക്കുന്നതെങ്ങനെ? നഗരത്തിൽ കുന്നുകൂടുന്ന മാലിന്യം കണ്ടില്ലെന്ന് നടിച്ച് മുന്നോട്ടു പോകാനാകുമായിരുന്നില്ല. ഒരു മറുമാർഗ്ഗം അനിവാര്യമായ സാഹചര്യം. മുനിസിപ്പാലിറ്റിയുടെ ആഭിമുഖ്യത്തിൽ വീണ്ടും ഒരു സർവ്വകക്ഷി സെമിനാർ നടന്നു. തിങ്ങിനിറഞ്ഞ മുനിസിപ്പൽഹാളിൽ പിന്നെയും സുദീർഘമായ പ്രസംഗങ്ങളുണ്ടായി. പക്ഷേ, ഒരു ഫലവും ഉണ്ടായില്ല. ഈ പശ്ചാത്തലത്തിലാണ് 'നിർമ്മല ഭവനം നിർമ്മല നഗരം പദ്ധതി' രൂപംകൊണ്ടത്.

തുടക്കം കിടങ്ങാംപറമ്പിൽ

2012 ആഗസ്തിൽ ആലപ്പുഴ നിയോജക മണ്ഡലത്തിൽ പെട്ട നഗരസഭാ കൗൺസിലർമാരുമായി നടത്തിയ ചർച്ചയിൽ പദ്ധതിക്ക് ഒരു വാർഡിൽ തുടക്കമിടാൻ തീരുമാനിക്കുകയായിരുന്നു. കിടങ്ങാംപറമ്പ് താരതമ്യേന ചെറിയ വാർഡാണ്. നല്ല പങ്കും അഭ്യസ്തവിദ്യരായ മദ്ധ്യവർഗ്ഗക്കാരുടെ വീടുകൾ. അല്പം പണച്ചെലവ് വരുന്ന ഉറവിട മാലിന്യ സംസ്കരണ ഉദ്യമങ്ങളോട് സഹകരിക്കാൻ ഇവർക്ക് പ്രയാസമുണ്ടാകില്ല എന്നുതോന്നി. റസിഡന്റ്സ് അസോസിയേഷനുകളുടെ സക്രിയ സാന്നിദ്ധ്യമായിരുന്നു മറ്റൊരു അനുകൂലഘടകം. ആപത്തിനെ അവസരമാക്കി ഒരു പുതുവഴി തേടിയുള്ള പരിശ്രമം. 2012 സെപ്തംബർ 2 ന് കിടങ്ങാംപറമ്പ് വാർഡിലെ റസിഡന്റ്സ് അസോസിയേഷനുകളുടെ യോഗത്തിൽ ആണ് 'നിർമ്മല ഭവനം നിർമ്മല നഗരം പദ്ധതി' ഔപചാരികമായി ജനങ്ങളുടെ മുന്നിൽ അവതരിപ്പിച്ചത്. പ്രതീക്ഷ തെറ്റിയില്ല കിടങ്ങാംപറമ്പുകാർ പദ്ധതി ഏറ്റെടുത്തു. തീരെ പരിചയമില്ലാത്ത ഒരു ഉദ്ധ്യമം ഏറ്റെടുക്കുമ്പോൾ ഉണ്ടാകുന്ന ആശങ്കകളും മറ്റും ഉണ്ടായി. എന്നാൽ അത് പരീക്ഷിക്കാൻ തന്നെ തീരുമാനിച്ചു. ഇന്നത്തെ വഴി അധികം മുന്നോട്ട് പോകില്ല എന്ന് എല്ലാവർക്കും ബോദ്ധ്യമായിരുന്നു.

ശാസ്ത്രസാഹിത്യപരിഷത്ത് പ്രവർത്തകരും ജനകീയാസൂത്രണ പ്രവർത്തനങ്ങളിൽ പങ്കാളികളായിരുന്ന സന്നദ്ധപ്രവർത്തകരും കൂടിയാലോചനകളിൽ സന്നിഹിതരായിരുന്നു. ശാസ്ത്രസാഹിത്യ പരിഷത്തിന് ഗ്രാമീണ സാങ്കേതിക വിദ്യയിൽ ഗവേഷണം നടത്തുന്ന ഒരു സ്ഥാപനവുമുണ്ട്. പാലക്കാട്ടെ മുണ്ടൂരിലുള്ള IRTC (Integrated Rural Technology Centre)യുടെ ഒരു മുൻഗണനാ ഗവേഷണമേഖലയാണ് നഗരമാലിന്യസംസ്കരണം. ഇത്തരത്തിൽ അനുഭവങ്ങളുള്ള സന്നദ്ധപ്രവർത്തകരുടെ സാന്നിദ്ധ്യം എന്തു രീതികളാണ് ഇവിടെ അവലംബിക്കേണ്ടത് എന്ന തീരുമാനത്തിൽ എത്തുന്നതിന് സഹായകമായി. അങ്ങനെ വീട്ടുമാലിന്യം വളമായോ ഇന്ധനമായോ മാറ്റുന്നതിനുള്ള സങ്കേതങ്ങൾ വീടുകളിൽ സ്ഥാപിക്കുക എന്നതാണ് മുൻഗണനാ പരിപാടി എന്ന നിഗമനത്തിലെത്തി. കമ്പോസ്റ്റുകളും ബയോഗ്യാസ് പ്ലാന്റുകളും പരമാവധി വീടുകളിൽ സ്ഥാപിക്കുക. വീടുകളെ നിർമ്മലമാക്കുക. അതുവഴി നഗരത്തെയും. ഇതാണ് 'നിർമ്മല ഭവനം നിർമ്മല നഗരം' എന്ന പേരിലെത്താൻ കാരണം. നിർമ്മൽ ഗ്രാം അഭിയാൻ എന്ന പേരിലൊരു കേന്ദ്രാവിഷ്കൃത പദ്ധതി നിലവിലുണ്ടുതാനും.

പാരമ്പര്യേതര ഊർജ്ജരംഗത്തെ സർക്കാരിന്റെ നോഡൽ ഏജൻസിയാണ് ANERT (Agency for Non-conventional Energy & Rural Technology). ഇവർക്ക് സംസ്ഥാനത്തെമ്പാടുമായി 2000 ബയോഗ്യാസ് പ്ലാന്റുകൾ സ്ഥാപിക്കുന്നതിനുള്ള ഒരു പരിപാടി നിലവിലുണ്ടായിരുന്നു. ഇതിൽ കുറച്ചെണ്ണം തരപ്പെടുത്താനായി ശ്രമം. ANERTന്റെ ചുമതലയുള്ള മന്ത്രി ശ്രീ. ആര്യാടൻ മുഹമ്മദിന് ആലപ്പുഴ എം എൽ എ നല്കിയ നിവേദനത്തിന്റെ അടിസ്ഥാനത്തിൽ 500 ഫിക്സഡ് പ്ലാന്റുകൾക്ക് പ്രത്യേക അനുമതി നല്കി. ഏതായാലും ആലപ്പുഴ ജില്ലയുടെ ക്വാട്ടായിൽനിന്നും ആദ്യം തയ്യാറായ കിടങ്ങാംപറമ്പിൽ ബയോഗ്യാസ് പ്ലാന്റ് സ്ഥാപിക്കാൻ തീരുമാനിച്ചു. കിടങ്ങാംപറമ്പ് സോനു നിവാസിൽ ശുഭയുടെ വീട്ടിലാണ് 'നിർമ്മല ഭവനം നിർമ്മല നഗരം' പദ്ധതിയുടെ ഭാഗമായി ആദ്യ ബയോഗ്യാസ് പ്ലാന്റ് സ്ഥാപിക്കുന്നത്–2012 നവംബർ 3 ന്.

ഒരു മാസത്തെ ആലോചനകളും ചർച്ചകളുമെല്ലാം ആയപ്പോൾ കൂടുതൽ വാർഡുകൾ പദ്ധതിയിൽ പങ്കാളികളാകാൻ സന്നദ്ധമായി. അങ്ങനെ 'നിർമ്മല ഭവനം നിർമ്മല നഗരം' പദ്ധതി 12 വാർഡുകളിലേക്ക് വ്യാപിപ്പിക്കാൻ തീരുമാനിച്ചു. 1. കിടങ്ങാംപറമ്പ് 2. കറുകയിൽ 3. കാളാത്ത് 4. കരളകം 5. ജില്ലാക്കോടതി 6. അവലൂക്കുന്ന് 7. തോണ്ടൻകുളങ്ങര 8. ആശ്രമം 9. കൊമ്മാടി 10. തുമ്പോളി 11. ചാത്തനാട് 12. സ്റ്റേഡിയം എന്നിവയാണ് ഈ വാർഡുകൾ. പദ്ധതി 12 വാർഡുകളിലേക്ക് വ്യാപിപ്പിക്കാൻ തീരുമാനിച്ചതോടെ ANERTന്റെ ജില്ലാക്വാട്ടയിലുള്ള പ്ലാന്റുകൾകൊണ്ട് ഒന്നുമാകില്ല എന്ന നില വന്നു. കോൺക്രീറ്റ് റിങ്ങുകൾ കുഴിച്ചിട്ട് അതിനുമുകളിൽ ഫ്ളോട്ടിങ് ഡോം (വാതക അറ) ഫിറ്റ് ചെയ്യുന്ന മോഡലാണ് സ്ഥാപിച്ചിരുന്നത്. വളരെ കുറച്ച് സ്ഥലം

മാത്രമുള്ള വീടുകളിൽ ഈ ഫിക്സഡ് മോഡൽ സ്വീകാര്യമാകാത്ത സ്ഥിതി വന്നു. കൂടുതൽ ഒതുങ്ങിയ എടുത്തു മാറ്റാവുന്നതരം പ്ലാന്റുകളിലേക്ക് എത്തുന്നത് അങ്ങനെയാണ്. IRTC ഇത്തരമൊരു മോഡൽ കണ്ടെത്തി സർക്കാരിന്റെ അംഗീകാരം വാങ്ങിയിരുന്നു. ഈ പ്രവത്തനങ്ങളുടെ അക്രഡിറ്റഡ് ഏജൻസിയായി IRTCയെ സർക്കാർ അംഗീകരിക്കുകയും ചെയ്തിരുന്നു.

ഏതു തരത്തിലുള്ള ബയോഗ്യാസ് പ്ലാന്റായാലും അത് കുറച്ച് ചെലവേറിയതാണ്. ഫിക്സഡ് പ്ലാന്റുകൾക്ക് 17500 രൂപയും പോർട്ടബിൾ മോഡലിന് 13500 രൂപയും. ഇതിന്റെ 50 ശതമാനം ശുചിത്വമിഷൻ മുഖേന സബ്സിഡിയായി കിട്ടും പക്ഷേ, ഇതും തുടക്കത്തിൽ വീട്ടുകാരൻ മുടക്കണം. സബ്സിഡി വിഹിതം ആരെയെങ്കിലും കൊണ്ട് അഡ്വാൻസ് ചെയ്യിക്കാം എന്നുവെച്ചാലും വീട്ടുടമയുടെ വിഹിതം തന്നെ എല്ലാവരെക്കൊണ്ടും താങ്ങാവുന്നതല്ല. മാത്രമല്ല ബയോഗ്യാസ് പ്ലാന്റ് ആവശ്യപ്പെടുന്ന ചിട്ടകൾ പാലിക്കാൻ കഴിയാത്ത വീടുകളുമുണ്ട്. ദിവസങ്ങളോളം ആളുകൾ സ്ഥലത്തില്ലാത്ത സാഹചര്യം വരുന്ന വീടുകളുണ്ട്. അവിടെ ബയോഗ്യാസ് പ്ലാന്റുകൾ അനുയോജ്യമല്ല. സ്ഥലപരിമിതിയും പ്രശ്നമാണ്. അവിടെ മറ്റൊരു മാർഗ്ഗം വേണം. ലളിതമായ പൈപ്പ് കമ്പോസ്റ്റിലേക്ക് എത്തുന്നത് അങ്ങനെയാണ്.

വാർഡിൽ ശരാശരി 1000 വീടുകൾ എന്നു കണക്കാക്കിയാൽ 12 വാർഡിലായി 12000 വീടുകൾ. അവിടെ ഉറവിട മാലിന്യ സംസ്കരണത്തിന് ഒരു പ്രത്യേക പദ്ധതി തയ്യാറാക്കേണ്ടിയിരുന്നു. വീട്ടുകാർക്ക് സ്വീകാര്യമായ സംസ്കരണസങ്കേതം എന്തെന്നറിയാൻ ലഘുവായ ചോദ്യാവലി ഉപയോഗിച്ച് ഒരു സർവ്വേ നടത്തി. അഭിരുചിയെ സംബന്ധിച്ച് ഒരു പ്രാഥമിക ധാരണ ലഭിക്കുക എന്നതുമാത്രമായിരുന്നു സർവ്വേയുടെ ലക്ഷ്യം. ഇതിൽനിന്നു ലഭിച്ച പ്രാഥമിക ധാരണയുടെ അടിസ്ഥാനത്തിലാണ് ശുചിത്വ മിഷന് പ്രോജക്ട് നിർദ്ദേശം സമർപ്പിച്ചത്.

4.675 കോടി രൂപ അടങ്കലുള്ള പദ്ധതിയായിരുന്നു ശുചിത്വമിഷന് സമർപ്പിച്ചത്. 2.475 കോടി രൂപ സബ്സിഡിയും 2.2 കോടി രൂപ ഗുണഭോക്തൃ വിഹിതവുമുള്ള പദ്ധതി. ഇതു പ്രകാരം പന്ത്രണ്ടു വാർഡുകളിൽ 1 m3 ശേഷിയുള്ള 2500 പോർട്ടബിൾ ബയോഗ്യാസ് പ്ലാന്റുകളും 5250 പൈപ്പ് കമ്പോസ്റ്റു യൂണിറ്റുകളും 500 മണ്ണിര കമ്പോസ്റ്റും 1500 പോട്ട് കമ്പോസ്റ്റ് യൂണിറ്റുകളും 1200 റിങ് കമ്പോസ്റ്റു യൂണിറ്റുകളുമാണ് പദ്ധതി നിർദ്ദേശത്തിൽ ഉൾക്കൊള്ളിച്ചിരുന്നത്. ഇതിനു പുറമെയാണ് അനെർട്ടിന്റെ 500 ഫിക്സഡ് ബയോഗ്യാസ് പ്ലാന്റുകൾ.

1 m3 പോർട്ടബിൾ ബയോഗ്യാസ് പ്ലാന്റുകൾക്കായിരുന്നു നിർദ്ദേശം സമർപ്പിച്ചിരുന്നതെങ്കിലും ശുചിത്വമിഷൻ അംഗീകരിച്ചത് 0.5m3 പ്ലാന്റുകളാണ്. അനുഭവത്തിന്റെ അടിസ്ഥാനത്തിൽ 0.5 m3 പോർട്ടബിൾ ബയോഗ്യാസ് പ്ലാന്റുകൾ ആലപ്പുഴയിൽ സ്വീകാര്യമായിരുന്നില്ല. എന്നാൽ 4 പേരടങ്ങുന്ന കുടുംബത്തിന്റെ അടുക്കള മാലിന്യങ്ങൾ

കൈകാര്യം ചെയ്യുന്നതിന് 0.5 m3 ബയോഗ്യാസ് പ്ലാന്റുകൾ മതി എന്നായിരുന്നു ശുചിത്വമിഷൻ വിദഗ്ദ്ധോപദേശത്തിന്റെ അടിസ്ഥാനത്തി ലെത്തിയ നിഗമനം. ഇതാകട്ടെ പൊതുവിൽ അസ്വീകാര്യവുമായിരുന്നു. ശുചിത്വമിഷന്റെ ഈ തീരുമാനം മാറ്റി വാട്ടർ ജാക്കറ്റോടുകൂടിയ 1 m3 പ്ലാന്റിന് അനുമതി നേടിയെടുക്കാൻ കുറെ പണിപ്പെടേണ്ടിവന്നു. ഒടുവിൽ 12 വാർഡുകളിലെ പദ്ധതിക്ക് അംഗീകാരമായി.

സ്തംഭനത്തെ മുറിച്ചു കടക്കുന്നു

ആദ്യത്തെ രണ്ടു മാസം അതിവേഗത്തിൽ ബയോഗ്യാസ് പ്ലാന്റു കളുടെ സ്ഥാപനം മുന്നേറി. ദിവസം തോറും 10–15 പ്ലാന്റുകൾ സ്ഥാപിച്ചു. 250–ാം പ്ലാന്റിന്റെ സ്ഥാപനവും 500–ാം പ്ലാന്റിന്റെ സ്ഥാപനവും ആഘോഷപൂർവ്വം കൊണ്ടാടി. 1000–ാമത്തെ ബയോഗ്യാസ് പ്ലാന്റിന്റെ തീയതിയും പ്രഖ്യാപിച്ചു. പക്ഷേ, തുടക്കത്തിലെ പോലെ ആവശ്യക്കാർ മുന്നോട്ട് വരാതായി. പ്രവർത്തനങ്ങൾ സ്തംഭനത്തിലുമായി. എവിടെയോ കുഴപ്പമുണ്ടെന്ന് വ്യക്തമായി. ബയോഗ്യാസ് പ്ലാന്റ് വെച്ച വീടുകളെല്ലാം എം എൽ എ അടക്കമുള്ളവർ സന്ദർശിച്ചു. അപ്പോഴാണ് കാര്യങ്ങൾ വ്യക്തമായത്. പ്ലാന്റുകളിൽ കുറേയെണ്ണം പ്രവർത്തനരഹിതമാണ്. പ്രവർത്തിക്കുന്നവയെക്കുറിച്ചാകട്ടെ, വളരെയേറെ പരാതികളും. വാമൊഴിയായി ആക്ഷേപം എല്ലായിടങ്ങളിലേക്കും പരന്നിരിക്കു ന്നു. നന്നായി പ്രവർത്തിക്കുന്ന ബയോഗ്യാസ് പ്ലാന്റുകളെക്കുറിച്ചല്ല പ്രവർത്തിക്കാത്ത ചുരുക്കം ചിലവയെക്കുറിച്ചായിരുന്നു സംസാരം മുഴുവനും. പദ്ധതി സ്തംഭനത്തിലേക്ക് നീങ്ങുകയാണെന്ന് വ്യക്തമായി രുന്നു.

ഒരു വിദഗ്ദ്ധ ടീം എല്ലാ ബയോഗ്യാസ് പ്ലാന്റുകളും പരിശോധിച്ച് പ്രശ്നങ്ങൾ തിട്ടപ്പെടുത്തി. പകുതിയിലേറെ പ്രശ്നങ്ങൾ ഉപഭോക്താക്ക ളുടെ അനുചിതമായ പ്രവർത്തനങ്ങൾ മൂലമാണെന്ന് വ്യക്തമായിരുന്നു. പ്ലാന്റ് സ്ഥാപിച്ചതിനുശേഷം ഗ്യാസ് വരുന്നതിനു മുൻപ് മാലിന്യങ്ങൾ നിക്ഷേപിച്ചവർ ഏറെയാണ്. ഇത് ഗ്യാസ് ഉല്പാദനത്തെ ത്വരിതപ്പെടു ത്തുമെന്നാണ് അവർ കരുതിയത്. പക്ഷേ, ഫലം നേരെ മറിച്ചായിരുന്നു. വേറെ ചിലരാവട്ടെ കൂടുതൽ ഗ്യാസ് ലഭിക്കുമെന്നുള്ള ദുരാഗ്രഹം കൊണ്ട് വളരെയേറെ അളവിൽ മാലിന്യങ്ങൾ നിക്ഷേപിച്ചു. അടുത്ത വീട്ടിലെ കല്യാണത്തിനു ബാക്കിവന്ന ബിരിയാണി മുഴുവനും ബയോഗ്യാസ് പ്ലാന്റിൽ കുത്തിക്കയറ്റിയ കുടുംബത്തെയും കണ്ടു. മൂന്നാമതൊരു കൂട്ടരാവട്ടെ പഴത്തൊലിയും വലിയ മീൻതലയുമെല്ലാം ബയോഗ്യാസ് പ്ലാന്റിലേക്ക് തള്ളിക്കേറ്റിയവരായിരുന്നു. ഇവയൊക്കെ ഇടാം, പക്ഷേ, നുറുക്കണമെന്നു മാത്രം. മുട്ട, നാരങ്ങ തുടങ്ങിയവ പ്ലാന്റിൽ നിക്ഷേപിക്കാനേ പാടില്ല. അവ കൊണ്ടിട്ടവരുടെ പ്ലാന്റുകളും കേടായി.

ഇത്തരത്തിൽ പ്രശ്നങ്ങൾ കൂടുതൽ ഉണ്ടായത് ഒന്നിലേറെ

കുടുംബക്കാർ ഒരുമിച്ച് ഉപയോഗിച്ചിരുന്ന പ്ലാന്റുകളിലാണ്. സ്വന്തമായി പ്ലാന്റുകൾ സ്ഥാപിക്കാത്തവരുടെ അവശിഷ്ടങ്ങൾ അയൽക്കാരുടെ പ്ലാന്റിൽ നിക്ഷേപിക്കാൻ പ്രേരിപ്പിച്ചിരുന്നു. അങ്ങനെ ഏതാനും കുടുംബങ്ങളുടെ ക്ലസ്റ്ററിലാണ് പ്ലാന്റുകൾ സ്ഥാപിച്ചത് ഈ പരീക്ഷണം പ്രായോഗികമല്ലെന്ന് തെളിഞ്ഞു. പല വീട്ടുകാരാകുമ്പോൾ മേൽനോട്ടം ശരിയായി നടക്കില്ല. ഒരാളുടെ നിരുത്തരവാദപരമായ പെരുമാറ്റം മതിയല്ലോ കാര്യങ്ങൾ അവതാളത്തിലാക്കാൻ.

ഇതിൽനിന്നും ഞങ്ങളൊരു പാഠം പഠിച്ചു. വിശദമായ ഉപഭോക്തൃ വിദ്യാഭ്യാസം അനിവാര്യമാണ്, പ്ലാന്റുകൾ വെക്കുന്നതിനു മുൻപും ശേഷവും. ഉപഭോക്താക്കൾക്കുള്ള പരിശീലന പരിപാടി അതുവരെ റസിഡന്റ്സ് അസോസിയേഷന്റെ അടിസ്ഥാനത്തിലാണ് നടത്തിയത്. ആ യോഗങ്ങളിൽ ആണുങ്ങളാണ് കൂടുതൽ പങ്കെടുത്തിരുന്നത്. യഥാർത്ഥ ഉപഭോക്താക്കളായ സ്ത്രീകളെ കാര്യങ്ങൾ പറഞ്ഞു മനസ്സിലാക്കിയേ തീരൂ, അതും നാലും അഞ്ചും കുടുംബങ്ങളടങ്ങിയ ചെറു ഗ്രൂപ്പുകളിൽ. ഇത്തരമൊരു പരിശീലന പരിപാടിക്ക് ശുചിത്വമിഷൻ അംഗീകാരം നല്കി.

എന്നാൽ പകുതിയോളം പരാതികൾ നടത്തിപ്പുകാരുടെ ഭാഗത്ത് നിന്നുള്ള വീഴ്ചകളുടെ ഫലമായിരുന്നു. പരമാവധി പ്ലാന്റുകൾ വെക്കാനുള്ള ധൃതിയിൽ ചെറിയ കാര്യങ്ങൾ പലതും വിട്ടുപോയി. ഒരു എക്സ്റ്റൻഷൻ ടീം ഒരു ദിവസത്തിൽ രണ്ടോ മൂന്നോ പ്ലാന്റിനപ്പുറം സ്ഥാപിക്കേണ്ടതില്ല എന്ന് തീരുമാനിച്ചു. സാങ്കേതികമായി വന്ന ചില പിഴവുകളും ഉണ്ടായിരുന്നു. ചാണകത്തിന്റെ ഗുണത്തിലും അളവിലും ഉണ്ടായ അപര്യാപ്തതയായിരുന്നു ഏറ്റവും പ്രധാനം. ഇക്കാര്യത്തിൽ പുതിയ മാനദണ്ഡങ്ങൾ നിശ്ചയിക്കപ്പെട്ടു. പരാതി കിട്ടിയാൽ ഉടനെ പ്രതികരണമില്ലെന്നുള്ള ആക്ഷേപം വളരെയുണ്ടായിരുന്നു.

ബയോഗ്യാസ് പ്ലാന്റുകൾക്ക് ഇടയ്ക്കിടെ ഉണ്ടാകുന്ന പ്രശ്നങ്ങൾ അടിയന്തരമായി പരിഹരിക്കാൻ സ്ഥിരം മെയിന്റനൻസ് ടീമിനെ ശക്തിപ്പെടുത്താൻ തീരുമാനിച്ചു. ഈ അനുഭവ പാഠങ്ങളെക്കുറിച്ച് അടുത്ത അദ്ധ്യായത്തിൽ കൂടുതൽ വിശദമായി പ്രതിപാദിക്കുന്നുണ്ട്.

ഏതായാലും മേൽപ്പറഞ്ഞ പ്രശ്നങ്ങൾ പരിഹരിക്കുന്നതിനും തിരുത്തൽ നടപടികൾ ഉറപ്പാക്കുന്നതിനും വേണ്ടി ക്യാമ്പയിൻ അടിസ്ഥാനത്തിൽ പുതിയ പ്ലാന്റുകൾ സ്ഥാപിക്കുന്നത് നിർത്തിവെച്ചു. രണ്ടു പ്രത്യേക ടീമുകൾ പ്ലാന്റുകൾ സന്ദർശിച്ച് പ്രശ്നം പരിഹരിച്ചു. രണ്ട് ഡസൻ പ്ലാന്റുകൾ റീ ഫിൽ ചെയ്യേണ്ടി വന്നു. അതായത് അതിലുള്ള മാലിന്യങ്ങളെല്ലാം മാറ്റി വീണ്ടും ചാണകം നിറച്ചു. ഇത് അതീവ ദുഷ്കരമായിരുന്നുവെന്ന് പറയേണ്ടതില്ലല്ലോ. മൂന്ന് ഡസനോളം പ്ലാന്റുകൾ റീ ചാർജ്ജു ചെയ്തു. അതായത് ഒന്നുകിൽ അധിക ചാണകം കലക്കിയൊഴിച്ചു. അല്ലെങ്കിൽ നന്നായി പ്രവർത്തിക്കുന്ന പ്ലാന്റുകളുടെ സ്ലറി ഒഴിച്ച് റീ ചാർജ്ജ് ചെയ്തു. മറ്റൊരു നൂറ്റമ്പതോളം പ്ലാന്റുകളിൽ

Drawing by Reghu Harmony

ചെറിയ തോതിലുള്ള റിപ്പയറിങ്ങുകളേ വേണ്ടി വന്നുള്ളൂ. മൂന്നു മാസം ഇങ്ങനെ പോയി. അപ്പോഴേക്കും 2013 ലെ മഴക്കാലമായി. അത് പ്രവർത്തനങ്ങൾ വീണ്ടും തുടങ്ങുന്നതിനു തടസ്സമായി. ക്യാമ്പയിൻ വീണ്ടും പുനരാരംഭിക്കുന്നതിന് ഒരു പുതിയ മുദ്രാവാക്യം വേണ്ടിവന്നു. അതായിരുന്നു, സമ്പൂർണ്ണ ശുചിത്വ പ്രഖ്യാപന പരിപാടി.

സമ്പൂർണ്ണ ശുചിത്വപദവി

തെരഞ്ഞെടുക്കപ്പെട്ട 12 വാർഡുകൾ ക്രമേണ സമ്പൂർണ്ണ ശുചിത്വത്തിലേക്ക് നീങ്ങണം എന്നതായിരുന്നു ലക്ഷ്യം. എന്താണ് സമ്പൂർണ്ണ ശുചിത്വം? അതിന് ചില മാനദണ്ഡങ്ങൾ നിശ്ചയിക്കണമായിരുന്നു. വാർഡിൽ 25 ശതമാനം വീടുകളിലോ അല്ലെങ്കിൽ 200 ബയോഗ്യാസ് പ്ലാന്റുകളോ സ്ഥാപിക്കണമെന്നതാണ് ഒന്നാമത്തെ മാനദണ്ഡം. ബയോഗ്യാസു പ്ലാന്റും പൈപ്പു കമ്പോസ്റ്റും ചേർത്താൽ പകുതി വീടുകളിലെങ്കിലും ഉറവിട മാലിന്യ സംസ്കരണം ഉണ്ടായിരിക്കണം. എല്ലാ വീടുകളിലും ജൈവ-അജൈവ മാലിന്യങ്ങൾ വേർതിരിക്കുകയും വീട്ടിൽ സംസ്കരിക്കാത്ത ജൈവമാലിന്യങ്ങൾ ദിവസംതോറും മുനിസിപ്പാലിറ്റി വണ്ടികളിലെത്തിക്കാൻ സംവിധാനം ഉണ്ടാകുകയും വേണം. പ്ലാസ്റ്റിക് സംഭരിച്ച് നിശ്ചയിക്കപ്പെട്ട കേന്ദ്രങ്ങളിലെത്തിക്കാൻ സംവിധാനമുണ്ടാകണം. ഈ ലക്ഷ്യങ്ങൾ കൈവരിക്കുന്ന വാർഡുകൾക്ക് സമ്പൂർണ്ണ ശുചിത്വ പദവി നല്കുമെന്നു തീരുമാനിച്ചു.

ഒരു ഘട്ടത്തിൽ സമ്പൂർണ്ണ ശുചിത്വ പ്രഖ്യാപനത്തിന് മുഖ്യമന്ത്രിയുടെ പരിപാടിയും നിശ്ചയിച്ചു. ആ ദിവസത്തിനകം സമ്പൂർണ്ണ

ശുചിത്വപദവി കൈവരിക്കുന്ന – നിശ്ചിത ലക്ഷ്യങ്ങളിലെത്തുന്ന– ഏതു വാർഡിനേയും സമ്പൂർണ്ണ ശുചിത്വ വാർഡായി മുഖ്യമന്ത്രി പ്രഖ്യാപിക്കുന്നതായിരുന്നു ചടങ്ങ്. "നിങ്ങളുടെ വാർഡ് സമ്പൂർണ്ണ ശുചിത്വ വാർഡാണോ, എങ്കിൽ ഇന്നയിന്ന ലക്ഷ്യങ്ങൾ നേടണം" എന്ന് കാണിച്ച് പോസ്റ്ററുകൾ പ്രചരിപ്പിച്ചു. ദൗർഭാഗ്യവശാൽ മുഖ്യമന്ത്രിയുടെ പരിപാടി അദ്ദേഹത്തിന്റെ അസൗകര്യം മൂലം നടന്നില്ല. ചില കുബുദ്ധികൾ ഇടപെട്ട് മുഖ്യമന്ത്രിയെ പിന്തിരിപ്പിക്കുകയായിരുന്നു എന്ന് പിന്നീട് മനസ്സിലായി. മുഖ്യമന്ത്രിയുടെ പരിപാടി റദ്ദാക്കിയതോടെ മത്സരബുദ്ധ്യാ വാർഡുകളിൽ നടന്ന പ്രവർത്തനവും മന്ദഗതിയിലായി.

ഈ സന്ദർഭത്തിൽ ഒരു സുപ്രധാന സംഭവമുണ്ടായി. കേരളാ വെറ്റിനറി സർവ്വകലാശാലയുടെ തുമ്പൂർമൊഴി ഫാമിൽ നമ്മുടെ നാടിനു ചേർന്ന വിധം രൂപാന്തരപ്പെടുത്തിയ ബിൻ കമ്പോസ്റ്റിങ് സംവിധാനം ആലപ്പുഴയിൽ സ്ഥാപിച്ചു. ഇത് ശുചിത്വമിഷന്റെ അംഗീകാരം ഔപചാരികമായി ലഭിച്ചിട്ടില്ലാത്ത ഒരു സംസ്കരണ സംവിധാനമാണ്. പക്ഷേ, പരീക്ഷണാടിസ്ഥാനത്തിൽ ആലപ്പുഴയിൽ ഇതു നടപ്പാക്കിയത് വിജയമായി. തെരുവോരത്ത് ഏറോബിക് കമ്പോസ്റ്റ് ബിൻ സ്ഥാപിച്ച് ഒരു മലിനീകരണവുമില്ലാതെ ജൈവമാലിന്യം സംസ്കരിക്കാൻ കഴിയുമെന്നു തെളിഞ്ഞു. അതിനാൽ വീടുകളിൽ സംസ്കരണ മാർഗ്ഗങ്ങൾ സ്ഥാപിക്കാൻ സാദ്ധ്യതയില്ലാത്തവർക്ക് മാലിന്യം തരംതിരിച്ച് ഏറോബിക് കമ്പോസ്റ്റിങ് യൂണിറ്റുകളിലെത്തിക്കാം എന്ന നിലയായി. ഏറോബിക് കമ്പോസ്റ്റിന്റെ വ്യാപനം സംബന്ധിച്ച് അടുത്ത അദ്ധ്യായത്തിൽ വിശദമായി പ്രതിപാദിക്കുന്നുണ്ട്

ഒരു ഘട്ടം കടന്നപ്പോൾ എല്ലാ വാർഡുകളും ഒരേ ആവേഗത്തിൽ മുന്നോട്ടുനീങ്ങില്ല എന്നു വ്യക്തമായി. പ്രോജക്ട് വാർഡുകളിൽ ക്യാമ്പയിൻ മുന്നോട്ടുകൊണ്ടുപോകാൻ പൊതുവായി ശ്രമിക്കുമ്പോൾ തന്നെ അതിവേഗം ചില ലക്ഷ്യങ്ങൾ നേടാൻ കഴിയുന്ന വാർഡുകളിൽ കൂടുതൽ ശ്രദ്ധ നല്കാനും തീരുമാനിച്ചു. ലക്ഷ്യങ്ങൾ അനന്തമായി നീങ്ങിപ്പോകുന്നത് ക്യാമ്പയിനിന്റെ ആവേശത്തിന് അറുതി വരുത്തും. ചില സ്ഥലങ്ങളിൽ വേഗം ലക്ഷ്യത്തിലെത്തിയാൽ അത് മറ്റ് പ്രദേശങ്ങൾക്ക് പ്രചോദനവുമാകും. സമ്പൂർണ്ണ ശുചിത്വ പദവിക്കുള്ള മാനദണ്ഡങ്ങൾ കൂടുതൽ കർക്കശമാക്കി. ഇതു പ്രകാരം വാർഡിലെ 80 ശതമാനം വീടുകളിലെങ്കിലും ഏതെങ്കിലും ഉറവിട മാലിന്യ സംവിധാനം സ്ഥാപിക്കണം. ഇതിനു പുറമെ തെരുവുകളും പൊതു സ്ഥലങ്ങളും ശുചിയാണെന്നുറപ്പു വരുത്തണം. ഈ മാനദണ്ഡങ്ങൾ പ്രകാരം കറുകയിൽ, കരളകം, കിടങ്ങാംപറമ്പ് വാർഡുകളാണ് സമ്പൂർണ്ണ ശുചിത്വം എന്ന ലക്ഷ്യം നേടിയത്.

നിർമ്മല ഭവനം പദ്ധതി നഗരവ്യാപകമാകുന്നു

ശുചിത്വ ക്യാമ്പയിന്റെ തുടക്കത്തിൽത്തന്നെ വിശദമായൊരു പദ്ധതി നഗരസഭ വേണ്ടി തയ്യാറാക്കി ശുചിത്വമിഷനു സമർപ്പിച്ചിരുന്നു. പദ്ധതി അംഗീകരിക്കാൻ കാലതാമസം വരുമെന്ന് വ്യക്തമായപ്പോഴാണ് 12 വാർഡുകളിലെ പൈലറ്റ് പ്രോജക്ട് കൊടുക്കാൻ തീരുമാനിച്ചത്. 2013 ആഗസ്ത് മാസത്തിൽ നഗരസഭയുടെ പദ്ധതിക്കും അംഗീകാരം ലഭിച്ചു. 12 വാർഡുകൾക്ക് പുറമെ മറ്റെല്ലാ വാർഡുകളും ഇതിൽ ഉൾപ്പെടുത്തി.

2,98,79,700 രൂപ അടങ്കലുള്ള പദ്ധതിയിൽ 1,64,09,775 രൂപ സംസ്ഥാന സർക്കാർ സബ്സിഡിയും 68,81,955 രൂപ നഗരസഭയുടെ സബ്സിഡി യുമാണ്. 6587970 ഗുണഭോക്തൃവിഹിതവും സർക്കാർ അംഗീകരിച്ച ഈ പദ്ധതിയിലൂടെ 6533 പൈപ്പ് കമ്പോസ്റ്റു യൂണിറ്റുകൾ, 1700 1 എം3 പോർട്ടബിൾ ബയോഗ്യാസ് പ്ലാന്റുകൾ, 100 0.5 എം3 പോർട്ടബിൾ ബയോഗ്യാസ് പ്ലാന്റുകൾ എന്നിവ സ്ഥാപിക്കുന്നതിനാണ് അനുമതിയാ യത്. ഇവ സ്ഥാപിച്ചു കഴിയുന്ന മുറയ്ക്ക് പുതിയ ഒരു പദ്ധതി കൂടി സമർപ്പിച്ച് അംഗീകാരം വാങ്ങാമെന്ന ധാരണയിലാണ് പ്രവർത്തനങ്ങൾ നടക്കുന്നത്. വികേന്ദ്രീകൃതാസൂത്രണത്തിലെ പദ്ധതി നടപ്പിന്റെ ചിട്ടകൾ ക്കൊത്താണ് ഈ സ്കീം നടപ്പാക്കേണ്ടത്.

വികേന്ദ്രീകൃത ആസൂത്രണത്തിന്റെ ചിട്ടകൾ യാന്ത്രികമായി തീരുന്നതിന്റെ തെളിവാണിത്. ആഗസ്ത് മാസത്തിൽ അംഗീകാരം ലഭിച്ചിട്ടും പദ്ധതി തുടങ്ങാൻ ഏതാണ്ടൊരു വർഷം കാത്തിരിക്കേണ്ടി വന്നു. ഉദാഹരണത്തിനു വാർഡ് സഭകൾ കൂടി ഗുണഭോക്തൃ ലിസ്റ്റ് അംഗീകരിച്ചാൽ മാത്രമേ പദ്ധതി തുടങ്ങാൻ പറ്റൂ എന്നായിരുന്നു ചില ഉദ്യോഗസ്ഥരുടെ ശാഠ്യം. ആവശ്യക്കാർക്കെല്ലാം ആനുകൂല്യം നല്കാൻ പറ്റാതെ വരുന്ന സാഹചര്യത്തിലാണ് വാർഡ് സഭ അംഗീകരിക്കുന്ന ഉപഭോക്തൃ ലിസ്റ്റ് അനിവാര്യമാകുന്നത്.

ഇവിടെ അതല്ല സ്ഥിതി. ആവശ്യക്കാർക്കെല്ലാം ബയോഗ്യാസ് പ്ലാന്റോ, പൈ കമ്പോസ്റ്റോ നല്കാനാണ് പരിപാടി. പദ്ധതിയിൽ അംഗീകരിച്ച എണ്ണം വെച്ച് കഴിഞ്ഞാലും കൂടുതൽ എണ്ണം ശുചിത്വ മിഷൻ അനുവദിക്കും. തൊഴിലുറപ്പു പോലെ ഡിമാന്റിനനുസരിച്ച് നിർണ്ണയിക്കപ്പെടുന്ന ഒരു പദ്ധതിയാണ്. ഇത്തരം ഒരു പദ്ധതിയിൽ ആദ്യം വരുന്നവർക്ക് ആദ്യം എന്ന മുറയ്ക്ക് ബയോഗ്യാസ് പ്ലാന്റോ, പൈപ്പ് കമ്പോസ്റ്റോ വിതരണം നടത്തിയാൽ മതി. നീണ്ട ചർച്ചകൾക്ക് ശേഷം വാർഡ് സഭകൾ വിളിച്ചു ചേർക്കാൻ തീരുമാനിച്ചു. അപേക്ഷാ ഫോറങ്ങൾ വിതരണം ചെയ്തു. പക്ഷേ, എല്ലാ വാർഡുസഭകളും ചേരാതെ നഗരസഭയുടെ ഗുണഭോക്തൃ ലിസ്റ്റ് പൂർത്തിയാവില്ലല്ലോ. ഇങ്ങനെ 2014 ആദ്യം വരെ കാര്യങ്ങൾ ഇഴഞ്ഞുനീങ്ങി.

ഇതിനു ശേഷവും ഒട്ടേറെ പ്രശ്നങ്ങൾ പിന്നെയും ഉയർന്നു. സബ്സിഡി എങ്ങനെ നല്കും? പദ്ധതി നടത്തിപ്പിന്റെ സാങ്കേതിക ഏജൻസിയായ IRTC പാലിക്കേണ്ട ചിട്ടകളുടെ കുരുക്കഴിക്കാൻ

പിന്നെയും മാസങ്ങൾ വേണ്ടിവന്നു. ഉദാഹരണത്തിന് ജില്ലാ മിഷൻ കോർഡിനേറ്റർ നിയോഗിക്കുന്ന ഉദ്യോഗസ്ഥ സംഘം പ്ലാന്റുകളുടെ ഫിസിക്കൽ വെരിഫിക്കേഷൻ നടത്തിയശേഷമാണ് ശുചിത്വ മിഷന്റെ സബ്സിഡി വിഹിതം അനുവദിക്കുന്നത്. സംസ്ഥാന സർക്കാരിന്റെ ശുചിത്വ രംഗത്തെ നോഡൽ ഏജൻസിയാണ് ശുചിത്വമിഷൻ. തദ്ദേശസ്വയംഭരണ സ്ഥാപനങ്ങളുടെ ശുചിത്വ പദ്ധതികൾക്ക് അംഗീകാരം നല്കുന്നതും ശുചിത്വമിഷനാണ്. ജില്ലാ ശുചിത്വമിഷൻ പരിശോധിച്ച് നന്നായി പ്രവർത്തിക്കുന്നു എന്ന് സാക്ഷ്യപ്പെടുത്തിയ പ്ലാന്റുകൾക്ക് മുനിസിപ്പൽ സബ്സിഡി നല്കുന്നതിന് വീണ്ടും ഒരു പരിശോധന വേണോ? വേണമെന്ന ശാഠ്യമാണ് മുനിസിപ്പൽ ഉദ്യോഗസ്ഥമേധാവികൾക്ക്. അല്ലാത്തപക്ഷം ഭാവിയിൽ എന്തെങ്കിലും പോരായ്മയുണ്ടെങ്കിൽ തങ്ങൾ ഉത്തരവാദിത്തം ഏല്ക്കേണ്ടിവരും എന്നതാണ് അവരുടെ ഭയപ്പാട്. എന്നാൽ മുനിസിപ്പാലിറ്റിയിലെ സാധാരണഗതിയിലുള്ള ജോലിഭാരത്തിനു പുറമെ ഇൻസ്പെക്ഷനു വേണ്ടിയുള്ള ഗൃഹസന്ദർശനത്തിന് അവർക്കു സമയം കിട്ടാത്തതിൽ അത്ഭുതമില്ല. തന്മൂലം മുനിസിപ്പൽ സബ്സിഡിയും ഗുണഭോക്തൃ വിഹിതവും മുൻസിപ്പാലിറ്റി വഴി കിട്ടുന്ന ശുചിത്വമിഷൻ സബ്സിഡിയും സേവനദാതാവായ ഐ ആർ ടി സി ക്കു കിട്ടാൻ മാസങ്ങൾ കാത്തിരിക്കേണ്ടി വന്നു. പണമില്ലാത്തതുകൊണ്ട് പലപ്പോഴും പദ്ധതി നടത്തിപ്പ് നിർത്തിവെക്കേണ്ടി വന്നു.

പന്ത്രണ്ടു വാർഡുകളുടെ കാര്യത്തിൽ ശുചിത്വമിഷൻ സബ്സിഡിയും ഗുണഭോക്തൃവിഹിതവും സേവനദാതാവിന് നേരിട്ടു നല്കുകയാണ്. പക്ഷേ, ഇവിടെ ഒരു പുതിയ പ്രശ്നം തുടക്കത്തിൽ ഉയർന്നുവന്നു. ഈ പദ്ധതിക്ക് മുൻസിപ്പൽ സബ്സിഡി നല്കാമോ? നഗരസഭയുടെ 25 ശതമാനം സബ്സിഡി കൂടി ആകുമ്പോഴേ ബയോഗ്യാസ് പ്ലാന്റുകൾക്ക് 75 ശതമാനം സബ്സിഡി ലഭിക്കൂ. എങ്കിലേ ഉറവിടമാലിന്യ സംസ്ക്കരണ സങ്കേതങ്ങൾ കൂടുതൽ ആകർഷകമാകൂ. ഇതുസംബന്ധിച്ചും വ്യക്തതവരുത്തുന്നതിന് മാസങ്ങളെടുത്തു.

ഇത്തരം പ്രശ്നങ്ങളെല്ലാം തീർത്ത് 2014 ആഗസ്ത് ആയപ്പോഴാണ് നഗരവ്യാപകമായ പദ്ധതി നടപ്പാക്കി തുടങ്ങിയത്. പന്ത്രണ്ട് വാർഡുകളുടെ അനുഭവത്തിന്റെ പശ്ചാത്തലത്തിൽ അതിവേഗം മറ്റു സ്ഥലങ്ങളിലേക്കും പദ്ധതി വ്യാപിപ്പിക്കാനാവും.

സർവ്വോദയപുരത്തെ പുതിയ സമരം

അതിനിടയിൽ സർവ്വോദയപുരത്ത് വീണ്ടും സമരം പൊട്ടിപ്പുറപ്പെട്ടു. സർവ്വോദയപുരത്തെ മാലിന്യം ക്യാപ്പു ചെയ്ത് ലാൻഡ് സ്കേപ്പു ചെയ്യാം എന്ന് കളക്ടറുമായി ഒരു വർഷം മുമ്പു നടന്ന ഒത്തുതീർപ്പു ചർച്ചയിൽ ഉറപ്പുലഭിച്ചിരുന്നു. ഇത് നടപ്പാക്കിയില്ല എന്ന കാരണം പറഞ്ഞായിരുന്നു സമരം തുടങ്ങിയത്. ശുചിത്വമിഷന്റെ അനുമതിയില്ലാതെ ഈ

ഒത്തുതീർപ്പു വ്യവസ്ഥ നടപ്പാക്കാൻ മുനിസിപ്പാലിറ്റിക്കു കഴിയുമായിരുന്നില്ല. ഫയൽ ഒരു വർഷമായി സർക്കാരിന്റെ ചുവപ്പുനാടയിലായിരുന്നു.

വിസ്മയകരമെന്നു പറയട്ടെ, അധികം താമസിയാതെ സമരത്തിന്റെ മുദ്രാവാക്യം മാറി. മാലിന്യസംസ്കരണ പ്ലാന്റ് എന്നെന്നേക്കുമായി അടച്ചുപൂട്ടണമെന്നായി മുദ്രാവാക്യം. എന്നുമാത്രമല്ല, നഗരസഭയിൽ സ്ഥാപനങ്ങളിൽ നിന്നു ശേഖരിക്കുന്ന ജൈവമാലിന്യം വേർതിരിച്ച് പന്നി, കോഴി, മീൻ വളർത്തൽ കേന്ദ്രങ്ങളിൽ എത്തിക്കുന്നതിന് കരാറെടുത്ത കോൺട്രാക്ടർക്കും സംസ്കരണ പ്ലാന്റിൽ പ്രവേശനാനുമതി നിഷേധിച്ചു. ഇതും മലിനീകരണം സൃഷ്ടിക്കുന്നു എന്നായിരുന്നു വിമർശനം. സമരസമിതി നേതാക്കന്മാരുടെതന്നെ നിർബ്ബന്ധത്തിനു വഴങ്ങിയാണ് ഈ സംവിധാനം സർവ്വോദയപുരത്ത് ആരംഭിച്ചത് എന്ന് നേരത്തെ വ്യക്തമാക്കിയിരുന്നു. നഗരത്തിലെ മാലിന്യപ്രതിസന്ധി നിയന്ത്രണാധീനമാകുന്നതിൽ വേവലാതി പൂണ്ട ചിലരാണ് ഈ മനംമാറ്റത്തിനു പിന്നിൽ പ്രവർത്തിച്ചത്. ലോക്സഭാ തിരഞ്ഞെടുപ്പിന്റെ പശ്ചാത്തലത്തിൽ നഗരത്തിൽ മാലിന്യപ്രതിസന്ധി രൂക്ഷമാക്കാനുള്ള ഒരു പദ്ധതിയായിട്ടാണ് ഞങ്ങളിതിനെ കണ്ടത്.

അവസാനം മാലിന്യം ക്യാപ്പു ചെയ്ത് മാലിന്യ സംസ്കരണകേന്ദ്രം വൃത്തിയാക്കാനുള്ള സർക്കാർ അനുമതി ലഭിച്ചു. അപ്പോൾ അതും വേണ്ടെന്നായി സമരമുദ്രാവാക്യം. അവിടെ അരനൂറ്റാണ്ടിലേറെയായി കുമിഞ്ഞുകൂടിയ മാലിന്യം സുരക്ഷിതമായി ക്യാപ്പ് ചെയ്ത് അതിൽ നിന്നും ഒരു തരത്തിലുള്ള ഊറ്റലും ഉണ്ടാകില്ല എന്ന് ഉറപ്പ് വരുത്തണം. 14 ഏക്കർ വിസ്തൃതിയുള്ള ഈ പറമ്പിന്റെ ഒരു മൂലയിലേക്ക് ഈ മാലിന്യം തള്ളിനീക്കി ശാസ്ത്രീയമായി ക്യാപ്പ് ചെയ്യാൻ കഴിയും. പതിറ്റാണ്ടുകളായി കുമിഞ്ഞുകൂടിയ മാലിന്യം സുരക്ഷിതമായി ക്യാപ്പ് ചെയ്യേണ്ട എന്ന നിലപാട് അപായകരമാണ് എന്ന് പറഞ്ഞു മനസ്സിലാക്കാൻ ഇനിയും കഴിഞ്ഞിട്ടില്ല. പ്രദേശവാസികളെ കുറ്റം പറയാനാകില്ല. ആറുപതിറ്റാണ്ടത്തെ അനുഭവം അവർക്ക് വിശ്വാസം നഷ്ടപ്പെടുത്തിയിരുന്നു. അതോടൊപ്പം ചില നിക്ഷിപ്ത താല്പര്യങ്ങളും കളം നിറഞ്ഞാടിയത് ഇന്ന് അങ്ങാടിപ്പാട്ടാണ്.

എങ്കിൽപ്പോലും മാലിന്യ പ്ലാന്റിനു സമീപം സത്യഗ്രഹമിരിക്കുന്ന ജനങ്ങളെയും ഈ കുബുദ്ധികളെയും ഒരുപോലെ കാണാൻ ഞങ്ങൾ തയ്യാറായില്ല. നീണ്ട നാളത്തെ തിക്താനുഭവങ്ങളുടെ പശ്ചാത്തലത്തിൽ ജനങ്ങൾക്ക് ഇത്തരം ഉറപ്പുകളിലുള്ള വിശ്വാസമൊക്കെ എന്നേ നഷ്ടപ്പെട്ടിരുന്നു. നഗരത്തിൽ ചെയ്തുകൊണ്ടിരുന്ന ഉറവിട മാലിന്യ സംസ്കരണ പ്രവർത്തനങ്ങളുടെ വൈപുല്യമോ പ്രാധാന്യമോ അവർ തിരിച്ചറിഞ്ഞിരുന്നുമില്ല. സർവ്വോദയപുരത്തെ നഗരസഭയുടെ സ്ഥലത്ത് ഇന്നത്തെ രീതിയിലുള്ള മാലിന്യ സംസ്കരണം ഘട്ടം ഘട്ടമായി ഒഴിവാക്കുക എന്നത് തന്നെയായിരുന്നു ഈ ക്യാമ്പയിൻ ലക്ഷ്യം വെച്ചിരുന്നത്. അങ്ങോട്ടേക്കുള്ള മാലിന്യനീക്കം പ്രതിദിനം 40–50 ടണ്ണിൽ

നിന്ന് 4–5 ടണ്ണായി കുറയ്ക്കാനും കഴിഞ്ഞിരുന്നു. അതുകൊണ്ട് തർക്കത്തിനു പോയില്ല; മാലിന്യ സംസ്കരണ പ്ലാന്റ് പൂർണ്ണമായി അടഞ്ഞു കിടക്കട്ടെ എന്ന സമീപനമാണു സ്വീകരിച്ചത്.

സർവ്വോദയപുരം പ്ലാന്റ് അങ്ങനെ അടച്ചുപൂട്ടി. 2014 മൺസൂൺ ആരംഭത്തിൽ നഗരത്തിൽ നിന്നുള്ള മാലിന്യനീക്കം പൂർണ്ണമായും നിലച്ചു. 'നിർമ്മല ഭവനം നിർമ്മല നഗരം' പദ്ധതി നല്കിയ അനുഭവങ്ങളുടെ ആത്മബലത്തിൽ ആപത്തിനെ അവസരമാക്കി മുന്നേറാൻ തന്നെ നിശ്ചയിച്ചു. നഗരസഭയുടെ ഒഴിഞ്ഞ സ്ഥലങ്ങളിൽ എയ്റോബിക് കമ്പോസ്റ്റ് ബിന്നുകൾ വ്യാപകമായി സ്ഥാപിച്ചു. സർക്കാർ സംവിധാനത്തിനു പരിചിതമല്ലാത്ത അസാദ്ധ്യമായ വേഗതയോടെ 64 ബിന്നുകൾ സ്ഥാപിച്ചു. വീടുകളിൽ മാലിന്യ സംസ്കരണ സങ്കേതങ്ങൾ സ്ഥാപിക്കാത്തവർ മാലിന്യം തരംതിരിച്ച് ബിന്നിൽ നിക്ഷേപിക്കണം. 200 എറോബിക് കമ്പോസ്റ്റിംഗ് ബിന്നുകളാണ് ലക്ഷ്യം. അവിടെയെല്ലാം ആളുകൾ ചിട്ടയായി തരംതിരിച്ച് മാലിന്യം നിക്ഷേപിക്കണം. ഒരാൾക്കും വലിച്ചെറിയേണ്ട ആവശ്യമില്ല. കാറിലോ സ്ക്കൂട്ടറിലോ മാലിന്യം കയറ്റി ആൾപ്പാർപ്പില്ലാത്ത സ്ഥലങ്ങളിൽ വലിച്ചെറിയുന്നതിനു പകരം തരംതിരിച്ച് എയ്റോബിക് കമ്പോസ്റ്റ് കേന്ദ്രങ്ങളിൽ കൊണ്ടുവന്നാൽ മതി. പക്ഷേ, എല്ലാ വീട്ടിലും കക്കൂസ് നല്കിയാലും വെളിക്കിറങ്ങിയേ പറ്റൂ എന്ന ശീലം മാറ്റാൻ കഴിയാത്തവരെപ്പോലെ ചിലർ വലിച്ചെറിയൽ തുടർന്നു. ഇവർക്കെതിരെ ശക്തമായ നടപടികൾ സ്വീകരിച്ചു. നൈറ്റ് സ്ക്വാഡുകളിറങ്ങി. കുറ്റക്കാർക്കുമേൽ കേസെടുത്തു. ഫൈനടിച്ചു. ചില സന്ദർഭങ്ങളിൽ കടകൾ സീലു ചെയ്തു. ഇതിനെല്ലാം ഫലം കണ്ടു. മാലിന്യം വലിച്ചെറിയുന്നതു കുറഞ്ഞു. നഗരം വൃത്തിയായിത്തുടങ്ങി.

2012 ലെ കാലവർഷക്കാലത്തെ നഗരത്തിന്റെ സ്ഥിതിയും 2014 ലെ കാലവർഷക്കാലത്തെ നഗരത്തിന്റെ സ്ഥിതിയും താരതമ്യപ്പെടുത്തിയാൽ നിർമ്മല നഗരം, നിർമ്മല ഭവനം കാമ്പയിൻ നഗരത്തിൽ വരുത്തിയ ഭാവമാറ്റം തിരിച്ചറിയാം. സർവ്വോദയപുരത്തേക്കുള്ള മാലിന്യനീക്കം നിലച്ചപ്പോൾ അന്നു നഗരം മാലിന്യക്കൂമ്പാരമായിരുന്നെങ്കിൽ 2014 ൽ ഇങ്ങനെയൊരു പ്രതിസന്ധി രൂപപ്പെട്ടതായി ആർക്കും തോന്നുകയേയില്ല.

എന്തിന്നധീരത, ഇപ്പോൾ തുടങ്ങുവിൻ
എല്ലാം നിങ്ങൾ പഠിക്കേണം
തയ്യാറാകണമിപ്പോൾത്തന്നെ
ആജ്ഞാശക്തിയായി മാറീടാൻ
ചോദ്യം ചെയ്യാൻ ഭയക്കാതിരിക്കുവിൻ
മൂഢവിശ്വാസങ്ങൾ തള്ളിക്കളയുവിൻ
തന്നെത്താനെ പഠിക്കാതെയൊന്നും
അറിയില്ല നിങ്ങൾ സഖാക്കളേ
ഓരോ ചെറുചെറു വസ്തുവിലും
വിരൽ തൊട്ടുതൊട്ടങ്ങു ചോദിക്കൂ..
എങ്ങനെയിതു കിട്ടീ നിങ്ങൾക്ക് ..

(ബ്രെഹ്തോൾത്ത് ബ്രെഹ്ത്,
പരിഷത്ത് കലാജാഥയുടെ പരിഭാഷ)

9

അനുഭവങ്ങൾ, പാളിച്ചകൾ

പദ്ധതിയുടെ ആരംഭത്തിൽത്തന്നെ അനുഭവങ്ങളുടെ അഭാവം ബോദ്ധ്യമായി. ഉറവിട മാലിന്യസങ്കേതങ്ങൾ വീടുകളിൽ സ്ഥാപിക്കുക, അങ്ങനെ വീടുകളെ നിർമ്മലമാക്കുക എന്നൊക്കെ പലരും പറഞ്ഞിട്ടുണ്ടെങ്കിലും ഇത്ര വ്യാപകമായി ആരും ചെയ്യാൻ ഉദ്യമിച്ചിട്ടില്ല. 12000 വീട്ടിലൊക്കെ ഇത് സ്ഥാപിക്കാൻ തുനിഞ്ഞിറങ്ങിയാൽ അതിനുവേണ്ട സാമഗ്രികൾ കിട്ടുമോ? അവ സ്ഥാപിക്കാൻ അറിയുന്നവർ നാട്ടിലുണ്ടോ? വില്പനാനന്തര സേവനം ആരു നല്കും? പരിപാലനമില്ലാതെ, അറ്റകുറ്റ പണികൾ ചെയ്യാതെ ഈ ബയോഗ്യാസ് പ്ലാന്റുകളും മറ്റും ഉപേക്ഷിക്കപ്പെടില്ലേ? അതായിരുന്നല്ലോ എമ്പാടുമുള്ള അനുഭവം. ഓരോ ഘട്ടവും അനുഭവങ്ങളുടെ, അന്വേഷണത്തിന്റെ, അറിവിന്റെ, പുത്തൻ ചിട്ടകൾ രൂപീകരിക്കുന്നതിന്റെ എല്ലാം സന്ദർഭങ്ങളായി മാറി. ഒരർത്ഥത്തിൽ ഞങ്ങൾ ചെയ്തു പഠിക്കുകയായിരുന്നു.

പോർട്ടബിൾ പ്ലാന്റ് എവിടെ കിട്ടും?

പോർട്ടബിൾ ബയോഗ്യാസ് പ്ലാന്റുകളിലേക്ക് നീങ്ങിയ കാര്യം നാം നേരത്തെ ചർച്ച ചെയ്തല്ലോ? സൗകര്യം, ഭംഗി, റിപ്പയർ ചെയ്യാവുന്നത് ഇങ്ങനെ പലകാര്യങ്ങളും പോർട്ടബിൾ പ്ലാന്റുകൾ തെരഞ്ഞെടുക്കാൻ കാരണമായിട്ടുണ്ട്. കിടങ്ങാംപറമ്പിൽ തുടങ്ങിയപ്പോൾ തന്നെ 100–150 ഇത്തരം പ്ലാന്റുകൾ വേണമെന്നായി. 12 വാർഡുകളിലേക്ക് അനുവദിച്ച പദ്ധതിയിൽ 2500 പോർട്ടബിൾ ബയോഗ്യാസ് പ്ലാന്റുകളാണ് ഉൾപ്പെടുത്തിയിരുന്നത്. ഫൈബറും റെസിനും ചേർത്ത് വാർത്തെടുക്കു

Drawing by Reghu Harmony

ന്നതാണ് ഈ പ്ലാന്റുകൾ. ഒരു മോൾഡിൽ ഇത് വാർത്തെടുക്കാൻ അരദിവസം വേണം. ഒരു മോൾഡിൽ ഒരുദിവസം രണ്ടെണ്ണം. അത്രയേ പറ്റൂ. മോൾഡ് നിർമ്മിക്കാൻ ചെലവു കൂടുതലാണ്. ചുരുക്കത്തിൽ ഒരു ദിവസം എത്ര പണിപ്പെട്ടാലും നാലെണ്ണമൊക്കെയേ ഉണ്ടാക്കാനാകൂ. എന്താണ് ചെയ്യുക? പൂർണ്ണമായും യന്ത്രസഹായത്തോടെ ദിവസം 20–30 പ്ലാന്റുകൾ ഉണ്ടാക്കാൻ സാധിക്കുമോ? അതായി അന്വേഷണം. വീട്ടുകാർ തയ്യാറായപ്പോൾ പ്ലാന്റ് കിട്ടാത്ത സ്ഥിതി. ഗവേഷണ ആവശ്യങ്ങൾക്കും എക്സ്റ്റൻഷൻ പ്രവർത്തനങ്ങൾക്കും വേണ്ടുന്ന അളവിലേ IRTCയിൽ പ്ലാന്റ് ഉണ്ടാക്കിയിരുന്നുള്ളൂ. അത്രയേ വേണ്ടിയിരുന്നുള്ളൂ. ഇത്രയും വലിയ ഡിമാന്റ് വന്നതോടു കൂടി ഫാക്ടറി അടിസ്ഥാനത്തിൽ ഉല്പാദനം നടത്തിയാലേ മതിയാകൂ എന്ന സ്ഥിതി വന്നു. അങ്ങനെയാണ് ഫൈബർ ബോട്ട് നിർമ്മിച്ച് കയറ്റി അയയ്ക്കുന്ന അരൂരിലുള്ള ഒരു സ്ഥാപനവുമായി IRTC ചർച്ച ആരംഭിക്കുന്നത്.

വിലയും, നിലവാരവും, വിതരണക്രമവുമെല്ലാം നിശ്ചയിച്ച് ഉറപ്പിച്ച് ഈ ബോട്ട് യാർഡിൽ ബയോഗ്യാസ് പ്ലാന്റുകൾ നിർമ്മിക്കാൻ കഴിയും എന്നു വന്നതോടെ ഇതിന് മറ്റു സ്ഥലങ്ങളിലും ആവശ്യക്കാർ ഏറി. ഉറവിട മാലിന്യ സംസ്കരണത്തിൽ ഇത് പ്രധാന ചുവടുവയ്പ്പായിരുന്നു. ഒരു സ്ഥാപനത്തെ മാത്രം മുൻനിർത്തി പ്ലാന്റുകളുടെ ഉല്പാദനം നടത്തുന്നത് നന്നല്ലല്ലോ? അങ്ങനെ പല ഭാഗങ്ങളിൽ ചെറിയ ചെറിയ പോർട്ടബിൾ പ്ലാന്റ് നിർമ്മാണ യൂണിറ്റുകളും തുടങ്ങി. ഇന്ന് ഏതായാലും പോർട്ടബിൾ പ്ലാന്റ് ആവശ്യത്തിന് ലഭ്യമാണ്.

ചാണകം പറ്റിച്ച പണി

ചാണകം വെള്ളം ചേർത്ത് നേർപ്പിച്ച് ബയോഗ്യാസ് പ്ലാന്റിൽ നിറച്ചാണ് പ്ലാന്റ് ഫിറ്റു ചെയ്യുന്നത്. പ്ലാന്റിൽ നിക്ഷേപിക്കുന്ന മാലിന്യത്തെ ക്രമമായി വിഘടിപ്പിച്ച്/ദഹിപ്പിച്ച് ജൈവവാതകം ഉല്പാദിപ്പിക്കുന്നത്

മൂന്നു തരത്തിലുള്ള സൂക്ഷ്മാണുക്കളാണല്ലോ? ആദ്യം ഈ സൂക്ഷ്മ ജീവികൾ പ്ലാന്റിൽ വളരണം. അവർ ആവശ്യത്തിനുണ്ടെങ്കിലേ മാലിന്യം കൈകാര്യം ചെയ്യപ്പെടൂ. ചാണകത്തിൽ ഈ സൂക്ഷ്മാണുക്കൾ ഉണ്ട്. അവ ആവശ്യത്തിന് പ്ലാന്റിനുള്ളിൽ ഉണ്ടാകാനാണ് ചാണകം കലക്കി ഒഴിക്കുന്നത്. ഇവ പെരുകാൻ ഏതാനും ദിവസം കാത്തിരിക്കുകയും വേണം. പ്ലാന്റിലെ വാതക അറയിൽ ജൈവവാതകം നിറഞ്ഞ് ഉയർന്നാൽ സൂക്ഷ്മജീവിപ്പട പണി തുടങ്ങി എന്നു മനസ്സിലാക്കാം. അപ്പോൾ കുറച്ചു കുറച്ചു വീതം മാലിന്യം നിക്ഷേപിച്ചു തുടങ്ങാം. ഇതാണ് ചിട്ട.

ആഴ്ച ഒന്നു കഴിഞ്ഞാലും വാതകഅറ ഉയർന്നില്ലെങ്കിലോ? കീടപ്പട പണിതുടങ്ങിയില്ല എന്നർത്ഥം. അതോ കീടപ്പട ഉണ്ടായില്ലെന്നുണ്ടോ? പല പ്ലാന്റുകളും ഈ സ്ഥിതിയിലായിരുന്നു. അതോടെ പരിഭ്രാന്തിയായി. വിദഗ്ദ്ധർ എത്തി പരിശോധനയായി. ഒടുവിൽ കാരണങ്ങൾ കണ്ടെത്തി. ചാണകമാണ് വില്ലൻ.

ഓരോ ദിവസവും 10–15 പ്ലാന്റുകളാണ് ഫിറ്റു ചെയ്യുന്നത്. ഓരോന്നിനും 150 കിലോ ചാണകം വേണം. എളുപ്പത്തിനു വേണ്ടി വലിയ കന്നുകാലി ഫാമിൽനിന്നും ചാണകം വാങ്ങി. അവിടെ അന്നന്നത്തെ ചാണകത്തിനു പുറമെ പഴയതും ഉണ്ടാകും. ചാണകക്കുഴികളിൽ ബ്ലീച്ചിംഗ് പൗഡറും മറ്റും ഉപയോഗിക്കുന്നതും പതിവാണ്. അത്തരം ചാണകത്തിൽ പ്ലാന്റിന് ആവശ്യമായ കീടപ്പട ഉണ്ടാകില്ല. കീടങ്ങളുടെ എണ്ണം വളരെ കുറവാണെങ്കിലും പ്ലാന്റ് തയ്യാറായി വരാൻ കൂടുതൽ സമയമെടുക്കും. ഇതു മനസ്സിലായതിനെത്തുടർന്ന് ചാണകം ചെറുകിട കൃഷിക്കാരിൽനിന്നും ശേഖരിക്കാൻ തീരുമാനിച്ചു. പക്ഷേ, ഒന്നും രണ്ടും പശുക്കളുള്ള വീടുകളിൽ നിന്ന് ചാണകം ശേഖരിക്കാൻ തുടങ്ങിയതോടെ ഏറെ ക്രമീകരണങ്ങൾ വേണ്ടി വന്നു. നിസ്സാരമെന്ന് തോന്നിയിരുന്ന ഒരു കാര്യം ചിട്ടപ്പെടുത്തിയെടുക്കാൻ ചില്ലറ പാടല്ല പെട്ടത്.

എന്നിട്ടും ചാണകപ്രശ്നം അവസാനിച്ചില്ല. 150 കിലോ ചാണകമാണല്ലോ ഓരോ പ്ലാന്റിലും ചേർക്കേണ്ടത്. ചാണകം ശേഖരിക്കാൻ വാങ്ങിയ കന്നാസുകളിൽ രണ്ടെണ്ണം ഈ അളവുചാണകം ഉൾക്കൊള്ളുമെന്ന നിഗമനത്തിലാണ് നീങ്ങിയത്. ഈ പരിശോധനാ സമയത്താണ് അത് തെറ്റാണെന്ന് മനസ്സിലായത്. അളവു തെറ്റിപ്പോയതുകൊണ്ട് ആവശ്യത്തിനു ചാണകം ബയോഗ്യാസ് പ്ലാന്റിൽ നിക്ഷേപിച്ചിരുന്നില്ല. ഇത് പ്രവർത്തനത്തെ പ്രതികൂലമായി ബാധിച്ചു. അളന്ന്, തൂക്കി എത്ര മാത്രം ചാണകം എന്നത് സ്റ്റാർഡേഡൈസ് ചെയ്താണ് പ്രശ്നം പരിഹരിച്ചത്.

നോക്കണേ ചാണകം പറ്റിച്ച പണി. പക്ഷേ, അത് വിലപ്പെട്ട പാഠങ്ങളാണ് നല്കിയത്.

തട്ടിൻപുറത്തെ ബയോഗ്യാസ് പ്ലാന്റ്

പോർട്ടബിൾ പ്ലാന്റ് തന്നെ സ്ഥാപിക്കാൻ സ്ഥലമില്ലാത്ത വീട്. വീട്ടുകാർക്ക് ബയോഗ്യാസ് പ്ലാന്റ് സ്ഥാപിച്ചേ മതിയാകൂ. പരമാവധി വീടുക

ളിൽ ഉറവിട മാലിന്യ സംവിധാനം സ്ഥാപിക്കുകയാണല്ലോ ലക്ഷ്യം. കറുകയിലെ വാർഡു കൗൺസിലറാണെങ്കിൽ നിർബ്ബന്ധം പിടിച്ച് നില്പാണ്. പരമാവധി വീടുകളിൽ ഇതെത്തിക്കണം. തട്ടിൻപുറത്താണെ ങ്കിലും തരക്കേടില്ല. ബയോഗ്യാസ് പ്ലാന്റ് സ്ഥാപിച്ചേ തീരൂ. ഫിറ്റ് ചെയ്യു ന്നത് രണ്ടു സ്ത്രീകളാണ്. അവരുടെ അത്യുത്സാഹവും കൂടിയായപ്പോൾ സംഗതി തട്ടിൻപുറത്തു കയറി. സ്റ്റെയർകേസൊക്കെ ഉണ്ടല്ലോ? ദിവ സവും മാലിന്യവുമായി കയറാനും മറ്റും പ്രയാസമുണ്ടാകില്ല എന്ന നിഗ മനത്തിലായിരുന്നു പ്ലാന്റ് സ്ഥാപിച്ചത്. സംഗതി പുലിവാലായി. ദിവസം കഴിയുന്തോറും ഇതിന്റെ അപ്രായോഗികത മനസ്സിലായി. മാലിന്യം കയ റ്റണം, സ്ലറി ഇറക്കണം. അങ്ങനെ എന്തായാലും ഒടുക്കം പ്ലാന്റ് ഇറക്കി താഴത്ത് അല്പം സ്ഥലമുണ്ടാക്കി പുനഃസ്ഥാപിക്കേണ്ടി വന്നു. വർദ്ധിത ആവേശത്തിൽ തോന്നുംപടി ചെയ്യാവുന്നതല്ല ഇവയെന്ന് മനസ്സിലാക്കു കയായിരുന്നു.

ഒരുതരത്തിലും ഇത്തരം കാര്യങ്ങളോട് സഹകരിക്കില്ല എന്ന മനോ ഭാവമുള്ള മറ്റൊരു കൂട്ടരുണ്ട്. അവർക്ക് അടിച്ചേല്പിച്ചാൽ അപവാദപ്ര ചരണമാവും ഫലം. ഒരു മുന്തിയ പ്രൊഫഷണലിന്റെ വീട്. ആള് പൊതു കാര്യ പ്രസക്തൻ. കക്ഷിക്ക് ഇതിനോട് താല്പര്യമില്ല. അടുക്കളയിൽ നിന്നാണ് വരുന്നതെങ്കിലും സംഗതി മാലിന്യം തന്നെ. അതിനാൽ ആ മുനിസിപ്പാലിറ്റി വണ്ടിയിൽ കയറ്റി വല്ലയിടത്തും തള്ളേണ്ട ഈ അശ്ലീലം വീട്ടുമുറ്റത്ത് ഇടുകയോ? പക്ഷെ നിർബ്ബന്ധത്തിനു വഴങ്ങി പ്ലാന്റ് വെച്ചു. പിന്നെ പരാതിയുടെ പൂരം. ഒരു ദിവസമുള്ള പ്രശ്നമല്ല മറ്റൊരു ദിവ സം. ടെക്നീഷ്യന്മാർ മാറി മാറി പരിശോധിച്ചു. ഒടുക്കം പാലക്കാട്ട് നിന്നും വിദഗ്ദ്ധർ വന്നു പരിശോധിച്ചു. രോഗം കണ്ടെത്താനായില്ല.

നിങ്ങൾ ഇത് എടുത്തുമാറ്റിയാൽ മതി എന്നായി പ്രൊഫഷണൽ സുഹൃത്ത്, കേസ് കൊടുക്കും എന്ന ഭീഷണിയുമായി. മൊത്തം കാമ്പയിനെത്തന്നെ സംഗതി ദോഷകരമായി ബാധിക്കും എന്നു വന്നു. ഒടുക്കം പ്ലാന്റ് അവിടെനിന്നും എടുത്തു മാറ്റേണ്ടി വന്നു. കാരണം അറി യാത്ത മരണം പോലെ ദുരൂഹമായി അത് തുടർന്നു. ക്ലൈമാക്സ് എത്തി യത് വീട്ടുടമസ്ഥൻ തന്നെ രോഗകാരണം സ്വകാര്യമായി വെളിപ്പെ ടുത്തിയപ്പോഴാണ്. വാസ്തുശാസ്ത്ര പ്രകാരം ആ വീട്ടിലെവിടെയും ബയോഗ്യാസ് പ്ലാന്റ് സ്ഥാപിക്കാൻ അനുയോജ്യമായ സ്ഥലമില്ലത്രേ.

ഈ പ്രശ്നം ഒരു സാങ്കേതിക വിദ്യക്കും പരിഹരിക്കാനാവില്ലല്ലോ. വാസ്തു എന്തൊക്കെ കളിയാണ് കളിക്കുന്നത്!

ബയോഗ്യാസ് ക്ലസ്റ്റർ എന്ന അമിതാവേശം

പോർട്ടബിൾ പ്ലാന്റിൽ 5 മുതൽ 7.5 കിലോഗ്രാം വരെ ജൈവമാ ലിന്യം നിക്ഷേപിക്കാം. ഫിക്സഡ് പ്ലാന്റിൽ ഇത് 10 കിലോഗ്രാം വരെ യാകാം. പ്ലാന്റിന്റെ വലിപ്പവും മാലിന്യത്തിന്റെ അളവും അനുസരിച്ച് 1 മണിക്കൂർ മുതൽ 3 മണിക്കൂർ വരെ കത്തിക്കാനുള്ള ഗ്യാസ് കിട്ടും.

പ്ലാന്റ് സ്ഥാപിച്ചാൽ മാത്രം പോര, വേണ്ട അളവിൽ മാലിന്യവും വേണം. എല്ലാ വീട്ടിലും ഈ അളവിൽ ജൈവമാലിന്യം ഉണ്ടാകില്ല. എല്ലാ വീട്ടിലും ബയോഗ്യാസ് പ്ലാന്റ് സ്ഥാപിക്കാനും കഴിയില്ല. എന്നാൽ രണ്ട് മൂന്ന് വീടുകൾക്ക് ചേർന്ന് ഒരു ബയോഗ്യാസ് പ്ലാന്റായാലോ? ഒരു ബയോഗ്യാസ് പ്ലാന്റിനോട് രണ്ടോ മൂന്നോ മറ്റു വീടുകളെ കൂടി ബന്ധിപ്പിക്കുക.

പ്ലാന്റ് സ്ഥാപിക്കാത്ത വീട്ടുകാർ തരംതിരിച്ച ജൈവമാലിന്യം അയലത്തെ പ്ലാന്റിൽ നിക്ഷേപിക്കണം. പ്ലാന്റ് സ്ഥാപിച്ചയാൾക്ക് പരമാവധി ഗ്യാസ് കിട്ടും. മറ്റുള്ളവർക്ക് ജൈവമാലിന്യം സൃഷ്ടിക്കുന്ന തലവേദനയിൽ നിന്നു മുക്തിയും. ഇതായിരുന്നു ബയോഗ്യാസ് ക്ലസ്റ്റർ എന്ന ആശയം. ഇത് ഫലത്തിൽ പ്രശ്നങ്ങളുണ്ടാക്കി. അരുതാത്തവയും അളവിലധികവും മാലിന്യം നിക്ഷേപിച്ചാൽ പ്ലാന്റ് പണിമുടക്കും എന്ന് നാം നേരത്തെ കണ്ടല്ലോ? ഓരോരുത്തരും അവരുടെ പ്രാപ്തിക്കനുസരിച്ച് മാലിന്യം നിക്ഷേപിക്കും. എത്രയെന്ന് ആർക്കും തിട്ടമില്ലാത്ത സ്ഥിതി. മാത്രമല്ല അയലത്തെ പ്ലാന്റിന് അരുതാത്തത് എന്തൊക്കെ എന്നത് അത്ര വലിയ പ്രശ്നമായി മറ്റുള്ളവർക്ക് തോന്നണമെന്നില്ല. അങ്ങനെ ക്ലസ്റ്ററുകളായി ചിട്ടപ്പെടുത്തിയ ബയോഗ്യാസ് പ്ലാന്റുകൾ പണിമുടക്കാൻ തുടങ്ങി.

റസിഡൻസ് അസോസിയേഷനുകളും മറ്റും ചിട്ടയോടെ കാര്യങ്ങൾ നോക്കിയിരുന്ന സ്ഥലങ്ങളിൽ ക്ലസ്റ്റർ നന്നായി പ്രവർത്തിക്കുകയും ചെയ്തു. എന്തായാലും ബയോഗ്യാസ് ക്ലസ്റ്റർ എന്നത് അത്രയധികം പ്രായോഗികമായ സംഗതിയല്ല എന്ന് അംഗീകരിക്കേണ്ടിവന്നു. സാങ്കേതികമായി തികച്ചും ശരിയായ ധാരണയായിരുന്നു. പക്ഷേ, സാമൂഹ്യമായി പൂർണ്ണമായും പ്രായോഗികമായിരുന്നില്ല.

പ്ലാന്റുകൾ സ്ഥാപിക്കുന്നത് ആര്? പരിപാലിക്കുന്നത് ആര്?

സർവ്വീസ് ടീം പിറക്കുന്നു

ബയോഗ്യാസ് പ്ലാന്റ് സ്ഥാപിച്ച് ശീലമുള്ളവർ നാട്ടിലില്ല. നേരത്തെ ദക്ഷത കൂടിയ പരിഷദ് അടുപ്പുകൾ സ്ഥാപിക്കാൻ തുടങ്ങിയപ്പോഴും ഇതായിരുന്നു സ്ഥിതി. അടുപ്പുകളേക്കാൾ സെൻസിറ്റീവായ സാങ്കേതിക വിദ്യയാണ് ബയോഗ്യാസ് പ്ലാന്റുകൾ. നമ്മുടെ ദഹനവ്യവസ്ഥയെ പോലെയാണത് എന്നു പറഞ്ഞുവല്ലോ? ഒറ്റപ്പെട്ട പ്ലാന്റുകൾ സ്ഥാപിക്കാൻ പ്രയാസമില്ല. അതിനുള്ള ആളുകൾ ഇതിന്റെ നിർവ്വഹണ ഏജൻസികൾക്ക് ഉണ്ടാകും. അവർ തന്നെ സർവ്വീസും നടത്തും എന്നാണ് തീരുമാനിക്കപ്പെട്ടത്. പലപ്പോഴും സർവ്വീസിങ് നടക്കാറില്ല. അങ്ങനെയാണ് ബയോഗ്യാസ് പ്ലാന്റുകൾ പലസ്ഥലത്തും ഉപേക്ഷിക്കപ്പെട്ടത്. ഇത്ര വിപുലമായി പ്ലാന്റുകൾ സ്ഥാപിക്കാൻ തീരുമാനിച്ചതോടെ ഇത് ഫിറ്റ് ചെയ്യാനും പരിപാലിക്കാനും കുറ്റമറ്റ സംവിധാനം അനിവാര്യമായി. ഈ ദിശയിലുള്ള ആലോചനകളും അന്വേഷണവുമാണ് സർവ്വീസ് ടീം എന്ന ആശയത്തിലേക്ക് എത്തിച്ചത്.

ക്ലീൻ കേരള മിഷന്റെ ഭാഗമായി വീടുകളിൽനിന്നും മാലിന്യം ശേഖരിക്കുന്ന സ്ത്രീകളുടെ സംഘങ്ങൾ നിലവിലുണ്ടായിരുന്നു. മാലിന്യം ശേഖരിക്കുന്നവരല്ല സർവ്വീസ് ടീം എന്ന് ആദ്യം തന്നെ തീരുമാനിച്ചു. അതൊരു ടെക്നീഷ്യൻസ് ടീം ആയിരിക്കും. ബയോഗ്യാസ് പ്ലാന്റുകൾ എയർകണ്ടീഷനറോളം വിലയുള്ള സാങ്കേതിക ഉപകരണമാണ്. അത് ഫിറ്റ് ചെയ്യുന്നതിനും പരിപാലിക്കുന്നതിനും സാങ്കേതിക ജ്ഞാനമുള്ളവരുടെ ടീമാണ് ആവശ്യം.

ബയോഗ്യാസ് പ്ലാന്റിന്റെ പ്രവർത്തനശാസ്ത്രവും അതിന്റെ സാങ്കേതിക വശങ്ങളും സ്വായത്തമാക്കിയ ഒരു സംഘമായിരിക്കണം സർവ്വീസ് ടീം. ഓരോ വാർഡിലും 3–4 സ്ത്രീകൾ അടങ്ങുന്ന സംഘം. അവർ പ്ലാന്റ് ഫിറ്റു ചെയ്യും. ബയോഗ്യാസ് പ്ലാന്റടക്കം ഉറവിട മാലിന്യസംസ്കരണ സങ്കേതങ്ങളുടെ മേൽനോട്ടവും പരിപാലനവും നിർവ്വഹിക്കുന്നതും ഈ സംഘം തന്നെയായിരിക്കും.

ഈ ധാരണയനുസരിച്ച് പ്രോജക്ട് വാർഡുകളിൽ സർവ്വീസ് ടീമുകൾ രൂപീകരിച്ചു. രണ്ടു ഘട്ടങ്ങളിലായി ആറു ദിവസത്തെ ചിട്ടയായ പരിശീലനവും നല്കി. IRTC യുടെ പാലക്കാട് ക്യാമ്പസിൽ വെച്ചായിരുന്നു പരിശീലനം. ഉറവിട മാലിന്യസംസ്കരണത്തിന്റെ സാമൂഹികവും സാങ്കേതികവുമായ വശങ്ങളെല്ലാം സർവ്വീസ് ടീമിനെ പരിശീലിപ്പിച്ചു. ഇപ്പോൾ ബയോഗ്യാസ് പ്ലാന്റുകൾ ഫിറ്റു ചെയ്യുന്നത് ഏതാണ്ട് പൂർണ്ണമായും സ്ത്രീകളുടെ ഈ സംഘമാണ്. പരിപാലനവും അവർ തന്നെ. ക്രമേണ ഇവരെ ഹരിതസാങ്കേതിക വിദ്യകളിൽ പ്രാവീണ്യമുള്ള ഒരു ഹരിതസേനയാക്കി മാറ്റുകയാണ് ലക്ഷ്യം. അതിലേക്ക് നീങ്ങാനാകും എന്നു തന്നെയാണ് പ്രതീക്ഷ.

സർവ്വീസ് ടീമിന് പ്രതിഫലം നല്കുന്നത് എങ്ങനെയാണ്? പ്ലാന്റ് ഫിറ്റു ചെയ്യുമ്പോൾ ഫിറ്റിങ് ചാർജ്ജ് നല്കാൻ പ്രയാസമുണ്ടാകില്ല. തുടർന്നുള്ള പരിപാലനത്തിനും മേൽനോട്ടത്തിനും ഇവർ പൂർണ്ണ സമയം പണിയെടുത്തേ പറ്റൂ. അതിനുള്ള പ്രതിഫലം എങ്ങനെ കണ്ടെത്തും? ഉറവിട മാലിന്യസംസ്കരണ സങ്കേതങ്ങൾ സ്ഥാപിച്ചിരിക്കുന്ന വീട്ടുകാർ ഒരു വിഹിതം നല്കണം. അതുകൊണ്ടുമാത്രം മതിയാകില്ല. നഗരസഭ കുറച്ചു പണം ഇതിനായി നീക്കി വയ്ക്കേണ്ടി വരും. ഇതിനു പ്രയാസമുണ്ടാകില്ല. കേന്ദ്രീകൃത മാലിന്യസംസ്കരണ പ്ലാന്റിലേക്കുള്ള മാലിന്യനീക്കം നിർത്തിയപ്പോൾ ഡീസൽ ചെലവ് ഇനത്തിൽ മാത്രം ആലപ്പുഴ നഗരസഭ പ്രതിദിനം 10000–15000 രൂപ ലാഭിക്കുന്നുണ്ട്. ഇതിലൊരു ഭാഗം സർവ്വീസ് ടീമിന് നല്കാൻ തീരുമാനിച്ചാൽ മതിയാകും. ഈ പ്രശ്നം നിയമസഭയിലടക്കം പലതവണ ഉന്നയിച്ചിട്ടും ഇതുവരെ അനുകൂലമായ ഉത്തരവ് സർക്കാരിൽനിന്ന് ഉണ്ടായിട്ടില്ല. ഉറവിട മാലിന്യസംസ്കരണ പദ്ധതി നടപ്പിലാകണമെന്നുണ്ടെങ്കിൽ ഏറ്റവും അത്യന്താപേക്ഷിതമായ ഒരു പരിഷ്കാരമാണിത്. സർക്കാർ ഇത്രയേറെ പണം സബ്സിഡിയായി നല്കുന്ന ഉപകരണങ്ങൾ പരിപാലിക്കപ്പെടും എന്നുറപ്പുവരുത്തുന്നതിന്

മുനിസിപ്പാലിറ്റിയുടെ ഫണ്ടിൽനിന്ന് കുറച്ചു പണം നല്കാനുള്ള അനുവാദത്തിന് എന്താണിത്ര തടസ്സം എന്നു മനസ്സിലാകുന്നില്ല.

ജോസഫ് ആന്റണിയുടെ ചായപ്പീടികയിൽനിന്നും ഉയർന്ന വെളുത്ത പുക

കിടങ്ങാംപറമ്പ് വാർഡിലെ ആലുംചുവട്ടിലാണ് ജോസഫ് ആന്റണിയുടെ ചായപ്പീടിക. നഗരത്തിന് നടുവിലാണെങ്കിലും നാട്ടിൻപുറത്തെ രീതികളാണ് ഇന്നും ജോസഫ് ആന്റണിയുടെ ചായപ്പീടികയിൽ. കസ്റ്റമേഴ്സ് പലരും പതിവുകാർ. മലയാളത്തിന്റെ തനതു പലഹാരങ്ങൾക്കൊപ്പം നമ്മുടെ നാടിന്റെ പ്രിയഭക്ഷണമായി മാറിയ പൊറോട്ടയും ഉണ്ടാകും. ചില്ലലമാരയിൽ കള്ളികളിലാക്കി പൊരിച്ചു കൂട്ടിയിരിക്കുന്ന പരിപ്പുവടയും പഴംപൊരിയും നെയ്യപ്പവും. കൂടെ അസ്സലു ചായയും. ആലുംചുവട്ടിലെ പീടികയിൽ കച്ചവടം തകൃതിയാണ്.

വീടുകളിൽ ഉറവിട മാലിന്യസംസ്കരണ സങ്കേതങ്ങൾ സ്ഥാപിക്കാൻ തുടങ്ങി. ഇത് ചായപ്പീടികകളിലും ഹോട്ടലുകളിലും സാദ്ധ്യമാണോ? നഗരമാലിന്യത്തിന്റെ 15 ശതമാനമെങ്കിലും കടകളിൽനിന്നും മറ്റും വരുന്നതാണ്. ഹോട്ടലുകാർക്ക് മാലിന്യം ഒരു തലവേദനയുമാണ്. പലപ്പോഴും ഹോട്ടൽ മാലിന്യം തോട്ടിലും കനാലുകളിലും തട്ടുകയാണ് ഇവിടത്തെ രീതി. ഈ പ്രശ്നം പരിഹരിക്കാതെ ഒരു വാർഡിനും ശുചിത്വം കൈവരിക്കാൻ കഴിയില്ല. ഇതിനെന്താണ് പരിഹാരം? ചായപ്പീടികകളിലും മറ്റും ബയോഗ്യാസ് പ്ലാന്റുകൾ സ്ഥാപിക്കാൻ കഴിയുമോ? ഇതിനുള്ള ഉത്തരവായിരുന്നു ജോസഫ് ആന്റണിയുടെ ചായപ്പീടികയിൽനിന്നും ഉയർന്നത്.

ചായപ്പീടികകൾ പാചകം എൽ പി ജി യിലേക്ക് മാറ്റിയിട്ട് നാളേറെയായി. ഗ്യാസാണെങ്കിൽ വാണിജ്യ നിരക്കിലേ കിട്ടൂ. ഗാർഹിക ആവശ്യത്തിനു കിട്ടുന്നതുപോലെ സബ്സിഡി കിട്ടില്ല. കിലുക്കം കേൾപ്പിച്ച് ചെമ്പുകലത്തിൽ തിളച്ചുകൊണ്ടേയിരിക്കുന്ന വെള്ളം നമ്മുടെ നാട്ടിലെ ചായപ്പീടികകളുടെ മുഖമുദ്രയാണല്ലോ? ധാരാളം ഇന്ധനം വേണ്ട രീതികൾ. മാലിന്യത്തിൽനിന്നും പാചക ഇന്ധനമുണ്ടാക്കാം എന്നു പറഞ്ഞാൽ കാര്യം എളുപ്പമായി. അപ്പോൾ നെയ്യപ്പം തിന്നുന്നതുപോലെയാണ്. രണ്ടുണ്ട് കാര്യം. മാലിന്യം സംസ്കരിക്കാം, പാചകത്തിന് ഗ്യാസും കിട്ടും. ഇക്കാര്യം മനസ്സിലാക്കി ഒരു പരീക്ഷണത്തിന് തയ്യാറാകുകയായിരുന്നു ജോസഫ് ആന്റണി.

വീടുകളിൽ സ്ഥാപിക്കുന്നതിനേക്കാൾ അല്പം കൂടി ശേഷിയുള്ള ഫിക്സഡ് പ്ലാന്റാണ് ഇവിടെ സ്ഥാപിച്ചത്. ഭക്ഷണാവശിഷ്ടങ്ങൾക്കൊപ്പം ഉഴുന്നും പയറും മറ്റും കഴുകിയ വെള്ളവും നിശ്ചിത അനുപാതത്തിൽ ചേർത്ത് പ്ലാന്റിൽ നിക്ഷേപിക്കുന്നു. രണ്ട് ക്യൂബിക് മീറ്റർ ശേഷിയുള്ള ഈ പ്ലാന്റിൽനിന്നും 6–7 മണിക്കൂർ കത്തിക്കുന്നതിനുള്ള ഇന്ധനം ജോസഫ് ആന്റണിക്ക് ലഭിക്കുന്നു.

ഇത്തരം സങ്കേതങ്ങൾ സ്വന്തം സ്ഥാപനത്തിൽ സ്ഥാപിക്കാൻ സൗകര്യവും താല്പര്യവുമില്ലാത്തവർക്കും ഇന്നിപ്പോൾ മറ്റു മാർഗ്ഗങ്ങളുണ്ട്. മാലിന്യം തെരുവിലോ തോട്ടിലോ എറിയേണ്ടതില്ല. നിശ്ചിത ഫീസ് ഈടാക്കി ഇത് കൊണ്ടുപോയി സംസ്കരിക്കുന്നതിന് സംവിധാനമുണ്ട്. വൻകിട വാണിജ്യസ്ഥാപനങ്ങൾ ഇത്തരം വലിയ ബയോഗ്യാസ് പ്ലാന്റുകളും മറ്റും സ്ഥാപിക്കുകയോ സ്വന്തം ചെലവിൽ സംസ്കരണത്തിന് സംവിധാനമുണ്ടാക്കുകയോ ചെയ്തേ തീരൂ. ഈ ചിട്ടയിലേക്കും പതിയെ ആലപ്പുഴ നീങ്ങും എന്നു തന്നെയാണ് പ്രതീക്ഷ.

എന്നിട്ടും തെരുവിലെ ഒഴിഞ്ഞ മൂലകളിൽ എത്തുന്ന മാലിന്യം എന്തുചെയ്യും? ഒരു സംസ്കരണ സംവിധാനവും വീട്ടുവളപ്പിൽ സ്ഥാപിക്കാൻ സൗകര്യമില്ലാത്തയിടങ്ങളും ഉണ്ട്. ഇത് കണ്ടില്ലെന്നു നടിക്കാനാവില്ല. ഇന്ന് നഗരത്തിന്റെ ഒഴിഞ്ഞ മൂലകളിലെല്ലാം സ്ഥാപിച്ചു കൊണ്ടിരിക്കുന്ന എയ്റോബിക് കമ്പോസ്റ്റിങ് ബിന്നുകൾ ഇതിനുള്ള ഉത്തരമാണ്. എയ്റോബിക് കമ്പോസ്റ്റിങ് ബിന്നുകളുടെ കടന്നുവരവും അത് നല്കിയ അനുഭവങ്ങളും ഏറെ സവിശേഷമാണ്.

ഗൂഗിൾ ചർച്ചാവേദിയിൽ നിന്നൊരു ഹരിതവിദ്യ

പ്രാമാണികരായ എഴുത്തുകാരും പത്രപ്രവർത്തകരും എല്ലാം അംഗങ്ങളായിട്ടുള്ള ഒരു ഗൂഗിൾ ചർച്ചാഗ്രൂപ്പാണ് Fourth Estate Critique (FEC). ആലപ്പുഴയിലെ പരിശ്രമങ്ങൾക്ക് സഹായവും പിന്തുണയും അഭ്യർത്ഥിച്ച് സോഷ്യൽ നെറ്റ്വർക്കിങ് സൈറ്റുകളിൽ പോസ്റ്റുകൾ ഇടാറുണ്ട്. അത്തരമൊരു പോസ്റ്റ് എഫ് ഇ സിയിലും ഇട്ടു. വെറ്റിനറി സർവ്വകലാശാലയിലെ ഡോ. ഫ്രാൻസീസ് സേവ്യർ എഫ് ഇ സിയിൽ അംഗമാണ്. ആ ചർച്ചാക്കുറിപ്പിൽ അദ്ദേഹം കൊത്തി. എന്തുകൊണ്ട് ലളിതമായ തുമ്പൂർമുഴി മോഡൽ പരീക്ഷിച്ചുകൂടാ എന്നതായിരുന്നു ചോദ്യം.

തുമ്പൂർമുഴിയോ? അന്വേഷണമായി. തൃശ്ശൂരിൽ വെറ്റിനറി സർവ്വകലാശാലയുടെ തുമ്പൂർമുഴി ക്യാമ്പസിൽ പിറവിയെടുത്ത സാങ്കേതികവിദ്യയാണിത്. അതാണീ പേരിനു കാരണം. വെറ്റിനറി സർവ്വകലാശാലയുടെ തുമ്പൂർമുഴി കേന്ദ്രം ആരും പരിഗണിക്കാത്ത ഒരു ക്യാമ്പസായിരുന്നു. അവിടെ സ്ഥലം മാറിയെത്തിയ സന്ദർഭം ഇത്തരമൊരു സാങ്കേതികവിദ്യയുടെ ഗവേഷണത്തിനായി വിനിയോഗിക്കാൻ തീരുമാനിക്കുകയായിരുന്നു ഡോ. ഫ്രാൻസിസ് സേവ്യർ. തുമ്പൂർമുഴി മാതൃക അടിസ്ഥാനപരമായി ബിൻ കമ്പോസ്റ്റിങ്ങാണ്. കേരളത്തിലെ കാറ്റിനും കാലാവസ്ഥയ്ക്കും അനുസരിച്ച് പരുവപ്പെടുത്തിയെടുത്ത രീതി.

ആലപ്പുഴ സംഘത്തിലെ ആളുകൾ അടുത്ത ദിവസം തന്നെ തുമ്പൂർമുഴിക്കു വണ്ടികയറി. അളവും രൂപവുമൊക്കെ വരച്ചും പഠിച്ചും ഒന്നങ്ങു സ്ഥാപിക്കുക തന്നെ. അങ്ങനെ തുമ്പൂർമുഴി മാതൃകയിൽ ആദ്യത്തെ എയ്റോബിക് കമ്പോസ്റ്റിങ് ബിൻ സ്ഥാപിച്ചു. നേരത്തെ

കുപ്പക്കൂനകളായിരുന്ന മൂലകളെല്ലാം ഇന്ന് എയ്റോബിക് കമ്പോസ്റ്റിങ് ബിൻ ക്ലസ്റ്ററുകളാണ്. വികേന്ദ്രീകൃത മാലിന്യസംസ്കരണ സംവിധാനങ്ങളിൽ അഗ്രഗണ്യനാണിവൻ എന്നാണ് ഞങ്ങൾ നല്കുന്ന സാക്ഷ്യം. അങ്ങനെ ഗൂഗിൾ വഴി വന്ന അതിഥി നിർമ്മല ഭവനത്തിൽ സ്ഥിരതാമസമായി.

ചാത്തനാട്ടെ സംയോജിത ബയോഗ്യാസ് പ്ലാന്റ്

കോളനികളിലെ മാലിന്യസംസ്കരണം എങ്ങനെയാണ്? കിടങ്ങാംപറമ്പ് വാർഡിൽനിന്നു തുടങ്ങിയപ്പോൾത്തന്നെ ഈ പ്രശ്നം ഉയർന്നിരുന്നു. ഒരു സംസ്കരണ സംവിധാനവും സ്ഥാപിക്കാൻ സ്ഥലമില്ലാത്ത കോളനികളുണ്ട്. ഇടുങ്ങിയ നിരത്തുകളും നിരത്തുകൾക്കിരുപുറം നിരനിരയായി വീടുകളും. മുറ്റമോ പിന്നാമ്പുറമോ ഇല്ല. ഇവിടെയെങ്ങനെയാണ് ബയോഗ്യാസ് പ്ലാന്റും മറ്റും സ്ഥാപിക്കുക? പല കോളനികളിലും പൊതുകക്കൂസ് പൊട്ടിയൊലിച്ച നിലയിലാണ്. വീട്ടുമാലിന്യങ്ങൾ നിരത്തുകളിലും മൂലയിലും കൂട്ടിയിടുകയും ചെയ്യും. മറ്റു മാർഗ്ഗമില്ല. എന്താണിതിനു പോംവഴി? ഇപ്പോഴും പൂർണ്ണ പരിഹാരമായിട്ടില്ല. ചാത്തനാട് മുനിസിപ്പൽ കോളനിയിൽ ഒരു മാതൃക നടപ്പിലാക്കുകയാണ്. 48 വീടുകളിലായി 60 കുടുംബങ്ങളാണ് ഇവിടെ താമസിക്കുന്നത്. ഇവിടെ എട്ടു പുതിയ കക്കൂസുകളും കുളിമുറികളും നിർമ്മിച്ച് അതിനെ ഒരു വലിയ കമ്യൂണിറ്റി ബയോഗ്യാസ് പ്ലാന്റിനോട് ബന്ധിപ്പിച്ചു. ഗൃഹമാലിന്യവും ഇതിൽ നിക്ഷേപിക്കാം. അതിനു പ്രത്യേക ചേമ്പറുണ്ട്. ഈ സംയോജിത പ്ലാന്റ് രൂപകല്പന ചെയ്ത് നിർമ്മിച്ചത് അനെർട്ടാണ്. പതിനഞ്ചു ലക്ഷം രൂപയാണിതിന്റെ ചെലവ്. ഇടുങ്ങിയ കോളനികളിലെ ജൈവ മാലിന്യസംസ്കരണത്തിന് ഈ സംയോജിത പ്ലാന്റ് ഒരു പരിഹാരമാവുമെന്നാണ് ഞങ്ങളുടെ പ്രതീക്ഷ.

റിയാസും ബോസും വരച്ചു, മാലിന്യകേന്ദ്രം സാംസ്കാരിക പദവിയിലേക്ക്

"വലിച്ചെറിയാത്ത മനസ്സിന് ലോകപ്രശസ്ത കലാകാരന്മാർ ചായം പകർന്നു. വഴിച്ചേരിയിൽ മാലിന്യം തള്ളുന്ന കേന്ദ്രം സാംസ്കാരികകേന്ദ്രമായി ഉയരുകയാണ്. കലയും ശുചിത്വവും ഒരുമിക്കുന്നതിന്റെ മാസ്മരികതയിലാണ് ആലപ്പുഴയിപ്പോൾ. കൊച്ചി ബിനാലെ ഒരുതരത്തിൽ ഒരു ശുചീകരണപ്രവർത്തനമായിരുന്നു. അതിന്റെ തുടർച്ചയെന്ന നിലയിലാണ് ഈ പ്രവർത്തനങ്ങൾ ഏറ്റെടുത്തത് എന്ന് റിയാസ് കോമു പറഞ്ഞു.

(2013, ഒക്ടോബർ 27 മാതൃഭൂമി)

രാജ്യാതിർത്തികൾ മായിച്ച് അവർ സൗഹൃദത്തിന്റെ ചിത്രം വരച്ചു

വാടക്കനാലിന്റെ തീരത്തൂടെ കൈയും പിടിച്ചു കടന്നുപോയ ഡാനിയേലിനെയും കാരലിനെയും പിടിച്ചുലച്ച കാഴ്ച. കുറച്ചുപേർ സംഘമായിനിന്ന് മതിലിൽ ചിത്രമെഴുതുന്നു. ബിനാലെ സംഘം വഴിച്ചേരി എയ്റോബിക് പാർക്കിൽ മാലിന്യസന്ദേശ ചിത്രങ്ങളെഴുതുകായിരുന്നു അവിടെ. ഇന്നലെ അവർക്കും ഈ മതിലിലൊരിടം കിട്ടി. രണ്ടാളും ചേർന്നു വരച്ചു ചേർത്തത് ഭാഷ അതിരിടാത്ത മാലിന്യ പ്രശ്നങ്ങൾക്കെതിരെയായ സന്ദേശമായിരുന്നു.

(2013, ഒക്ടോബർ 27 – മനോരമ)

10

ബിനാലെ കലാകാരന്മാരും എയ്റോബിക് കമ്പോസ്റ്റും തമ്മിലെന്ത്?

കോട്ടവാതുക്കൽ പാലം കടന്ന് വാടക്കനാലിന്റെ വടക്കുപുറമെത്തിയാൽ സനാതന ധർമ്മ വിദ്യാലയമായി. വടക്കനാൽ വടക്കേക്കര റോഡിനോട് ചേർന്ന് എസ് ഡി വി ഗേൾസ് സ്കൂൾ. തൊട്ടടുത്ത് എസ് ഡി വി ബോയ്സ് സ്കൂൾ. ഈ രണ്ട് സ്കൂളുകൾക്കും പിന്നിലായി വിശാലമായ എസ് ഡി വി സ്റ്റേഡിയം. ആലപ്പുഴയിലെത്തിയവർക്കെല്ലാം സുപരിചിതമായ വിദ്യാലയ സമുച്ചയം. ആനിബസന്റിന്റെ തിയോസഫിക്കൽ സൊസൈറ്റിയിൽ പ്രവർത്തിച്ചിരുന്നവരാണ് സ്കൂളിന്റെ സ്ഥാപകർ. ഒരു ട്രസ്റ്റിന്റെ കീഴിലാണ് ഇന്ന് പ്രവർത്തിക്കുന്നത്. സാഹിത്യ–സാംസ്കാരിക രാഷ്ട്രീയ രംഗത്ത് പ്രാമാണികരായ ഒരുപാട് പേർ പഠിച്ച വിദ്യാലയങ്ങളാണ് ഇവ. നഗരത്തിലും പരിസരങ്ങളിലുമുള്ള സാധാരണക്കാരുടെ മക്കൾ പഠിക്കുന്ന പള്ളിക്കൂടങ്ങൾ.

Drawing by Reghu Harmony

കുപ്പക്കൂനയിൽനിന്ന് ഒരു പെൺപള്ളിക്കൂടത്തെ രക്ഷിച്ച കഥ

ആലപ്പുഴയിൽ കുപ്പക്കൂനകളുടെ മൂലകൾ പലതുണ്ടായിരുന്നു. കടപ്പുറത്തെ സ്റ്റേറ്റ് ബാങ്ക് ഇന്ത്യയുടെ തെക്ക് കിഴക്കേ മൂല. വഴിച്ചേരി ലോറി സ്റ്റാൻഡ്. അങ്ങനെ ആളൊഴിഞ്ഞ മൂലകളെല്ലാം കുപ്പക്കൂനകളായിരുന്നു. ഈ സ്ഥലങ്ങളൊക്കെ തിരിച്ചറിഞ്ഞിരുന്നത് തന്നെ ദുർഗന്ധം കൊണ്ടാണ്. ഇത്തരമൊരു സ്ഥലമായിരുന്നു എസ് ഡി വി ഗേൾസ് സ്കൂളിന്റെ പുറകിൽ ഗ്രൗണ്ടിന്റെ അറ്റത്തുള്ള മൂല. അവിടെ രാധാ ടാക്കീസ് എന്നൊരു തീയേറ്ററുണ്ടായിരുന്നു. 'എ' സർട്ടിഫിക്കറ്റ് സിനിമകളായിരുന്നു അധികവും പ്രദർശിപ്പിച്ചിരുന്നത്. നഗരത്തിലെ ഏറ്റവും വലിയ മാലിന്യംതള്ളൽ കേന്ദ്രമായിരുന്നു രാധാമൂല. അസഹനീയമായ അനുഭവമായിരുന്നു ഇതുവഴിയുള്ള യാത്ര. കഷ്ടിച്ച് 100 വാര അകലമേയുണ്ടായിരുന്നുള്ളൂ, എസ്ഡിവി ഗേൾസ് ഹൈസ്കൂളിലെ ക്ലാസ് മുറികൾക്ക്. ചീഞ്ഞഴുകിയ മാലിന്യത്തിന്റെ അസഹനീയ ഗന്ധം നിറഞ്ഞ ക്ലാസ് മുറികളിലാണ് പഠനം നടക്കുന്നത്. അശ്ലീല ചിത്രങ്ങളെ പടിയിറക്കി രാധാടാക്കീസ് മനോഹരമായ കൺവെൻഷൻ സെന്ററായി മാറി. അപ്പോഴും കുപ്പക്കൂനയുടെ അശ്ലീലം അവശേഷിച്ചു.

ഇവിടെയാണ് ആലപ്പുഴ നഗരത്തിലെ തുമ്പൂർമുഴി മാതൃകയിലുള്ള ആദ്യത്തെ എയ്റോബിക് കമ്പോസ്റ്റിങ് ബിൻ സ്ഥാപിച്ചത്. പരീക്ഷണാടിസ്ഥാനത്തിൽ പുന്നമടക്കായലിനോടു ചേർന്ന് വിശാലമായ ഒരു മതിൽ കെട്ടിനകത്ത് ഒരു എയ്റോബിക് ബിൻ സ്ഥാപിച്ചു. പൊതുസ്ഥലത്തു സ്ഥാപിക്കുന്നതിൽ എതിർപ്പു വരുമെന്നതിനാൽ ഞങ്ങൾ പല സ്വകാര്യ വ്യക്തികളെ സമീപിച്ചു. ഡോ. കെ എ ജോസഫ് ആണ് ഇത്തരമൊരു പരീക്ഷണം നടത്താൻ സ്ഥലം അനുവദിച്ചത്. അവിടെപ്പോലും

അയൽവാസികൾ ലഹളയുണ്ടാക്കി. ഡോക്ടർ തന്നെ രംഗത്തു വന്നപ്പോഴാണ് അത് ഒതുങ്ങിയത്. പരീക്ഷണം വിജയിച്ചു. എയ്റോബിക് കമ്പോസ്റ്റ് ബിൻ മലിനീകരണം സൃഷ്ടിക്കുന്നില്ലെന്നു വിമർശകർക്കു ബോദ്ധ്യമായി. പക്ഷേ, അവിടെ ആളുകൾക്ക് മാലിന്യം എത്തിക്കാൻ കഴിയുന്ന സ്ഥലമല്ല. അതുകൊണ്ട് പൊതുസ്ഥലത്ത് മറ്റൊരെണ്ണം സ്ഥാപിക്കാൻ തീരുമാനിച്ചു.

തോണ്ടൻകുളങ്ങര വാർഡിലെ ശ്മശാനത്തിനു സമീപമുള്ള ഭൂമിയാണ് തെരഞ്ഞെടുത്തത്. പക്ഷേ, അവിടെയും പരിസരവാസികൾ രൂക്ഷമായി എതിർത്തതിനാൽ ആ ശ്രമം ഉപേക്ഷിച്ചു. അങ്ങനെയാണ് രാധാമൂലയിലേക്ക് ശ്രദ്ധ തിരിഞ്ഞത്. ആദ്യം മാലിന്യങ്ങൾ നീക്കം ചെയ്തു. അതിനുശേഷം ഒരു നിബിഡ വനത്തിന്റെ ചിത്രം വരച്ച് സ്കൂൾ മതിൽ അലങ്കരിച്ചു. നഗര സൗന്ദര്യവല്ക്കരണ പരിപാടിയുടെ ഭാഗമായി എന്തോ ചെയ്യുന്നുവെന്നേ പലരും ധരിച്ചുള്ളൂ. പക്ഷേ, ഷെഡുയർന്നു. അതിനുള്ളിൽ നാല് എയ്റോബിക് ബിന്നുകളും. ആരും എതിരു നിന്നില്ല. രാധാ കൺവെൻഷൻ സെന്ററിന്റെ ഉടമകൾ എല്ലാ സഹായവും വാഗ്ദാനം ചെയ്തു.

കോൺക്രീറ്റ് തൂണുകളിൽ, കോൺക്രീറ്റ് ജാലികകൾ കൊണ്ടാണ് ബിന്നുകൾ തയ്യാറാക്കിയത്. എഞ്ചിനീയറിങ് വിശദാംശങ്ങൾ ANERTലെ എൻജിനീയർമാർ തയ്യാറാക്കി. തുമ്പൂർമുഴി മാതൃകയുടെ ഗവേഷകനായ ഡോ.ഫ്രാൻസീസ് സേവ്യറിന്റെ മേൽനോട്ടവും. ചുറ്റും പുല്ലുപാകി പൂക്കൾ പിടിപ്പിച്ച് പിന്നിലൊരു ചിത്രഭിത്തിയും തീർത്ത് ആദ്യത്തെ എയ്റോബിക് ബിൻ ക്ലസ്റ്റർ തയ്യാറാക്കി.

മനംമടുപ്പിക്കുന്ന ദുർഗന്ധത്തിൽനിന്നും പെൺ പള്ളിക്കൂടത്തെ രക്ഷിച്ചെടുത്തത് നിർമ്മല ഭവനം പരിപാടിയുടെ ഹൃദ്യമായ അനുഭവ ങ്ങളിലൊന്നാണ്. മാലിന്യസംസ്കരണം വെറുക്കപ്പെടേണ്ടതോ അറപ്പുള വാക്കുന്നതോ ആയ ഒരു അനുഭവമല്ല എന്ന് ഏതാനും മാസങ്ങൾകൊണ്ട് രാധാമൂലയിലെ ക്ലസ്റ്റർ ബോദ്ധ്യപ്പെടുത്തി. അതുകൊണ്ട് വഴിച്ചേരിയിലെ എയ്റോബിക് ക്ലസ്റ്റർ സ്ഥാപിക്കാൻ തീരുമാനിച്ചപ്പോൾ ഒരുവിധത്തിലു ള്ള എതിർപ്പും ഉണ്ടായില്ല.

ബിനാലെ കലാകാരന്മാരും വാട്സാൻ പാർക്കും

എറണാകുളം ഭാഗത്തുനിന്നും നഗരത്തിലെത്തുന്നവരെ വരവേറ്റി യിരുന്നത് വഴിച്ചേരിയിലെ ലോറി സ്റ്റാന്റിനു സമീപത്തെ മാലിന്യക്കൂ മ്പാരമായിരുന്നു. വഴിച്ചേരിയിലെ ദുർഗന്ധം മൂക്കിലെത്തുമ്പോൾ ബസ് ആലപ്പുഴയെത്തി എന്നൂഹിക്കാം. ഇവിടെ നഗരസഭയ്ക്ക് കുറേ സ്ഥലമു ണ്ട്. അവിടെയുള്ള ലോറി സ്റ്റാൻഡിന്റെ പടിഞ്ഞാറേ വശത്താണ് മാലിന്യക്കൂമ്പാരം. ഒരു പ്രേതഭൂമിയെ അനുസ്മരിപ്പിക്കും വിധം എന്തോ പണിയാൻ ശ്രമിച്ച ഒരു കെട്ടിടത്തിന്റെ മേൽക്കൂരയില്ലാത്ത ഘടനയുണ്ട്. ഇഷ്ടിക കൊണ്ട് കെട്ടി, സിമന്റ് പൂശാതെ നിന്നിരുന്ന കെട്ടിടത്തിന്റെ

ഭിത്തികളിൽ ആൽ മുളച്ച് പന്തലിച്ചിരുന്നു. ഈ കെട്ടിടത്തിന് അകത്തും പുറത്തും എല്ലാം മാലിന്യം. ദിവസം തോറും ഉയരം കൂടുന്ന മാലിന്യക്കൂന. ഇവിടെയാണ് 'നിർമ്മല ഭവനം നിർമ്മല നഗരം' പദ്ധതിയുടെ മുഖമുദ്രയായി WATSAN പാർക്ക് സ്ഥാപിക്കുന്നത്. നാറ്റം കാരണം നാലയലത്ത് പോകാൻ കഴിയാതിരുന്ന ഈ സ്ഥലം ഇപ്പോൾ മഴയത്ത് ബൈക്ക് യാത്രികർ അഭയം തേടുന്ന കമ്പോസ്റ്റിങ് ക്ലസ്റ്ററായി മാറിയിരിക്കുന്നു.

ഇഷ്ടികക്കെട്ടിന് മേൽക്കൂരയിട്ട്, ഓരോ കള്ളിയിലും വ്യത്യസ്തതരത്തിലുള്ള കമ്പോസ്റ്റിങ് ബിന്നുകൾ സ്ഥാപിച്ചു. കെട്ടിടത്തിന് പുറത്തുള്ള തുറന്ന സ്ഥലത്ത് പല വലിപ്പത്തിലുള്ള ഫിക്സഡ്, പോർട്ടബിൾ ബയോഗ്യാസ് പ്ലാന്റുകൾ പ്രവർത്തിക്കുകയാണ്. നിർമ്മലഭവനം പദ്ധതിയിൽ നടപ്പാക്കുന്ന മാലിന്യ സംസ്കരണ സങ്കേതങ്ങൾ കാണാനെത്തുന്നവർക്ക് ഇവ പരിചയപ്പെടുത്തുന്ന ഡെമോൺസ്ട്രേഷൻ സെന്ററായി കൂടിയാണ് ഇത് പ്രവർത്തിക്കുന്നത്. മാലിന്യസംസ്കരണവുമായി ബന്ധപ്പെട്ട പരിപാടികളെല്ലാം ഈ കമ്പോസ്റ്റിങ് കേന്ദ്രത്തിന്റെ മുറ്റത്താണ് നടക്കുന്നത്. നേരത്തെ ഇവിടെ മാലിന്യം നിക്ഷേപിച്ചിരുന്ന ആളുകൾക്ക് മാലിന്യം തരംതിരിച്ച് ബിന്നുകളിൽ നിക്ഷേപിക്കാം. ഇതിന്റെ പരിപാലനത്തിനായി നഗരസഭയുടെ ജീവനക്കാരുണ്ട്.

ഈ ക്ലസ്റ്ററിന്റെ നിർമ്മാണം നഗരശ്രദ്ധ മുഴുവൻ ആകർഷിച്ച കലാപരിപാടിയായി മാറി. റിയാസ് കോമുവും ബോസ് കൃഷ്ണമാചാരിയുമടക്കം ഒരു ഡസനിലേറെ കലാകാരന്മാർ ഒരാഴ്ചയോളം കൂട്ടായി പ്രവർത്തിച്ചാണ് കെട്ടിടങ്ങളുടെ പൊളിഞ്ഞ ഭിത്തികൾ ചിത്രങ്ങൾ കൊണ്ട് അലങ്കരിച്ചത്. കണ്ടു പരിചയിച്ച ചിത്ര–ശില്പ കലാരീതികളെ മാറ്റിമറിച്ച്, അസാധാരണമായ ആർജ്ജവത്തോടെ പുത്തൻരീതികൾ മലയാളിക്ക് വരച്ചു കാട്ടിയവരാണ് കൊച്ചി–മുസരീസ് ബിനാലെ കലാകാരന്മാർ. ഇവരുടെ ആരാധകരും പരിചയക്കാരുമായ ഒട്ടേറെപേർ സന്ദർശകരായി എത്തിച്ചേർന്നു. ചില ദിവസങ്ങളിൽ സായാഹ്നങ്ങളിൽ സംഗീതവും നാടൻപാട്ടുമെല്ലാം അരങ്ങേറി. ആകെയൊരു ഉത്സവാന്തരീക്ഷം.

ചായംചാലിച്ചും ചിത്രം വരച്ചും ബിനാലേ ചിത്രകാരന്മാർ മോടിപിടിപ്പിച്ച ഈ ക്ലസ്റ്റർ നഗരമാലിന്യസംസ്കരണ കേന്ദ്രങ്ങളുടെ മാറിയ മുഖച്ഛായയുടെ പ്രതീകമാണ്. കേരളം ഇന്ന് നേരിടുന്ന പ്രധാന വികസനവെല്ലുവിളിയായ മാലിന്യസംസ്കരണ രംഗത്ത് പുതിയ പാത തുറക്കാനുള്ള ആലപ്പുഴയിലെ പരീക്ഷണങ്ങൾക്ക് ബിനാലെ കലാകാരന്മാരുടെ ചിത്രാഞ്ജലിയാണ് വഴിച്ചേരി എയ്റോബിക് ബിൻ ക്ലസ്റ്റർ. വലിച്ചെറിയാത്ത മനസ്സുകൾക്കും മാലിന്യമില്ലാത്ത തെരുവുകൾക്കും വേണ്ടിയുള്ള ചിത്രാർച്ചന.

നഗരത്തിലെ പ്രധാന മാലിന്യസംസ്കരണ സംവിധാനമാണ് ഇന്ന് എയ്റോബിക് കമ്പോസ്റ്റിങ്. ലക്ഷ്യമിട്ട പതിനൊന്നു കേന്ദ്രങ്ങളിലായി 100 എയ്റോബിക് കമ്പോസ്റ്റിങ് ബിന്നുകൾ സ്ഥാപിച്ചുകഴിഞ്ഞു. ഏറ്റവും

ശ്രദ്ധേയമായിട്ടുള്ള ഒരു ക്ലസ്റ്റർ കേന്ദ്രം ആലിശ്ശേരിയിലാണ്. ഏറ്റവും കൂടുതൽ മാലിന്യം ജനങ്ങൾ കൊണ്ടിടുന്നതും ഇവിടെയാണ്. പള്ളാത്തുരുത്തിയിൽ 20 ബിന്നുകളുടെ ഒരു ക്ലസ്റ്ററാണ് സ്ഥാപിക്കുന്നത്. അത്യപൂർവ്വം സ്ഥലത്തേ എതിർപ്പുകളുണ്ടായിരുന്നുള്ളൂ.

200–300 ബിന്നുകൾ നഗരത്തിലെമ്പാടുമായി സ്ഥാപിക്കുകയാണ് ലക്ഷ്യം. നഗരവാസികൾ തരംതിരിച്ച ജൈവമാലിന്യം ബിന്നുകളിൽ നിക്ഷേപിക്കണം. സാവധാനമാണെങ്കിലും നഗരം ഈ ചിട്ടയിലേക്ക് നടന്നുനീങ്ങുകയാണ്. മാലിന്യം ശേഖരിച്ച് സർവ്വോദയപുരത്തെ ക്ലസ്റ്ററുകളിലേക്ക് കൊണ്ടു പോയിരുന്ന നഗരസഭാ തൊഴിലാളികൾ എയ്റോബിക് ക്ലസ്റ്ററുകളുടെ ചുമതലക്കാരായി മാറി. എയ്റോബിക് ബിന്നുകളിൽ കരിയിലയും ചാണകവും മാലിന്യവും ഇടവിട്ടാണ് നിക്ഷേപിക്കുന്നത്. ചാണകത്തിനു പകരം ഇപ്പോൾ ഇനോക്കുലം ഉപയോഗിക്കുന്നു. കരിയില കൂടിയേ തീരൂ. കരിയില ശേഖരിക്കുന്നതും സൂക്ഷിക്കുന്നതും ഈ നഗരസഭാ തൊഴിലാളികളാണ്. നഗരസഭയിലെ കണ്ടിജന്റ് ജീവനക്കാരുടെ ഉത്തരവാദിത്വങ്ങളും ജോലിയും പുത്തൻ രീതികൾക്കൊത്ത് മാറുകയാണ്. നഗരസഭാ കൗൺസിലിന്റെ മുൻകൈയും ജീവനക്കാരുടെ സന്നദ്ധതയുമാണ് ഇത്തരം മാറ്റങ്ങൾ സാദ്ധ്യമാകുന്നത്.

Drawing by Laurie Baker

ഇനി വരുന്നൊരു തലമുറയ്ക്ക്
ഇവിടെ വാസം സാദ്ധ്യമോ?
മലിനമായ ജലാശയം,
മലിനമായൊരു ഭൂമിയും
ഇനി വരുന്നൊരു തലമുറയ്ക്ക്
ഇവിടെ വാസം സാദ്ധ്യമോ?
തണലുകിട്ടാൻ തപസ്സിലാണിന്ന്
ഇവിടെയെല്ലാ മലകളും
ദാഹനീരിനു നാവു നീട്ടി
വരണ്ടു പുഴകൾ സർവ്വവും
കാറ്റുപോലും വീർപ്പടക്കി
കാത്തുനില്ക്കും നാളുകൾ
ഇവിടെയെന്നെൻ പിറവിയെന്ന്
വിത്തുകൾ തൻ മന്ത്രണം

(നിർമ്മല ഭവനം,
നിർമ്മല നഗരം സിഗ്നേച്ചർ സോങ്)

11

വലിച്ചെറിയാത്ത മനസ്സുകൾ മാലിന്യമില്ലാത്ത തെരുവുകൾ

ടൗൺ ഹാളിൽ നഗരസഭയുടെ ഒരു പൊതുപരിപാടി നടക്കുകയാണ്. സാധാരണ ഔദ്യോഗിക ചടങ്ങുകളിൽനിന്നും ഭിന്നമായി പാട്ടു പാടിയാണ് തുടക്കം. കൗൺസിലർമാരുടെ നേതൃത്വത്തിലുള്ള സംഘമാണ് പാട്ടുകാർ.

നിർമ്മല ഭവനം നിർമ്മല നഗരം പദ്ധതിയുടെ സിഗ്നേച്ചർ സോങ് ആയി മാറിയ ഈ പാട്ട് മാലിന്യ മാനേജ്മെന്റുമായി ബന്ധപ്പെട്ട യോഗങ്ങളിലെല്ലാം പതിവാണ്. മാലിന്യ മാനേജ്മെന്റ് ഒരു സാമൂഹിക ലക്ഷ്യമാണെന്ന് നാം കണ്ടു. ഈ ലക്ഷ്യത്തിലെത്താൻ നടപ്പുരീതികളിൽ വലിയൊരു മാറ്റം അനിവാര്യമാണ്. മാലിന്യ ഉല്പാദനത്തിൽ കുറവു വരുത്തുന്നതിനും അനിവാര്യമായുണ്ടാകുന്ന മാലിന്യം ചിട്ടയായി സംസ്കരിക്കുന്നതിനുമുള്ള മനോഭാവമാണ് മാലിന്യ മാനേജ്മെന്റിന്റെ പ്രധാനവശം. ഈ മനസ്സിലേക്ക് നാട് നടന്നു കയറണം. അതിന് ആഴത്തിലുള്ള പ്രചരണവും ബോധവല്ക്കരണവും ആവശ്യമാണ്. സമൂഹത്തിലെ വിവിധ വിഭാഗങ്ങൾ ഈ മാറ്റത്തിന്റെ പതാകാവാഹകരാകണം. വലിച്ചെറിയാത്ത മനസ്സുകൾ; മാലിന്യമില്ലാത്ത തെരുവുകൾ എന്ന മുദ്രാവാക്യം ഈ ധാരണയുടെ അടിസ്ഥാനത്തിൽ രൂപപ്പെട്ടതാണ്. വലിച്ചെറിയാത്ത മനസ്സുകൾ സൃഷ്ടിക്കാൻ നിർമ്മലഭവനം പദ്ധതിയിൽ നിരവധി പ്രചരണ മാർഗ്ഗങ്ങൾ സ്വീകരിച്ചു. ശുചിത്വകലാജാഥയിലെ ആമു

Drawing by Reghu Harmony

ഖഗാനമാണ് ടൗൺ ഹാളിൽ നടന്ന ചടങ്ങിൽ കൗൺസിലർമാർ അട ങ്ങുന്ന സംഘം ആലപിച്ചത്. ഈ പ്രചരണപരിപാടികളുടെ ഒരു സാമാന്യ അവലോകനമാണ് ഈ അദ്ധ്യായം.

വാട്സാൻ ക്ലബ്ബുകൾ, ക്യാമ്പുകൾ (Water and sanitation-WATSAN)

കുട്ടികളെ മാറ്റത്തിന്റെ സന്ദേശ വാഹകരാക്കി മാറ്റുക എന്നതാണ് WATSAN ക്ലബ്ബുകളുടെ ലക്ഷ്യം. നഗരാതിർത്തിയിലെ UP, HS, HSS സ്കൂളുകളിലെല്ലാം WATSAN ക്ലബ്ബുകൾ രൂപീകരിക്കുകയാണ് ആദ്യം ചെയ്തത്. വ്യക്തിശുചിത്വം മാത്രമല്ല സാമൂഹ്യ ശുചിത്വവും പ്രധാനമാ ണെന്ന സന്ദേശമാണ് ഈ ക്ലബ്ബുകളിലൂടെ നല്കാൻ ശ്രമിക്കുന്നത്. ജല സംരക്ഷണവും സാമൂഹിക ശുചിത്വവും നാളെയുടെ സൃഷ്ടിക്ക് അനി വാര്യഘടകങ്ങളാണെന്ന ആശയത്തിലൂന്നിയ പ്രവർത്തനങ്ങളാണ് ക്ലബ്ബു കൾ ഏറ്റെടുക്കുന്നത്. മാലിന്യമുക്തമായ ഒരു അന്തരീക്ഷത്തിന് ചില ബദൽ ജീവിതമൂല്യങ്ങൾ അനിവാര്യമാണെന്നും അതിന് തുടക്കം കുറി ക്കാൻ കുട്ടികൾക്ക് കഴിയുമെന്നുമുള്ള ധാരണയും ക്ലബ്ബുകളുടെ രൂപീ കരണത്തിന് പിന്നിലുണ്ട്. പ്ലാസ്റ്റിക് കിറ്റുകൾക്ക് പകരം ഉപയോഗിക്കാ

വുന്ന പേപ്പർ ബാഗുകളുടെ നിർമ്മാണം കുട്ടികളെ പരിശീലിപ്പിച്ചത് ഈയൊരു ലക്ഷ്യം മുൻനിറുത്തിയാണ്.

പ്ലാസ്റ്റിക് ക്യാരി ബാഗിന്റെ ഉപയോഗം നിർത്തണം. എന്നാലും പാക്കിങ് മെറ്റീരിയലായി വീടുകളിൽ പ്ലാസ്റ്റിക് എത്തും. ഇങ്ങനെ അനിവാര്യമായെത്തുന്ന പ്ലാസ്റ്റിക് വലിച്ചെറിയുകയോ കത്തിക്കുകയോ ചെയ്യരുത്. അത് കുട്ടികൾ കൂട്ടിവയ്ക്കണം. കഴുകി വെടിപ്പാക്കി ഉണക്കി സ്കൂളുകളിൽ കൊണ്ടുവന്ന് തൂക്കി പ്ലാസ്റ്റിക് അളന്ന് ചാക്കിൽ സൂക്ഷിക്കണം. ഒരു കിലോ പ്ലാസ്റ്റിക്കിന് ഒരു ക്രെഡിറ്റ്. സ്കൂളിൽ സൂക്ഷിക്കുന്ന രജിസ്റ്ററിൽ ഈ ക്രെഡിറ്റ് രേഖപ്പെടുത്തും. വർഷാവസാനം ഒരു ക്രെഡിറ്റിന് 20 രൂപയുടെ പുസ്തകം എന്ന തോതിൽ കുട്ടികൾക്ക് പുസ്തകം നല്കും. സ്കൂളുകളിൽനിന്നും നഗരസഭ പ്ലാസ്റ്റിക് സംഭരിച്ച് റിസോഴ്സ് റിക്കവറി സെന്ററിലേക്ക് മാറ്റും. പ്ലാസ്റ്റിക് സംഭരണത്തിന് സർവ്വീസ് ടീം അംഗങ്ങൾ സ്കൂളുകളെ സഹായിക്കും. ഇത്തരമൊരു പ്രവർത്തനപരിപാടി Watsan ക്ലബ്ബുകൾക്ക് നല്കുകയാണ്. പ്ലാസ്റ്റിക് സംഭരിക്കുന്നതിനുള്ള ഒരു പരിപാടിയല്ല, മറിച്ച് പ്ലാസ്റ്റിക് കിറ്റുകൾക്ക് പകരം പേപ്പർ ബാഗുകൾ ഉപയോഗിക്കുക, അനിവാര്യമായി എത്തിച്ചേരുന്ന പ്ലാസ്റ്റിക് കത്തിക്കാതെയും വലിച്ചെറിയാതെയും റീസൈക്ലിങ്ങിനായി കൈമാറുക എന്നിങ്ങനെയുള്ള മൂല്യങ്ങൾ കുട്ടികളിലൂടെ പ്രചരിപ്പിക്കുകയാണ് ലക്ഷ്യം.

2013–14 അക്കാദമികവർഷം മുനിസിപ്പൽതലത്തിലും സ്കൂൾതലത്തിലും വാട്സാൻ ക്യാമ്പുകൾ സംഘടിപ്പിച്ചു. വികേന്ദ്രീകൃത ഉറവിട മാലിന്യസംവിധാനങ്ങളുടെ ശാസ്ത്രവും സാങ്കേതികവിദ്യയും കുട്ടികളെ പരിചയപ്പെടുത്തുന്ന പ്രവർത്തനാധിഷ്ഠിതമായ ക്യാമ്പുകളായിരുന്നു ഇവ. ശ്രദ്ധേയമായ അനുഭവമായിരുന്നു ക്യാമ്പുകൾ. നഗരസഭാതലത്തിലുള്ള ക്യാമ്പിൽ 300 ലധികം കുട്ടികൾ പങ്കെടുത്തു. ബദൽ ഉല്പന്നങ്ങളുടെ നിർമ്മാണം, വലിച്ചെറിയുന്ന വസ്തുക്കളിൽനിന്നും കളിപ്പാട്ടങ്ങളും കൗതുക വസ്തുക്കളും നിർമ്മിക്കൽ, ശുചിത്വം പ്രമേയമാക്കി സ്കിറ്റുകൾ തയ്യാറാക്കൽ തുടങ്ങി ക്യാമ്പ് ഏറെ വിജ്ഞാനപ്രദവും രസകരവുമായിരുന്നു. വിദ്യാലയശുചിത്വം സംബന്ധിച്ച പ്രൊജക്ടുകൾ തയ്യാറാക്കിയാണ് സ്കൂളുകൾ ക്യാമ്പിൽ എത്തിയത്. പ്രൊജക്ടുകൾക്ക് മത്സരവും ഏർപ്പെടുത്തിയിരുന്നു. പരിസ്ഥിതി സംരക്ഷണത്തിന്റെ പ്രാധാന്യവും മാലിന്യഭാരം വരുത്തുന്ന വിനകളും എല്ലാം കൗതുകകരമായി കുട്ടികളിലെത്തിക്കാൻ ക്യാമ്പിന് കഴിഞ്ഞു. മൈക്കിൾ ജാക്സന്റെ എർത്ത് സോങ് എന്ന സുപ്രസിദ്ധ പരിസ്ഥിതി സംഗീത ആൽബം വീണ്ടും വീണ്ടും പ്രദർശിപ്പിക്കാൻ കുട്ടികൾ ആവശ്യപ്പെട്ടത് ഹൃദ്യമായൊരു അനുഭവമായിരുന്നു.

ഈ നിരന്ന ജനതതിക്കും
ഇനി വരുന്ന നൂറു നൂറു
തലമുറയ്ക്കുമൊറ്റയാശ്രയം
ഈയൊരൊറ്റ ഭൂമിയാശ്രയം

ഇതായിരുന്നു വാട്സാൻ ക്യാമ്പ് ഗാനം. സ്കൂളുകളിൽ നടന്ന ക്യാമ്പുകളിൽ 1500 കുട്ടികൾ പങ്കെടുത്തു. നിർമ്മല ഭവനം പദ്ധതിയുടെ പ്രചരണം വീടുകളിൽ വലിയ തോതിൽ എത്തിക്കാൻ കഴിഞ്ഞ ഒന്നാണ് വാട്സാൻ ക്ലബ്ബും ക്യാമ്പുകളും. ക്യാമ്പിൽ പരിശീലിച്ച പാട്ടുകളും പരിസ്ഥിതി പ്രവർത്തനങ്ങളും ഇന്ന് നഗരത്തിലെ പല സ്കൂളുകളിലും സ്ഥിരമായി ഉപയോഗിക്കുന്നു. 2014 സെപ്തംബർ 11,12,13 തീയതികളിൽ നടന്ന വാട്ട്സാൻ ക്യാമ്പിൽ 500 വിദ്യാർത്ഥികൾ പങ്കെടുത്തു. ശുചിത്വത്തിന്റെ അടിസ്ഥാനത്തിൽ സ്കൂളുകൾക്ക് ഗ്രേഡിങ് ഏർപ്പെടുത്താൻ ക്യാമ്പ് തീരുമാനിച്ചു. സ്കൂളുകളിൽ ഉപയോഗിക്കുന്ന പ്ലാസ്റ്റിക് ഉല്പന്നങ്ങൾക്ക് പരമാവധി പകരം വസ്തുക്കൾ കണ്ടെത്തി ഉപയോഗിക്കാൻ ക്യാമ്പ് അംഗങ്ങൾ മുൻകൈയെടുക്കും. എല്ലാ രണ്ടാം ശനിയാഴ്ചയും ഒത്തുചേരാനും തുടർച്ചയായ ശുചിത്വ പ്രചരണങ്ങളിൽ ഏർപ്പെടാനും തീരുമാനിച്ചുകൊണ്ടാണ് ക്യാമ്പ് സമാപിച്ചത്. മാറ്റത്തിന്റെ, വേറിട്ടൊരു പാതയുടെ ചിന്ത സാവകാശം പുതിയ തലമുറയിലേക്ക് കൈമാറുകയാണ് വാട്സാൻ ക്ലബ്ബുകൾ.

കലാജാഥ

പാട്ടും നാടകങ്ങളും സംഗീതശില്പവുമെല്ലാം ആശയപ്രചരണത്തിന് ഉപയോഗിച്ചു പരിചയമുള്ള സന്നദ്ധപ്രവർത്തകർ നിർമ്മലഭവനം പദ്ധതിയിൽ തുടക്കം മുതലേ പങ്കാളികളാണ്. മാലിന്യ മാനേജ്മെന്റിന്റെ സന്ദേശം ജനങ്ങളിൽ എത്തിക്കാൻ കലാജാഥ സംഘടിപ്പിക്കാൻ തീരുമാനിച്ചതും ഇവരുടെ മുൻകൈയിലാണ്. മാലിന്യപ്രശ്നം കേന്ദ്രപ്രമേയമാക്കിയുള്ള പരിപാടികൾ ശാസ്ത്രസാഹിത്യപരിഷത്തിന്റെ പല കലാജാഥകളിലും അവതരിപ്പിച്ചിട്ടുണ്ട്. അവ ആലപ്പുഴയുടെ സാഹചര്യത്തിൽ ചെത്തിമിനുക്കി ഉപയോഗിക്കാൻ തീരുമാനിച്ചു. മലപ്പുറത്ത് നിന്ന് എം എം സചീന്ദ്രൻ മാഷും വൈക്കത്ത് നിന്ന് വേണുവും പാലക്കാട് നിന്ന് ശ്രീകണ്ഠൻ മാഷും ഇടുക്കിയിൽ നിന്ന് രാജപ്പനും കൊല്ലത്ത് നിന്ന് രാജശേഖരനും സഹായിക്കാനെത്തി. തങ്ങളുടെ അനുഭവങ്ങൾ പങ്കുവയ്ക്കാൻ ആലപ്പുഴക്കാരും ചേർന്നു.

എറണാകുളത്ത് ഒത്തുചേർന്ന സംഘം പരിപാടികളുടെ ഉള്ളടക്കം തീരുമാനിച്ചു. കലാജാഥയുടെ സ്ക്രിപ്റ്റ് ഒരാഴ്ചയ്ക്കകം തയ്യാറാക്കി. 5 ദിവസം നീണ്ടുനില്ക്കുന്ന റിഹേഴ്സണൽ ക്യാമ്പ്. 12 പേരായിരുന്നു കലാജാഥയിൽ അംഗങ്ങൾ. ഏറെയും കോളേജ് വിദ്യാർത്ഥികൾ. രണ്ടു സ്കൂൾ കുട്ടികൾ. പിന്നെ സാമൂഹ്യ പ്രവർത്തകരായ കുറച്ചുപേരും. 2013 ഏപ്രിൽ 17 ന് വൈകിട്ട് കരളകം ടൗൺ എൽ പി എസിൽ നടനും സംവിധായകനുമായ മധുപാലാണ് കലാജാഥ ഉദ്ഘാടനം ചെയ്തത്. 8 ദിവസങ്ങളിലായി 15 കേന്ദ്രങ്ങളിൽ കലാജാഥ പരിപാടികൾ അവതരിപ്പിച്ചു.

കിറ്റിൽ കെട്ടി മാലിന്യം തെരുവിലിടുന്ന രീതിയെ കണക്കറ്റ് കളിയാക്കിയും കാർക്കിച്ചു തുപ്പിയും വലിച്ചെറിഞ്ഞും പരിസരം മലിന

മാകുന്ന മനോഭാവത്തെ തുറന്നുകാട്ടിയും മാലിന്യം ഉയർത്തുന്ന രോഗ ഭീഷണിയെപ്പറ്റി മുന്നറിയിപ്പ് നല്കിയും ഈയൊരൊറ്റ ഭൂമി മാത്രമാണ് ജീവനാശ്രയം എന്ന പരിസ്ഥിതി സന്ദേശം പടർത്തിയും കലാജാഥ നിർമ്മല ഭവനം പദ്ധതിയുടെ സന്ദേശം പ്രചരിപ്പിച്ചു. നിർമ്മല ഭവനം പദ്ധതിയുടെ ഏതാണ്ടെല്ലാ പ്രവർത്തകരും തങ്ങൾക്കൊത്ത സർഗ്ഗശേഷി കൊണ്ട് ഉറവിട മാലിന്യസംസ്കരണത്തിന്റെ സന്ദേശം പ്രചരിപ്പിക്കുന്നതിൽ പങ്കാളികളായി. ആശയഐക്യവും കൂട്ടായ്മയും സർഗ്ഗശേഷിയുണർത്തും എന്നു തെളിയുകയായിരുന്നു. നിർമ്മല ഭവനം പദ്ധതിയുടെ പല സന്നദ്ധപ്രവർത്തകരുടെയും ഫോണിലെ റിങ് ബാക്ക് ടോൺ ഇതാണ്; "നഗരം നല്ലതാക്കണം/നന്മയുള്ളതാക്കണം/ആരോഗ്യബോധമുള്ള ജനത വളരണം/ആലപ്പുഴയെ ശുചിത്വമുള്ളതാക്കണം." പാട്ടെഴുതിയതും ഈണമിട്ടതും ഒരു സന്നദ്ധപ്രവർത്തകൻ. പാടിയത് അയാളുടെ ജീവിതസഖി.

കുട്ടിപ്പൊലീസും എൻ എസ് എസ് വളണ്ടിയർമാരും

മാലിന്യം വലിച്ചെറിയുന്നത് കണ്ടാൽ കുട്ടിപ്പൊലീസ് വിസിലടിക്കും. അരുതെന്ന് ആംഗ്യം കാണിക്കും. എസ് ഡി വി ബോയ്സ് സ്കൂളിലെ കുട്ടിപ്പൊലീസാണ് തെരുവു വൃത്തിയാക്കുന്നതിനുള്ള ശ്രമത്തിൽ പങ്കാളികളായത്. നിർമ്മല ഭവനം പദ്ധതിയുടെ പ്രവർത്തനങ്ങളിൽ വിദ്യാർത്ഥികളെയും പങ്കാളികളാക്കാൻ പൊലീസും താല്പര്യമെടുത്തു. കനാൽക്കരയിലും മറ്റും മാലിന്യം വലിച്ചെറിയുന്നവരെ കൈയോടെ പിടികൂടാൻ ആലപ്പുഴ പൊലീസ് സജീവമായി രംഗത്തിറങ്ങിയിരുന്നു.

എസ് ഡി വി യിലെ സ്റ്റുഡന്റ് പൊലീസിന്റെ ചുമതലയുള്ള ആലപ്പുഴ നോർത്ത് സർക്കിൾ ഇൻസ്പെക്ടറാണ് കുട്ടിപ്പൊലീസിനെ മാലിന്യ മാനേജ്മെന്റിന്റെ പാഠങ്ങൾ പഠിപ്പിക്കണമെന്ന് ആവശ്യപ്പെട്ട് സമീപിച്ചത്. എസ് ഡി വി ഗേൾസ് സ്കൂളിൽ 2014 ലെ ഓണം അവധിക്ക് നടന്ന വാട്സാൻ ക്യാമ്പിൽ കുട്ടിപ്പൊലീസ് പടയും പങ്കെടുത്തു. യൂണിഫോമിട്ട് പൊലീസ് ചിട്ടയിൽ പരിസ്ഥിതി ക്യാമ്പിൽ ഒരു കുട്ടിപ്പട. അവരെ നിർമ്മലഭവനം പദ്ധതിയുടെ തുടർ പ്രവർത്തനങ്ങളിൽ പങ്കാളികളാക്കാൻ തീരുമാനിക്കുകയായിരുന്നു. തെരുവിൽ മാലിന്യം വലിച്ചെറിയുന്നവരെ നോക്കി തെല്ലൊരു ശാസനാഭാവത്തിൽ വിസിലടിച്ച് അരുതെന്നു പറയുന്ന കുട്ടിപ്പൊലീസ് ചില്ലറ കൗതുകമല്ല സൃഷ്ടിച്ചത്.

കോളേജുകളിലെയും ഹയർ സെക്കന്ററി സ്കൂളുകളിലെയും നാഷണൽ സേവിങ് സ്കീം (NSS) സന്നദ്ധപ്രവർത്തകരെ തുടക്കം മുതൽ ക്യാമ്പയിനിന്റെ ഭാഗമാക്കാൻ ശ്രമിച്ചിരുന്നു. ഉറവിട മാലിന്യസംസ്കരണ സംവിധാനങ്ങളിലെ അഭിരുചി അറിയാൻ നടത്തിയ സർവ്വേ മുതൽ എൻ എസ് എസ് വാളണ്ടിയർമാർ ക്യാമ്പയിനിൽ പങ്കാളികളായിരുന്നു. കിടങ്ങാംപറമ്പ് വാർഡിൽ നടന്ന മാസ് ക്ലീനിങ് പരിപാടിയിൽ ആലപ്പുഴ എസ് ഡി കോളേജിലേയും സെന്റ് ജോസഫ്സ് കോളജിലേയും

എൻ എസ് എസ് കുട്ടികൾ സജീവമായി പങ്കെടുത്തു. 2014 ഡിസംബർ മാസം 3 സ്ഥാപനങ്ങളിലെ എൻ എസ് എസ് വാർഷിക ക്യാമ്പാണ് ആലപ്പുഴ നഗരത്തിൽ നടത്തിയത്. 3 വാർഡുകൾ കേന്ദ്രീകരിച്ചായിരുന്നു ഇവർ പ്രവർത്തനം നടത്തിയത്. ചേർത്തല എസ് എൻ കോളേജിലെ കുട്ടികൾ കരളകം വാർഡിലും ചേർത്തല സെന്റ് മൈക്കിൾസ് കിടങ്ങാം പറമ്പ് കേന്ദ്രീകരിച്ചും, നെടുമുടി എൻ എസ് എച്ച് എസ് എസിലെ കുട്ടികൾ കറുകയിൽ വാർഡ് കേന്ദ്രീകരിച്ചുമാണ് നിർമ്മല ഭവനം നിർമ്മല നഗരം പ്രവർത്തനങ്ങളുടെ പ്രചരണം നടത്തിയത്.

ഈ വാർഡുകളിൽ പൈപ്പ് കമ്പോസ്റ്റ് യൂണിറ്റുകൾ സ്ഥാപിക്കുന്നതിലും കുട്ടികൾ പങ്കാളികളായി. കഴിയുന്നത്ര സ്ഥാപനങ്ങളിലെ നാഷണൽ സർവ്വീസ് സ്കീം യൂണിറ്റുകളെ സമ്പൂർണ്ണ ശുചിത്വം കൈവരിക്കാൻ ശ്രമിക്കുന്ന വാർഡുകളുമായി ബന്ധിപ്പിച്ച് നിരന്തരമുള്ള പ്രവർത്തനങ്ങൾ നടത്തുന്നത് വലിയ മുന്നേറ്റമുണ്ടാക്കാൻ സഹായിക്കും.

ക്രിസ്മസ് കരോളും ഓണാഘോഷവും

2013 ലെ ക്രിസ്തുമസ് തലേന്ന് നഗരത്തിൽ നടത്തിയ ശുചിത്വ കരോൾ ശ്രദ്ധേയമായിരുന്നു. എൻ എസ് എസ് കുട്ടികളും കുടുംബശ്രീ പ്രവർത്തകരുമെല്ലാം കൗൺസിലർമാരുടെ നേതൃത്വത്തിൽ ശുചിത്വാരോഗ്യ പ്രവർത്തനങ്ങളിൽ പങ്കാളികളായി. ഈ പരിപാടിയിലാണ് കൂറ്റൻ ചൈനീസ് വ്യാളി ശുചിത്വ സന്ദേശത്തിന് നഗരത്തിലിറങ്ങിയത്. മാരാരിക്കുളത്തെ ഇപ്റ്റയുടെ പ്രവർത്തകരാണ് വ്യാളി അവതരിപ്പിച്ചത്. മാലിന്യം വിഴുങ്ങാൻ വ്യാളി ഇറങ്ങി എന്ന തലക്കെട്ടിൽ മാദ്ധ്യമങ്ങളിൽ വലിയ വാർത്തയായി.

2013 ലെ ഓണക്കാലത്ത് നഗരത്തിലെ കുടുംബശ്രീ പ്രവർത്തകർക്കായി ശുചിത്വ ഓണാഘോഷം സംഘടിപ്പിച്ചു. ശുചിത്വ പൂക്കള മത്സരവും തിരുവാതിര മത്സരവും ചേർന്ന് നിർമ്മല ഭവനം നിർമ്മല നഗരം ഓണാഘോഷം പൊടിപൊടിച്ചു. ഈ ഓണാഘോഷ പരിപാടിയിൽ വെച്ചാണ് നിർമ്മല ഭവനം പദ്ധതി നഗര വ്യാപകമാകുന്നതിന്റെ പ്രഖ്യാപനം നടന്നത്. ഭൂരിപക്ഷം വാർഡുകളിൽനിന്നും മത്സരത്തിൽ പങ്കാളിത്തവുമുണ്ടായി. ഒരു പൂർണ്ണ ദിവസം നീണ്ടുനിന്ന നിർമ്മല ഭവനം ഓണാഘോഷ പരിപാടിയും അതിന്റെ വാർത്തകളും വലിയ തോതിൽ ശുചിത്വസന്ദേശം ജനങ്ങളിലെത്തിക്കാൻ സഹായകമായി. ആലപ്പുഴ ചേർത്തല കനാലിലൂടെ ഓണക്കാലത്ത് നടത്തിയ ഉത്രാട ത്തോണി യാത്രയും കൗതുകകരമായിരുന്നു.

സമ്പൂർണ്ണ ശുചിത്വപ്രഖ്യാപനം

3 വാർഡുകൾ സമ്പൂർണ്ണ ശുചിത്വ പദവിയിലേക്ക് നീങ്ങിയ കാര്യം നേരത്തെ സൂചിപ്പിച്ചു. വലിയ ആഘോഷമായിട്ടാണ് സമ്പൂർണ്ണ ശുചിത്വ പ്രഖ്യാപനം നടത്തിയത്. സംസ്ഥാനനഗരകാര്യ മന്ത്രി ശ്രീ. മഞ്ഞളാം

കുഴി അലിയും ആലപ്പുഴയിലെ എം എൽ എമാരും, കുഞ്ചൻ, ലാലു അലക്സ്, മുത്തുമണി തുടങ്ങിയ അഭിനേതാക്കളും, സംവിധായകൻ റോഷൻ ആൻഡ്രൂസ്, തിരക്കഥാകൃത്ത് സഞ്ജയ് എന്നിവരും പങ്കെടുത്ത വിപുലമായ ചടങ്ങ്. മൂന്ന് വാർഡുകളിൽ നിന്നും ശുചിത്വ സന്ദേശ ഘോഷയാത്ര കിടങ്ങാംപറമ്പിൽ സംഗമിച്ചാണ് സമ്പൂർണ്ണ ശുചിത്വ പ്രഖ്യാപനം നടത്തിയത്.

കിട്ടിയ സന്ദർഭങ്ങളിലെല്ലാം ഇത്തരം ചടങ്ങുകൾ സംഘടിപ്പിച്ചിരുന്നു. ബയോഗ്യാസ് പ്ലാന്റുകളുടെ എണ്ണം നൂറിലെത്തിയപ്പോഴും ഇരുനൂറിലെത്തിയപ്പോഴും അഞ്ഞൂറിലെത്തിയപ്പോഴുമെല്ലാം ഇത്തരം ആഘോഷങ്ങൾ സംഘടിപ്പിച്ചു. നിർമ്മല നഗരം പദ്ധതി ആരംഭിച്ച് ഒരു കൊല്ലത്തിനകം വിപുലമായ സെമിനാർ സംഘടിപ്പിച്ചു. ഉറവിട മാലിന്യ സംവിധാനങ്ങൾ സ്ഥാപിച്ച വീടുകളുടെയും അതിനു മുൻകൈ എടുത്ത റസിഡൻസ് അസോസിയേഷനുകളുടെയും സർവ്വീസ് ടീം അംഗങ്ങളുടെയും അനുഭവങ്ങളും അഭിപ്രായങ്ങളും പങ്കുവയ്ക്കാനായിരുന്നു സെമിനാർ. പദ്ധതിയിൽ പങ്കാളികളായ ഏജൻസികൾക്ക് ജനങ്ങളോടു പറയാറുള്ളത് പറയാനും അവർക്ക് ജനങ്ങളിൽനിന്നും കേൾക്കാനുള്ളത് കേൾക്കാനും ഉള്ള സന്ദർഭമായി കൂടിയാണ് സെമിനാർ നടന്നത്.

കോഴിക്കോട് എൻ ഐ റ്റി-യിലെ ഡോ. ലിസാ ശ്രീജിത്തിന്റെ നേതൃത്വത്തിൽ നടന്ന *പ്ലാസ്റ്റിക്കും പരിസ്ഥിതിയും* എന്ന സെമിനാറും ശ്രദ്ധേയമായിരുന്നു. പ്ലാസ്റ്റിക്കിന്റെ സ്വഭാവവും പ്ലാസ്റ്റിക്കിന്റെ പുനചംക്രമണ സാദ്ധ്യതകളുമായിരുന്നു സെമിനാറിന്റെ പ്രമേയം.

ഇത്തരത്തിൽ ചടങ്ങുകൾ നടത്തുന്നതെന്തിനാണ് എന്ന വിമർശനം പലകോണിൽനിന്നും ഉയർന്നുവന്നിരുന്നു. മാലിന്യ മാനേജ്മെന്റിലെ സാമൂഹ്യതലത്തെക്കുറിച്ച് പ്രതിപാദിച്ചു കഴിഞ്ഞു. വലിച്ചെറിയാത്ത മനസ്സുകൾ സൃഷ്ടിക്കാൻ ഇത്തരം പ്രചരണ പരിപാടികൾ അനിവാര്യമാണ് എന്ന ചിന്തയിൽ നിന്നാണ് ഈ പരിപാടികളെല്ലാം ഉടലെടുത്തത്.

മനസ്സു നിറഞ്ഞ മാദ്ധ്യമ പിന്തുണ

ചടങ്ങുകളുടെ 'ധാരാളിത്തം' വിമർശനവിധേയമായിട്ടുണ്ട്. ഓരോ ചടങ്ങും മാദ്ധ്യമങ്ങളിൽ വാർത്തകളായി മാറുന്നു എന്ന ലളിതമായ വസ്തുത വിമർശകർ മറന്നുപോയി. ചടങ്ങിൽ പങ്കെടുക്കുന്ന നൂറോ ആയിരമോ പേരിലേക്കല്ല നഗരവാസികളായ പതിനായിരങ്ങളിലേക്കാണ് ക്യാമ്പയിന്റെ സന്ദേശം ഇങ്ങനെ എത്തുന്നത്. ഫലപ്രദമായ വികസന ക്യാമ്പയിൻ ബഹുജനമാദ്ധ്യമങ്ങളുടെ പിന്തുണയോടെ എങ്ങനെ വളർത്തിയെടുക്കാം എന്നതിന്റെ ഉത്തമ ഉദാഹരണമാണ് സാക്ഷരതാ പ്രസ്ഥാനം. ജനകീയാസൂത്രണവും തുടക്കത്തിൽ സാർവ്വത്രികമായ മാദ്ധ്യമ പിന്തുണ നേടി. എന്നാൽ പിന്നീട് ചേരിതിരിവുകളും വിമർശനങ്ങളുംകൊണ്ട് അന്തരീക്ഷം മുഖരിതമായതോടെ സന്ദേശങ്ങൾ പശ്ചാത്തല ബഹളത്തിൽ മുങ്ങിപ്പോയി. ജനകീയാസൂത്രണത്തിലെ വനിതാ

ഘടകപദ്ധതിയുടെ വിജയവും പട്ടികവർഗ്ഗ ഉപപദ്ധതിയുടെ താരതമ്യേന പിന്നോട്ടടിയും സംവേദന വിജയപരാജയങ്ങളുടെ അടിസ്ഥാനത്തിൽ വിശദീകരിക്കുന്ന പ്രമാണപ്രബന്ധങ്ങൾ തന്നെയുണ്ട്. ആലപ്പുഴയുടെ വിജയത്തിന് കാരണം മാദ്ധ്യമങ്ങൾ നല്കിയ അകമഴിഞ്ഞ പിന്തുണ യാണ്.

മനോഭാവത്തിൽ മാറ്റം വരുത്തി മാലിന്യപ്രശ്നം പരിഹരിക്കാനുള്ള ശ്രമമാണല്ലോ ഈ ക്യാമ്പയിൻ. സാങ്കേതികവിദ്യയുടെ തിരഞ്ഞെടുപ്പും പ്രയോഗവും പോലും മാറിയ മനസ്സുകളിൽ നിന്നുമുണ്ടാകേണ്ട തീരുമാനങ്ങളാണ്. തുടക്കം മുതൽ പരമാവധി നഗരവാസികളിലേക്ക് നേരിട്ടു സന്ദേശമെത്തിക്കാനായിരുന്നു ശ്രമം. വ്യക്തികളോട് ആശയ വിനിമയം നടത്തുന്ന രീതി. അല്ലെങ്കിൽ ചെറു കൂട്ടത്തോട്. അതിനായി നടത്തിയ പ്രചരണങ്ങളാണ് നാം കണ്ടത്. ഭവനസന്ദർശനം മുതൽ കലാജാഥകൾ വരെയുള്ള ആശയവിനിയമ സങ്കേതങ്ങൾ സ്വീകരിച്ചു. ഓരോ ഗ്രൂപ്പിനെയും അഭിസംബോധന ചെയ്യുന്നതിനുള്ള ശ്രമങ്ങളും നടത്തി. കുട്ടികളിൽ മാറ്റത്തിന്റെ സന്ദേശമെത്തിക്കാനും ശ്രമിച്ചു.

എന്നാൽ ഇത്തരത്തിലുള്ള ഒരു കനത്ത മാറ്റം വ്യക്തികളോടും ചെറുകൂട്ടങ്ങളോടും ആശയവിനിമയം നടത്തി മാത്രം സാധിക്കാനാവില്ല. പഴഞ്ചൻ ധാരണകളും അവ്യക്തതകളും ആളുകളിൽ മാത്രമല്ല, അധി കാരകേന്ദ്രങ്ങളിലും രൂഢമൂലമായിരുന്നു. മാലിന്യസംസ്കരണശ്രമങ്ങൾ കേരളത്തിലെമ്പാടും പരാജയമടഞ്ഞ അനുഭവം നാം കണ്ടു. സാങ്കേതിക വിദ്യകൊണ്ട് പ്രശ്നം പരിഹരിക്കാമെന്ന ധാരണയിലായിരുന്നു പൊതു വിൽ കേരളം. ആളുകളിലും അധികാരകേന്ദ്രങ്ങളിലും ഒരു മാറ്റം അനി വാര്യമായിരുന്നു. അതിന് മാദ്ധ്യമങ്ങളുടെ കലവറയില്ലാത്ത പിന്തുണ വേണമായിരുന്നു. മനസ്സു നിറഞ്ഞാണ് മാദ്ധ്യമങ്ങൾ ഈ പദ്ധതിയെ പിന്തുണച്ചത്. അച്ചടി മാദ്ധ്യമങ്ങളും ദൃശ്യമാദ്ധ്യമങ്ങളും നിർമ്മല ഭവനം പദ്ധതിയിൽ പങ്കാളികളായി. സാക്ഷരതാ പ്രസ്ഥാനത്തിനു ലഭിച്ച പിന്തു ണയെ അനുസ്മരിപ്പിക്കുംവിധമാണ് ഈ വികേന്ദ്രീകൃത മാലിന്യസംസ് കരണ പരിപാടിക്കു മാദ്ധ്യമങ്ങൾ പിന്തുണ നല്കുന്നത്.

ആലപ്പുഴയിലുണ്ടായ ചില്ലറ രാഷ്ട്രീയ എതിർപ്പുകൾ ഈ പരി പാടിയെ ബാധിക്കാതിരിക്കുന്നതും ഈ മാദ്ധ്യമ പിന്തുണ കൊണ്ടാണ്.

നിർമ്മല ഭവനം പദ്ധതിയുടെ സന്ദേശങ്ങൾ ജനങ്ങളിലെത്തിച്ചും വലിച്ചെറിയുന്നവർക്ക് മുന്നറിയിപ്പു നല്കിയും പദ്ധതി സൃഷ്ടിക്കുന്ന കൗതുകങ്ങൾ വാർത്തയാക്കിയും മാദ്ധ്യമങ്ങൾ ക്യാമ്പയിനൊപ്പം ചേർന്നു.

മാലിന്യ പ്രതിസന്ധിയെക്കുറിച്ച് പരമ്പരയെഴുതിയ ദേശാഭിമാനി ഉപസംഹരിച്ചത് "മാതൃകയുണ്ട്. കൈകോർക്കാം" എന്ന വാർത്തയോടെ യാണ്. മാതൃകയായി 'നിർമ്മല ഭവനം, നിർമ്മല നഗരം പദ്ധതി' എന്ന തലക്കെട്ടിൽ ബോക്സ് വാർത്ത പ്രത്യേകം നല്കുകയും ചെയ്തു.

മൂന്നു വാർഡുകളുടെ സമ്പൂർണ്ണ ശുചിത്വ പ്രഖ്യാപനം നടന്ന യോഗത്തിൽവെച്ച് ശുചിത്വ പരിപാടി നടപ്പിലാക്കാത്ത ജനപ്രതിനിധികൾക്ക്

തുടർന്ന് മത്സരിക്കാൻ അവസരം നല്കില്ലെന്ന് ജി സുധാകരൻ എം എൽ എ പറഞ്ഞിരുന്നു. ഈ പ്രസ്താവനയ്ക്ക് ലഭിച്ച പ്രാധാന്യം, ശുചിത്വ പരിപാടിക്ക് മാധ്യമങ്ങൾ നല്കുന്ന പ്രാധാന്യം വെളിപ്പെടുത്തുന്നതാണ്

LDF councillors who did not implement waste management schemes, would not be permitted to contest in the upcoming polls എന്നായിരുന്നു *ദി ഹിന്ദു* റിപ്പോർട്ടു ചെയ്തത്.

കൊച്ചി നഗരവാസിയായ സിനിമാതാരം കുഞ്ചൻ ശുചിത്വ പ്രഖ്യാപ നസമ്മേളനത്തിൽ ആലങ്കാരികമായി ഒരുകാര്യം പറഞ്ഞു. ശുദ്ധവായു ശ്വസിച്ച് മരിക്കണമെങ്കിൽ ആലപ്പുഴയിൽ വരണമെന്നായിരുന്നു അദ്ദേഹ ത്തിന്റെ കമന്റ്. "നല്ല ശ്വാസം കിട്ടി മരിക്കാൻ ആലപ്പുഴക്കാരനാകണ മെന്ന് കുഞ്ചൻ" എന്ന തലക്കെട്ടിൽ നാലു കോളത്തിലാണ് *മാതൃഭൂമി* വാർത്ത നല്കിയത്. "ഹായ്, മൂക്കുപൊത്താതെ നടക്കാം" എന്നായി രുന്നു *കേരളകൗമുദി*യുടെ തലക്കെട്ട്.

വഴിയോരങ്ങളിൽ എയ്റോബിക് കമ്പോസ്റ്റ് ബിന്നുകൾ സ്ഥാപിച്ച കാര്യം പറഞ്ഞുവല്ലോ. ഈ പ്രവർത്തനത്തിനും പത്രങ്ങൾ വലിയ പ്രാധാന്യം നല്കി. മാലിന്യം വലിച്ചെറിയേണ്ടതില്ലെന്നും തരംതിരിച്ച് എയ്റോബിക് ബിന്നുകളിൽ നിക്ഷേപിച്ചാൽ മതിയെന്നുമുള്ള സന്ദേശം ജനങ്ങളിലെത്തിക്കാൻ മാദ്ധ്യമങ്ങൾ മുൻകൈയെടുത്തു. "എയ്റോബി ക്കിൽ എത്തിക്കൂ... പ്ലീസ്" എന്ന *ദേശാഭിമാനി* വാർത്ത മാദ്ധ്യമങ്ങൾ ഈ സന്ദേശം പരത്താൻ വഹിച്ച പങ്ക് വ്യക്തമാക്കുന്നതാണ്.

വലിച്ചെറിയുന്നവർക്കും മാലിന്യം റോഡിലും തോടിലും തള്ളുന്നവർക്കും മുന്നറിയിപ്പു നല്കുന്ന വാർത്തകൾക്കും മാദ്ധ്യമങ്ങൾ വലിയ പ്രാധാന്യം നല്കി. ആലപ്പുഴ – ചേർത്തല കനാലിൽ അറവു മാലിന്യം തള്ളാനെത്തിയവരെ നഗരസഭയുടെ ആരോഗ്യവിഭാഗം സ്ക്വാഡ് പിടികൂടി. "എ എസ് കനാലിൽ അറവുമാലിന്യം തള്ളാനെ ത്തുന്നവരെ പിടികൂടി" എന്ന തലക്കെട്ടിൽ നാലുകോളം വാർത്തയാണ് *മലയാള മനോരമ* നല്കിയത്. മാലിന്യം തള്ളൽ – പിഴ 25000 രൂപ എന്ന ഒരു ബോക്സു വാർത്തയും നല്കി. കനാലുകളിൽ മാലിന്യം തള്ളുന്നവരെ നിരീക്ഷിക്കാൻ ക്യാമറകൾ സ്ഥാപിച്ച സന്ദർഭം. രഹസ്യ ക്യാമറ മിഴിതുറന്നു, എ എസ് കനാലിൽ മാലിന്യം ഇടുന്നവർ ഇനി കുടുങ്ങും എന്ന അഞ്ചുകോളം വാർത്തയും കൺട്രോൾ റൂമിൽ എം എൽ എയും പൊലീസ് സംഘവും ക്യാമറാ ദൃശ്യങ്ങൾ നിരീക്ഷിക്കുന്ന തിന്റെ ഒരു വർണ്ണചിത്രവും നല്കിയാണ് *മലയാള മനോരമ* വലിച്ചെ റിയുന്നതിനെതിരെയുള്ള സന്ദേശം പ്രചരിപ്പിച്ചത്.

എ എസ് കനാലിന്റെ പോള വാരി നീക്കി കനാൽ വൃത്തിയാക്കിയ തിനുശേഷം കനാലിൽ ഒരു വാട്ടർ സൈക്കിൾ ഇറക്കിയിരുന്നു. ഈ പ്രവർത്തനത്തിലും പത്രങ്ങൾ വലിയ പ്രാധാന്യം നല്കി. "വാട്ടർ സൈക്കിളും എത്തി, കനാൽ ശുചീകരണം ആവേശത്തിമിർപ്പിലേക്ക്" എന്ന *മാതൃഭൂമി* വാർത്ത ഒരുദാഹരണം മാത്രം. ഏതാനും ദിവസം

Drawing by Laurie Baker

കഴിഞ്ഞപ്പോൾ വാട്ടർ സൈക്കിളിന്റെ പ്രൊപ്പല്ലർ ആരോ മോഷ്ടിച്ചു. നിർമ്മലഭവനം പ്രവർത്തകർക്ക് വലിയ വേദനയുണ്ടാക്കിയ സംഭവമായിരുന്നു അത്. "കണ്ടു കൊതിതീരും മുമ്പേ കട്ടുകൊണ്ടുപോയല്ലോ" എന്ന വാർത്തയും സൈക്കിളിൽ ഒരു കുട്ടി സവാരി നടത്തുന്നതിന്റെ ചിത്രവും നല്കിയാണ് പ്രവർത്തകരുടെ രോഷത്തിൽ *മലയാള മനോരമ* പങ്കുചേർന്നത്. ശുചിത്വ പദ്ധതിയുടെ ഭാഗമാകുന്ന മാദ്ധ്യമങ്ങളെയാണ് നാം ഇവിടെ കാണുന്നത്.

നിർമ്മലഭവനം പദ്ധതിയുടെ പ്രചരണത്തിനായി നടത്തിയ പരിപാടികളും സൃഷ്ടിച്ച കൗതുകങ്ങളുമെല്ലാം വാർത്തകളിൽ നിറച്ച് മാദ്ധ്യമങ്ങൾ പദ്ധതിയിൽ പങ്കാളികളായി.

12

കിഴക്കിന്റെ വെനീസ് എന്നാണ് ആലപ്പുഴ അറിയപ്പെടുന്നത്. എന്നാൽ ആലപ്പുഴയുടെ വാസ്തുശില്പ ശൈലി നോക്കുമ്പോൾ വെനീസിനോടല്ല, ഹോളണ്ടിലെ ലെയ്ഡൻ പോലുള്ള കനാൽപട്ടണങ്ങളോടാണ് നഗരത്തിനു സാമ്യം. വെനീസിൽ കെട്ടിടങ്ങൾ കനാൽ തീരത്താണ്. കെട്ടിടങ്ങളിൽനിന്നും നിരത്തിലേക്കല്ല, കനാലിലേക്കാണ് ഇറങ്ങുന്നത്. എന്നാൽ ആലപ്പുഴയിൽ കനാലിന്റെ ഓരത്ത് നിരത്തുകളാണ്. നിരത്തുകളുടെ മറുവശത്താണ് കെട്ടിടങ്ങൾ. ലെയ്ഡൻ പോലുള്ള കനാൽ പട്ടണങ്ങളുടെ പ്രകൃതം ഇതാണ്. പഴയ പല കെട്ടിടങ്ങളുടെയും വാസ്തുശൈലിയിൽ ഡച്ചു സ്വാധീനം കാണാം. ഇന്നും ആലപ്പുഴയിൽ ഒരു ഡച്ചു സ്ക്വയർ ഉണ്ട്. കൊച്ചി മുതൽ തെക്കോട്ട് ഡച്ച് ആധിപത്യം നിലനിന്നിരുന്ന കാലത്താണ് ആലപ്പുഴ പട്ടണം സ്ഥാപിക്കപ്പെട്ടതുതന്നെ. ആലപ്പുഴ നഗരാസൂത്രണത്തെ ഡച്ചു ശൈലി സ്വാധീനിച്ചിട്ടുണ്ടാകാം. കുട്ടനാട്ടിലെ കനാലുകളിലൂടെ യാത്ര ചെയ്തപ്പോഴായിരിക്കാം ബ്രിട്ടീഷ് വൈസ്രോയി കിഴക്കിന്റെ വെനീസ് എന്ന് ആലപ്പുഴയെ വിശേഷിപ്പിച്ചത്. അവിടെ പലസ്ഥലത്തും തോടിന്റെ ഓരത്താണ് വീടുകൾ ഉണ്ടായിരുന്നത്.

ബിനുമോൾ ടോം – ആലപ്പുഴ ഹെറിറ്റേജ്
സൊസൈറ്റിയിൽ നടത്തിയ കിഴക്കിന്റെ വെനീസോ,
കിഴക്കിന്റെ ലെയ്ഡനോ
എന്ന പ്രഭാഷണത്തിൽനിന്ന്

ആലപ്പുഴ കനാലുകളുടെ പുനരുദ്ധാരണം

ആലപ്പുഴ നിർമ്മലമാകണമെങ്കിൽ വീടുകളും തെരുവുകളും ശുചിയായാൽ പോരാ. കനാലുകളും ശുചിയാകണം. ആലപ്പുഴ നഗരം കനാലുകളെ കേന്ദ്രീകരിച്ചാണ് വളർന്നത്. നഗരത്തിന്റെ ജീവനാഡിയായിരുന്നു അവ. പള്ളാത്തുരുത്തി ആറ്റിൽനിന്നും കടപ്പുറത്തേക്കുള്ള കൊമേഴ്സ്യൽ കനാലിന്റെ നിർമ്മാണത്തോടെയാണ് ആലപ്പുഴപട്ടണം ഉദയം കൊണ്ടത്. 19–ാം നൂറ്റാണ്ടിൽ വാടക്കനാൽ നിർമ്മാണം ആരംഭിച്ചു. ഇവ രണ്ടിനെയും യോജിപ്പിച്ചുകൊണ്ട് 4 ക്രോസ് കനാലുകളും ഉണ്ട്. ഇവയുടെ നീളവും വീതിയും പട്ടികയിൽ കൊടുത്തിട്ടുണ്ട്.

വാടക്കനാൽ, വാണിജ്യ കനാൽ എന്നിവയാണല്ലോ പ്രധാന കനാലുകൾ. കിഴക്കേ ജങ്ഷൻ കനാൽ ഇവയെ പരസ്പരം ബന്ധിപ്പിക്കുന്നു. കുട്ടനാട്ടിലെ ചെളിപ്രദേശത്തെയും ആലപ്പുഴയിലെ മണൽപ്രദേശത്തെയും വേർതിരിക്കുന്ന തരത്തിലാണ് ഈ ക്രോസ് കനാൽ സ്ഥിതിചെയ്യുന്നത്. വാണിജ്യ കനാൽ പള്ളാത്തുരുത്തി ആറ്റിലും വാടക്കനാൽ പുന്നമട കായലിലുമാണ് എത്തുന്നത്. 8.8 കി മീ ആണ് ഇവയുടെ ആകെ നീളം. ആഗസ്ത്, സെപ്തംബർ മാസങ്ങളിലെ ജലനിരപ്പ് 1 മീറ്റർ മുതൽ 1.2 മീറ്റർ വരെയാണ്.

പട്ടിക 12.1

ആലപ്പുഴ കനാലുകൾ

കനാലിന്റെ പേര്	നീളം (മീറ്റർ)	ശരാശരി വീതി (മീറ്റർ)	റിമാർക്സ്
ഉപ്പൂറ്റി കനാൽ	250	20	പടിഞ്ഞാറേ അറ്റം
വാണിജ്യ കനാൽ	3500	20	കിഴക്കേ അറ്റം പമ്പാനദിയിൽ ചേരുന്നു.
വാടക്കനാൽ	2950	19	കിഴക്കേ അറ്റം പുന്നമടക്കായലിൽ ചേരുന്നു.
പടിഞ്ഞാറേ ജംഗ്ഷൻ കനാൽ	880	19	പടിഞ്ഞാറേ ക്രോസ് കനാൽ
മുറിഞ്ഞപുഴ കനാൽ	600	8	സെൻട്രൽ ക്രോസ് കനാൽ
കിഴക്കേ ജംഗ്ഷൻ കനാൽ	640	17	കിഴക്കേ ക്രോസ് കനാൽ

ഇതിനു പുറമെ ഒട്ടനവധി ചെറുകനാലുകളും ഇവയിൽ വന്നുചേരുന്നുണ്ട്. ഇവയും പണ്ട് ഗതാഗതത്തിന് ഉപയോഗിച്ചിരുന്നു. ഇതിൽ ഏറ്റവും പ്രധാനപ്പെട്ടവ ആലപ്പുഴ ചേർത്തല കനാലും അമ്പലപ്പുഴയിലേക്കുള്ള കാപ്പിത്തോടും ആണ്. ഈ കനാൽ ശൃംഖല ഇന്ന് സമ്പൂർണ്ണ തകർച്ചയിലാണെന്നു മാത്രമല്ല, നഗരത്തിലെ കുപ്പത്തൊട്ടികൾ എന്ന നിലയിൽ അതീവ ഗുരുതരമായ പാരിസ്ഥിതിക ആരോഗ്യ തകർച്ചയുടെ കേന്ദ്രമായി മാറുകയും ചെയ്തിരിക്കുന്നു. കനാലുകളുടെ നവീകരണം ഒഴിവാക്കിക്കൊണ്ട് ശുചിത്വ ആലപ്പുഴയെക്കുറിച്ച് ആലോചിക്കാനാവില്ല. ചെറുതോടുകൾ പുനരുദ്ധരിച്ചു കൊണ്ടേ നഗരത്തിന്റെ പല ഭാഗത്തുമുള്ള വെള്ളക്കെട്ടുകൾ ഒഴിവാക്കാനാവുകയുള്ളു.

കനാലുകളുടെ ഇന്നത്തെ സ്ഥിതി

കനാൽ നവീകരണ പരിപാടിയുടെ പരിസ്ഥിതി അവലോകനം ഭൗമ ശാസ്ത്ര പഠന കേന്ദ്രം നടത്തിയിരുന്നു. ഇതിന്റെ ഭാഗമായി നടന്ന ഗുണനിലവാര പരിശോധനയിൽ കനാൽ ജലത്തിന്റെ മലിനീകരണം

വ്യക്തമായി. കനാലുകളുടെ ഇന്നത്തെ സ്ഥിതി ആരെയും ഞെട്ടിക്കും. പലേടത്തും കാലുകുത്താൻ കഴിയാത്തവിധം മലിനമാണ് കനാലിലെ വെള്ളം. ജലത്തിന്റെ പി എച്ച് മൂല്യവും, വെള്ളത്തിലെ ഓക്സിജന്റെ അളവും എല്ലാം കനാൽ വെള്ളം അത്യധികം മലിനീകരിക്കപ്പെട്ടിരിക്കുന്നു എന്നാണ് കാണിക്കുന്നത്. നഗരത്തോട് കൂടുതൽ ചേർന്നു കിടക്കുന്ന കനാലിന്റെ മദ്ധ്യഭാഗമാണ് ഏറ്റവും മാലിനീകരിക്കപ്പെട്ടത്. വെള്ളത്തിന് ഒഴുക്ക് വളരെ കുറവാണ്. കിഴക്ക് കായലിനോട് ചേർന്ന പ്രദേശത്ത് കുറച്ച് ഒഴുക്കുള്ളത് ഒഴിച്ചാൽ കനാലുകളിൽ വെള്ളം കെട്ടിക്കിടക്കുകയാണ്. കനാലുകളുടെ നടുക്ക് മണ്ണടിഞ്ഞ് ആഴം കുറഞ്ഞതിനാൽ പലസ്ഥലത്തും വള്ളങ്ങൾക്ക് യാത്ര അസാദ്ധ്യമായിരുന്നു. വെള്ളത്തിലെ ഓരുനില വളരെ താഴ്ന്നതാണ്. ഇത് കനാലുകളിൽ കളകൾ നിറയാൻ ഇടയാക്കിയിട്ടുണ്ട്. പോളയും (കുളവാഴ)പായലും നിറഞ്ഞ കനാലുകളിൽ വള്ളങ്ങൾക്കും ബോട്ടിനും ഒന്നും സഞ്ചാരം സാദ്ധ്യമല്ലാത്ത സ്ഥിതിയാണ്. ചരക്ക് കടത്തിനുള്ള കെട്ടുവള്ളങ്ങളുടെ കേന്ദ്രമായിരുന്നു ഒരുകാലത്ത് വാണിജ്യ കനാൽ. കല്ലുപാലക്കടവ് ചരക്ക് കയറ്റിറക്ക് കേന്ദ്രവും. കെട്ടു വള്ളങ്ങളിലൂടെയുള്ള ചരക്ക് നീക്കത്തിന്റെ സാദ്ധ്യതകൊണ്ടാണ് ചുങ്കം കന്നിട്ട വ്യവസായത്തിന്റെ കേന്ദ്രമായി മാറിയത്. ഇന്ന് ഈ കനാൽ പോള നിറഞ്ഞുസഞ്ചാരം അസാദ്ധ്യമാക്കിയിരിക്കുന്നു. പോള വാരി മാറ്റിയാലും ഏതാനും ആഴ്ചകൾകൊണ്ട് വീണ്ടും നിറയും. ഓരു ജലത്തിന്റെ അസാന്നിദ്ധ്യത്തിൽ കളകൾ തഴച്ചുവളരുകയാണ്. നിറഞ്ഞുകവിഞ്ഞ കളകൾ കനാൽ ജലത്തിൽ സൂര്യപ്രകാശം കടക്കുന്നതും തടയുന്നു.

1976 ൽ തണ്ണീർമുക്കം ബണ്ട് വരുന്നതുവരെ കൊച്ചി അഴിമുഖത്തു നിന്നും കായലിലേക്ക് ഓര് കയറിയിരുന്നു. ഇത് കനാലുകളിലും എത്തിയിരുന്നു. വെള്ളത്തിലെ ഈ ഓരു സാന്നിദ്ധ്യം കളകളുടെ വളർച്ച തടഞ്ഞു. കടലിലേക്ക് നല്ല ഒഴുക്കുള്ള മഴക്കാലത്ത് കായലിലേക്കും കനാലുകളിലേക്കും ഉപ്പു കയറില്ല. വേനൽക്കാലത്ത് ഒഴുക്ക് കുറയുമ്പോഴാണ് ഉപ്പു കയറുന്നത്. ഇക്കാലത്തു തണ്ണീർമുക്കം ബണ്ട് അടച്ചിടും. അതോടെ ഓര് കയറ്റം പൂർണ്ണമായും നിലച്ചു. ആലപ്പുഴയിലെ കനാലുകളുടെ കള നിറഞ്ഞ ഇന്നത്തെ സ്ഥിതിക്ക് ഒരു പ്രധാന കാരണം തണ്ണീർമുക്കം ബണ്ടാണ്. ഓര് വെള്ളം കയറിയാൽ നശിക്കുന്ന ഇനം കളകളാണ് ഈ കനാലുകളിൽ വളരുന്നത്.

കനാൽ പുനരുദ്ധാരണപദ്ധതി

കനാലിന്റെ ഇന്നത്തെ ദുഃസ്ഥിതിക്ക് ഒരു പ്രധാന കാരണം ഓരു കയറ്റം നിലച്ചതാണ്. ഇത് പുനഃസ്ഥാപിക്കാനായാൽ ഇന്നത്തെ ദുരിതാവസ്ഥ മാറും. കടൽവെള്ളം നിയന്ത്രിതമായി കനാലിൽ എത്തിച്ച് കളയും മറ്റും നിയന്ത്രിക്കാനാണ് പരിപാടി. ജില്ലാ കളക്ടറായിരുന്ന ശ്രീ. വേണുഗോപാലിന്റെ മുൻകൈയിൽ സംസ്ഥാന ജലസേചന വകുപ്പാണ്

ഒരു പരിപാടി മുന്നോട്ടു വച്ചത്. 2005 ലും കനാലിൽ ഉപ്പുവെള്ളം കയറ്റുന്നതിനുള്ള ഒരു പദ്ധതി നടപ്പാക്കാൻ ശ്രമം നടന്നിരുന്നു. പൈപ്പുകളിൽ മണ്ണടിഞ്ഞ് അടഞ്ഞതുമൂലം പദ്ധതി ഉപേക്ഷിക്കേണ്ടി വന്നു. ഈ പ്രശ്നം പരിഹരിക്കുന്നതിനു വേണ്ടി പൈപ്പുകൾ കടലിലേക്ക് കൂടുതൽ ഇറക്കിയിട്ടും മണ്ണടിഞ്ഞാൽ നീക്കം ചെയ്യുന്നതിനുള്ള സംവിധാനങ്ങൾ ഒരുക്കിയുമാണ് പുതിയ പദ്ധതി രൂപപ്പെടുത്തിയത്.

കടലിനെയും കനാലിനെയും രണ്ട് ഇരുമ്പു പൈപ്പുകൾകൊണ്ട് ബന്ധിപ്പിച്ച് ഓരുവെള്ളം കനാലിൽ കയറ്റാനാണ് പരിപാടി. ഇതിനായി 1 മീറ്റർ വ്യാസമുള്ള രണ്ട് ഇരുമ്പു പൈപ്പുകൾ കടലിൽ 150 മീറ്റർ ഉള്ളിലേക്ക് ഇറക്കിയിടും. NH 47 ബൈ പാസിന് സമീപം നിർമ്മിക്കുന്ന ചേമ്പറിലേക്കാകും ഈ പൈപ്പുകൾ എത്തുക. ഉപ്പൂറ്റി കനാലിൽ നിർമ്മിക്കുന്ന ഷട്ടറുകളോടു കൂടിയ മറ്റൊരു ചേംബറിനെ ഇതുമായി ബന്ധിപ്പിക്കും. റെഗുലേറ്റർ സ്ഥാപിച്ചു വെള്ളം കയറുന്നത് നിയന്ത്രിക്കും. കടൽനിരപ്പിൽനിന്നും 1.2 മീറ്റർ താഴ്ത്തിയാകും പൈപ്പ് സ്ഥാപിക്കുക. സ്വാഭാവികമായി കടൽവെള്ളം ഒഴുകി കനാലുകളിൽ എത്തും. സാധാരണ കാലാവസ്ഥയിൽ സെക്കന്റിൽ 1.5 ഘന മീറ്റർ കടൽ വെള്ളമാണ് കനാലിലേക്ക് കയറുക. കാലാവസ്ഥയിലെ മാറ്റങ്ങൾക്കും തിരയുടെ സ്വഭാവവും അനുസരിച്ച് ഇതിൽ വ്യത്യാസം വരും. മണ്ണടിഞ്ഞു പൈപ്പ് അടയുന്നത് തടയാനും പദ്ധതിയിൽ പരിപാടിയുണ്ട്.

കനാലുകളിലെ ചെളിയും മറ്റും നീക്കി ഒഴുക്ക് സുഗമം ആക്കാനുള്ള പ്രവർത്തനങ്ങളും പദ്ധതിയിൽ പെടുത്തിയിട്ടുണ്ട്. 2009–10 ലെ ബജറ്റിൽ ഇതിനാവശ്യമായ പണം വകയിരുത്തുകയും ചെയ്തു. ഭൗമശാസ്ത്ര പഠനകേന്ദ്രമാണ് ഈ പദ്ധതിയുടെ പരിസ്ഥിതി ആഘാതപഠനം നടത്തിയത്. നഗരത്തിന്റെ കിഴക്കേ അതിർത്തി കുട്ടനാടിന്റെ ഭാഗമാണ്. കനാലുകളുടെ കിഴക്കേ അറ്റം ചേർന്ന് അഞ്ചു പാട ശേഖരങ്ങളുണ്ട്. ദേവസ്വം കരി, കന്നിട്ട A ബ്ലോക്ക്, കന്നിട്ട മദ്ധ്യം, ബണ്ടിനകം, കൊമ്പൻ കുഴി, കരുവേലിൽ എന്നീ പാടശേഖരങ്ങളിലായി 961 ഏക്കർ ഇരുപ്പൂ നിലങ്ങൾ ഉണ്ട്. ഉപ്പുവെള്ളം കൃഷിക്കാലത്ത് കനാലുകളുടെ കിഴക്കേയറ്റം വരെ ഒരു കയറിയാൽ നെൽകൃഷിയെ ദോഷമായി ബാധിക്കുമോ എന്ന ആശങ്ക പഠനത്തിൽ പരിശോധിച്ചിരുന്നു. കൃഷിക്കാലം കണക്കാക്കി ഓര് കയറ്റം റഗുലേറ്റു ചെയ്ത് ഇത് പരിഹരിക്കാൻ കഴിയും. കനാലുകളുടെ സ്ഥിതി മെച്ചമാക്കി പാരിസ്ഥിതിക ആരോഗ്യം വീണ്ടെടുക്കാൻ പദ്ധതി ഉതകും എന്നാണ് പഠനത്തിന്റെ നിഗമനം.

എന്നാൽ ഈ പദ്ധതി ഒച്ചിഴയുന്ന വേഗത്തിലാണ് ഇപ്പോൾ മുന്നോട്ടു പോകുന്നത്. കഴിഞ്ഞ നാലു കൊല്ലംകൊണ്ട് കനാലിലെ ചെളി നീക്കം ചെയ്യാനുള്ള പ്രവർത്തനം ആരംഭിക്കാൻ മാത്രമേ കഴിഞ്ഞിട്ടുള്ളൂ. ചെളി നീക്കുന്നതിനു മുമ്പ് മെഗാ ടൂറിസം പദ്ധതിയുടെ ഭാഗമായി കനാൽ തീരം സൗന്ദര്യവല്ക്കരിക്കുന്നതിനുള്ള പരിപാടി നടപ്പിലാക്കുകയും ചെയ്തു. ചെളി വാരി കനാൽക്കരയിലേക്ക് ഇടുന്നതോടെ എല്ലാം

Drawing by Laurie Baker

അവതാളത്തിലുമാകും. കരാറുകാർക്കാണെങ്കിൽ ചെളിയുടെ താഴത്തുള്ള മണൽ വാരിയെടുക്കാനായിരുന്നു താല്പര്യം. എന്നിരുന്നാലും ഇന്നത്തെ തെറ്റായ മുൻഗണനകൾ മാറ്റി ശാസ്ത്രീയമായി നടപ്പിലാക്കിയാൽ കനാൽ പുനരുദ്ധാരണ പദ്ധതി അടുത്ത വേനൽക്കാലമാകുമ്പോഴേക്കും പൂർത്തീകരിക്കാൻ കഴിയും.

വെള്ളക്കെട്ട് ഒഴിവാക്കൽ

പ്രകൃത്യാതന്നെ ചതുപ്പു പ്രദേശമായിരുന്നല്ലോ ആലപ്പുഴ. അനേകം ചെറുതോടുകളാണ് നീർവാർച്ച സാദ്ധ്യമാക്കിയിരുന്നത്. 1970കൾക്കു ശേഷം ഈ ചെറുതോടുകൾ വ്യാപകമായി നികത്തപ്പെട്ടു. ഈ പ്രക്രിയ ഇപ്പോഴും തുടരുകയാണ്. പുന്നമടക്കായൽത്തീരത്തെ ഏറ്റവും വലിയൊരു ഹോട്ടൽ പണിതിരിക്കുന്നത് തോടു നികത്തിയാണ്. ഇതോടെ ഹോട്ടലിന്റെ പിറകിലുള്ള പലപ്രദേശവും വെള്ളക്കെട്ടായി മാറി. ഇതാണ് നഗരത്തിലെ പല പ്രദേശങ്ങളുടെയും പൊതു സ്ഥിതി. പ്രദേശവാസികളുടെ സമ്മർദ്ദത്തെ തുടർന്ന് താല്ക്കാലികമായി ഓടകൾ

പണിയും. ഒരു പ്രദേശത്തെ വെള്ളക്കെട്ട് മറ്റൊരു പ്രദേശത്തേക്കു മാറ്റാനേ ഈ ഓടകൾ ഉപകരിക്കുന്നുള്ളൂ.

ഈ ദുഃസ്ഥിതിക്ക് ഒരു പരിഹാരമുണ്ടാകണം. സമഗ്രമായ നീർത്തട ഡ്രെയിനേജ് മാപ്പിങ് നടത്തിക്കൊണ്ടേ ഇതു സാദ്ധ്യമാകൂ. പല ചെറുതോടുകളും ഇനി പുനരുദ്ധരിക്കാനാവില്ല. പകരം കാണകൾ എങ്ങനെ പണിയണമെന്നത് വിശദമായ പഠനത്തിന്റെ അടിസ്ഥാനത്തിൽ വേണം തീരുമാനിക്കാൻ. ചില തോടുകളുടെ കുറച്ചു ഭാഗങ്ങൾ മാത്രമേ നികത്തപ്പെട്ടിട്ടുള്ളൂ. അവിടം തുറക്കാനോ അല്ലെങ്കിൽ പൈപ്പിട്ട് ഒഴുക്കു സുഗമമാക്കാനോ ശ്രമിക്കണം. ആലപ്പുഴ ചേർത്തല കനാലിനു കുറുകെ 22 ബണ്ടുകളുണ്ട്. പല ബണ്ടുകളിലും മഴക്കാലത്തെ വെള്ളം ഒഴുകിപ്പോകുന്നതിനു പര്യാപ്തമായ പൈപ്പുകളല്ല ഇട്ടിട്ടുള്ളത്. വേനൽക്കാലത്ത് ഒഴുക്ക് പൂർണ്ണമായി നിലയ്ക്കുന്നു. മഴക്കാലത്ത് വെള്ളപ്പൊക്കവും. ബണ്ടുകൾ പൊളിച്ച് കൾവർട്ടുകൾ പണിയണം. എന്നാലേ ഈ പ്രദേശത്തെ നീർവാർച്ച സുഗമമാക്കാനാവൂ.

ഇക്കാര്യം ശാസ്ത്രീയമായി എങ്ങനെ ചെയ്യാമെന്നത് സംബന്ധിച്ച് ഒരു പരീക്ഷണം നഗരത്തിന്റെ വടക്കു കിഴക്കുമൂലയായ തത്തംപള്ളി കരളകം പ്രദേശത്ത് നടപ്പാക്കാനാണ് ഉദ്ദേശിക്കുന്നത്. ഭൗമശാസ്ത്ര പഠനകേന്ദ്രത്തിൽ പ്രൊഫസറായിരുന്ന ശ്രീകുമാർ ചതോപാദ്ധ്യായയും അദ്ദേഹത്തിന്റെ വിദ്യാർത്ഥികളുമാണ് ഇതിനുള്ള പഠനങ്ങൾ നടത്തുന്നത്.

നിരത്തുകൾ വൃത്തിയാക്കുന്നതുപോലെ എളുപ്പമല്ല തോടുകൾ വൃത്തിയാക്കുന്നത് എന്നു വ്യക്തം. കൂടുതൽ സാങ്കേതികമായ പിന്തുണ അനിവാര്യമാണ്. നിർമ്മല ഭവനം, നിർമ്മല നഗരം പദ്ധതിയുടെ ഭാഗമായി കൊമേഴ്സ്യൽ കനാലും വാടക്കനാലും ഒരുവട്ടം വൃത്തിയാക്കിയിരുന്നു. മറിഞ്ഞുകിടന്ന മരങ്ങൾ നീക്കി പായൽ വാരി വൃത്തിയാക്കിയതോടെ ഒരുപാടു വർഷങ്ങൾക്കു ശേഷം കനാലുകളിലൂടെ പടിഞ്ഞാറേ അറ്റത്തേക്ക് വള്ളങ്ങൾ കടന്നുവന്നു. പക്ഷേ, നേരത്തെ സൂചിപ്പിച്ചതുപോലെ ഇതൊരു ശാശ്വത പരിഹാരമല്ല. വീണ്ടും പായൽ വളർന്ന് മൂടും. ആലപ്പുഴ ചേർത്തല കനാൽ പലവട്ടം പായൽവാരി. പരിസരവാസികളുടെ ഒരു സമിതിയുണ്ടാക്കി, അവരെക്കൊണ്ട് കനാലിന്റെ തുടർ സംരക്ഷണ പ്രവർത്തനങ്ങൾ ഉറപ്പാക്കാൻ ശ്രമിക്കുന്നുണ്ട്. ഇവിടം ഒരു മാലിന്യംതള്ളൽ കേന്ദ്രമായിരുന്നു. വലിച്ചെറിയുന്നവരെ നിരീക്ഷിക്കാൻ കനാൽക്കരയിൽ പലഭാഗത്തായി ഒളിക്യാമറകളും സ്ഥാപിച്ചു. ഈ സിസിടിവി സംവിധാനം നിയന്ത്രിക്കുന്നത് പൊലീസ് സ്റ്റേഷനിലാണ്.

റോഡുപോലെ തന്നെ കനാലും ശുചിയായി സൂക്ഷിക്കുന്നതിന് ഒരു ജനപങ്കാളിത്ത പരിപാടി നടപ്പിലാക്കുന്നതിനുള്ള പരീക്ഷണമായിട്ടാണ് ഞങ്ങൾ ആലപ്പുഴ ചേർത്തല കനാലിലെ പ്രവർത്തനങ്ങളെ കാണുന്നത്.

കനാലുകൾ ആലപ്പുഴ ടൂറിസത്തിന്റെ ജീവനാഡി

കനാൽ പുനരുദ്ധാരണത്തോടെ ആലപ്പുഴ ടൂറിസത്തിന് ഒരു പുതു മുഖം തന്നെ വരും. കായൽ യാത്രയാണ് ഇന്ന് ആലപ്പുഴയിലേക്ക് യാത്രികരെ ആകർഷിക്കുന്നത്. അതുപോലെ തന്നെ കനാൽ ടൂറിസം ഒരു പ്രധാന ആകർഷണമാക്കി മാറ്റാൻ കഴിയണം. രണ്ടോ മൂന്നോ മണിക്കൂർകൊണ്ട് കൊമേഴ്സ്യൽ കനാൽ, വാടക്കനാൽ വഴിയുള്ള തോണി യാത്രയാണ് ഇതുകൊണ്ട് ഉദ്ദേശിക്കുന്നത്. കഴുക്കോലുകൊണ്ട് ഊന്നുന്ന വള്ളങ്ങളായിരിക്കും ഇതിന് അഭികാമ്യം. ഇവർ തന്നെയായിരിക്കും ടൂർ ഗൈഡുകളും. ആലപ്പുഴ നഗരം ഈ കനാലുകളുടെ കരകളിലാണ് വളർന്നുവന്നത് എന്നതിനാൽ ഈ ജലയാത്ര ആലപ്പുഴയുടെ ചരിത്രത്തിലൂടെയുള്ള ഒരു പ്രദക്ഷിണം കൂടിയായിരിക്കും.

ഇതിനായി രണ്ട് കാര്യങ്ങൾ ചെയ്യേണ്ടതുണ്ട്. ഒന്ന്, കൺസർവേഷൻ ആർക്കിടെക്ടുകളുടെ ഒരു ടീം പഴയകെട്ടിടങ്ങളുടെ വിശദമായ സ്കെച്ചുകൾ തയ്യാറാക്കുകയും അവ സംരക്ഷിക്കാൻ നടപടി സ്വീകരിക്കുകയും വേണം. ഈ പഴയ കെട്ടിടങ്ങളോട് ബന്ധപ്പെടുത്തി ചെറു മ്യൂസിയങ്ങളുടെ ഒരു ശൃംഖല സൃഷ്ടിക്കണം. കയർ, കന്നിട്ട വ്യവസായം, തിയോസിഫിക്കൽ പ്രസ്ഥാനം, ഗുജറാത്തി സമുദായം, മിഷനറിമാർ, ട്രേഡ് യൂണിയൻ പ്രസ്ഥാനം, ലൈറ്റ് ഹൗസ്, തുറമുഖം, കൊങ്ങിണി സമുദായം, പോർട്ടുഗീസുകാരും ലത്തീൻ കത്തോലിക്കാ പാരമ്പര്യവും, മത്സ്യമേഖല, ശ്രീനാരായണ നവോത്ഥാന പ്രസ്ഥാനം, ദളിതരും കർഷക ത്തൊഴിലാളികളും, സുഗന്ധദ്രവ്യങ്ങൾ എന്നിവ സംബന്ധിച്ച മ്യൂസിയങ്ങൾ നിലവിലുള്ള കെട്ടിടങ്ങളിലോ പരിസരത്തോ സ്ഥാപിക്കണം. വള്ളത്തിൽ പോകുന്ന യാത്രികർക്ക് അവിടെ ഇറങ്ങി കാണാനും കാര്യങ്ങൾ മനസ്സിലാക്കാനുമുള്ള സൗകര്യം ഉണ്ടാകണം. കനാൽ കരയിൽ ചെറുറെസ്റ്റോറന്റുകളുടെ ശൃംഖല തന്നെയാകാം. QRc (Quick Response Code) അടിസ്ഥാനപ്പെടുത്തിയിട്ടുള്ള വിവരവിനിമയ സംവിധാനവും ഉണ്ടാക്കാം. ദൗർഭാഗ്യവശാൽ ഇവയൊന്നും മെഗാടൂറിസം സർക്യൂട്ടിൽ കാണാനില്ല.

പച്ചപ്പുകൊണ്ട് ഭൂമിയുടെ നഗ്നത മറയ്ക്കാനുള്ള ശ്രമം ഞങ്ങൾ തുടരുകയാണ്. നീലഗ്രഹത്തെ ജീവനെക്കാൾ സ്നേഹിക്കുന്ന ഒരുപിടി ആളുകൾ ഞങ്ങൾക്കു തുണയായുണ്ട്. ഞങ്ങൾക്ക് അഭയം തേടാൻ മറ്റൊരിടമില്ല. ഭൂമിയുടെ തിരുമുറിവുകൾ നേരിട്ടുകണ്ടവർക്ക് സ്വസ്ഥരായി ഇരിക്കാനുമാവില്ല. ഞങ്ങൾ അസ്വസ്ഥരായിത്തന്നെ തുടരുന്നു. വിശ്രമിക്കാൻ ഞങ്ങൾക്കു നേരമില്ല. പിന്തിരിയാൻ ഉദ്ദേശ്യവുമില്ല. ഭാവിതലമുറകൾ ഞങ്ങളെ കാത്തിരിക്കുന്നു.

എഴുന്നേല്ക്കൂ, മുന്നോട്ടു നടക്കൂ.........

(തലകുനിക്കാതെ, നോബൽ സമ്മാന ജേതാവ് വാംഗാരിമാതായുടെ ആത്മകഥ).

13

നിരുപമ വിതച്ച സ്വപ്നം കൊയ്തെടുക്കാൻ ആലപ്പുഴ

പ്രശസ്ത നടി മഞ്ജു വാര്യർ നായികവേഷത്തിലെത്തിയ *ഹൗ ഓൾഡ് ആർ യു* എന്ന റോഷൻ ആൻഡ്രൂസ് ചിത്രവും അതു മുന്നോട്ടുവെച്ച സന്ദേശവും മലയാളികൾ ഹൃദയംകൊണ്ടാണ് സ്വീകരിച്ചത്. ഈ സിനിമ രണ്ടു പ്രമേയങ്ങൾ കൈകാര്യം ചെയ്യുന്നുണ്ട് ഒന്ന്, സ്ത്രീയുടെ സ്വപ്നങ്ങൾക്ക് സമൂഹം കല്പിക്കുന്ന പ്രായപരിധിയെക്കുറിച്ച്. രണ്ട്, നഗരപച്ചക്കറി കൃഷിയുടെ സാദ്ധ്യതകളെക്കുറിച്ച്. ഇവ രണ്ടും സിനിമയിൽ നിരുപമ എന്ന സ്ത്രീയിൽ ഒത്തുചേരുന്നു. സ്വപ്നം കാണാൻ പ്രായം ഒരു പ്രശ്നമല്ല! സ്വപ്നം എന്ന വാക്കിന് ഇവിടെ ലക്ഷ്യം എന്നാണ് അർത്ഥം. പച്ചക്കറി കൃഷിയിലൂടെ നിരുപമ ഒരു ലക്ഷ്യം യാഥാർത്ഥ്യമാക്കുകയാണ്. ആലപ്പുഴയിൽ സമ്പൂർണ്ണശുചിത്വം കൈവരിച്ചു കഴിഞ്ഞാൽ നഗരപച്ചക്കറി കൃഷിയിലേക്ക് നീങ്ങണമെന്നാണ് ഞങ്ങളുടെ സ്വപ്നം. മൂന്നു വാർഡുകളിലെ സമ്പൂർണ്ണ ശുചിത്വപ്രഖ്യാപനത്തിന് ഈ ചിത്രത്തിന്റെ അണിയറ പ്രവർത്തകരെ ഞങ്ങൾ ആലപ്പുഴയിലേക്കു ക്ഷണിച്ചു.

ആലപ്പുഴ നഗരത്തിൽ 48,000 വീടുകൾ ഉണ്ട്. ഇവയിൽ 22,000 ടെറസ് കെട്ടിടങ്ങളാണ്. മൊത്തം തുറസ്സായ ടെറസ് വിസ്തൃതി 125 ഹെക്ടർ വരും. ഇവിടെ കൃഷി ചെയ്താൽ 400 ടൺ പച്ചക്കറി മാസം ഉല്പാദിപ്പിക്കാം. ഇതും തരിശും അല്ലാത്തതുമായി 0.6 ചതുരശ്ര കിലോമീറ്റർ വയൽ ഭൂമി നഗരത്തിലുണ്ട്. പറമ്പ് വിസ്തൃതി 0.3 ചതുരശ്ര കിലോമീറ്റർ വരും. ഇവിടെയെല്ലാം പച്ചക്കറി കൃഷി ചെയ്യാൻ കഴിഞ്ഞാൽ നഗരത്തിലെ ആവശ്യത്തിന്റെ മൂന്നിലൊന്ന് നഗരത്തിൽ നിന്നുതന്നെ ഉല്പാദിപ്പിക്കാനാകും.

Drawing by Laurie Baker

മാരാരിക്കുളത്ത് ഞങ്ങൾ ഇത് ചെയ്തിട്ടുണ്ട്. കൃഷി അന്യം വന്ന പ്രദേശമായിരുന്നു മാരാരിക്കുളം. കാനേഷുമാരി കണക്കുപ്രകാരം 10 ശതമാനം ആളുകൾ മാത്രം കൃഷിയിൽ ഉപജീവനം നടത്തുന്ന ചൊരിമണൽ പ്രദേശം. കഞ്ഞിക്കുഴിയിൽ പി പി സ്വാതന്ത്ര്യം എന്ന പഞ്ചായത്തു പ്രസിഡന്റ് 90കളിൽ ഒരു ഹരിത വിപ്ലവത്തിനു നേതൃത്വം നല്കി. ജനകീയ പച്ചക്കറികൃഷി കഞ്ഞിക്കുഴിയിൽ നിന്ന് മറ്റു സമീപ പഞ്ചായത്തുകളിലേക്കും വ്യാപിച്ചു. ജൈവ പച്ചക്കറിയാണ് ഇവിടെ ഉല്പാദിപ്പിക്കുന്നത്. ഇപ്പോൾ പലേക്കർ കൃഷിയും ഫാഷനായിട്ടുണ്ട്. നാടൻ ഇനങ്ങൾ പഞ്ചായത്തുകളുടെ നേതൃത്വം. വിപണനത്തിനും സംസ്കരണത്തിനും സംവിധാനങ്ങൾ. കഞ്ഞിക്കുഴി ജനകീയ പച്ചക്കറി കൃഷിയുടെ അടിസ്ഥാന ഘടകങ്ങളിവയാണ്. ഇന്നു നാഷണൽ ഹൈവേയിലൂടെ ആലപ്പുഴ–ചേർത്തല റോഡിൽ സഞ്ചരിച്ചാൽ യാത്രക്കാർക്കു പച്ചക്കറി വില്ക്കുന്ന ഒരു ഡസൻ കടകളെങ്കിലും കാണാം. വലിയൊരു ആധുനിക പച്ചക്കറി വില്പനശാല കഞ്ഞിക്കുഴി ബ്ലോക്ക് പഞ്ചായത്ത് പണിതു കൊണ്ടിരിക്കുകയാണ്. ഡി സി ബുക്സ് പ്രസിദ്ധീകരിച്ച *മരുപ്പച്ചകൾ ഉണ്ടാകുന്നത്* എന്ന പുസ്തകത്തിൽ (തോമസ് ഐസക് രചിച്ചത്) ഈ വിഷയം വിശദമായി പ്രതിപാദിക്കുന്നുണ്ട്. കഞ്ഞിക്കുഴിയുടെ ഒരു നഗരമാതൃകയാണ് ആലപ്പുഴയിൽ ലക്ഷ്യമിടുന്നത്.

ആലപ്പുഴ പോളിഹൗസ് കൃഷിയിലേക്ക്

നഗര പച്ചക്കറി ക്യാമ്പയിനിൽ പോളിഹൗസ് കൃഷിക്കാണ് പ്രത്യേക ഊന്നൽ നല്കുന്നത്. കേരളത്തിലെ തുറസ്സായ കൃഷിയിൽ ഒരു ചതുരശ്ര മീറ്ററിൽനിന്നും ഉല്പാദിപ്പിക്കുന്നത് 2 – 4 കിലോ പച്ചക്കറിയാണ്. ഇന്ന് പ്രചരിക്കുന്ന പോളിഹൗസ് കൃഷിയിൽ 6–10 കിലോ വരെ ലഭിക്കും. ഒരു ചതുരശ്ര മീറ്ററിന് 20–25 കിലോയെങ്കിലും നേടാനാണ് ആലപ്പുഴയിൽ ലക്ഷ്യമിടുന്നത്. ഇന്നുനടപ്പുള്ള രീതികൾ അവലോകനം ചെയ്തപ്പോൾ കണ്ട ന്യൂനതകൾ തിരുത്തും. ചെന്നൈയിലെ ഏറ്റവും ആധുനിക ലാബുകളിൽ ടെസ്റ്റ് ചെയ്ത് മണ്ണിന്റെ സ്വഭാവം പഠിക്കും. അതിനുശേഷം മൈക്രോ ന്യൂട്രിയന്റ്സ് നിർണ്ണയിക്കും. സംരക്ഷിത കൃഷിരീതികളിൽ പാലിക്കേണ്ട കൃഷി സമ്പ്രദായങ്ങൾ കർശനമായി പാലിക്കും. ഗുണനിലവാര മേൽനോട്ടം വഹിക്കാൻ ഓരോ ബോട്ടണി ബിരുദധാരിയെ വീതം ഏതാനും പോളിഹൗസുകൾക്ക് നിയമിക്കും.

പോളിഹൗസുകൾ പലവിധമുണ്ടാകും. ടെറസിനു മുകളിൽ ആദ്യ ഘട്ടത്തിൽ 100 പോളിഹൗസുകളാണ് സ്ഥാപിക്കുക. മുനിസിപ്പാലിറ്റി യുടെ തരിശുപ്രദേശങ്ങളിൽ കുടുംബശ്രീയുടെ സംഘങ്ങൾ പോളിഹൗ സുകൾ സ്ഥാപിക്കും. സ്ഥിരമായ നിർമ്മാണങ്ങൾ ഉണ്ടാക്കുന്നില്ല എന്ന തിനാൽ മുനിസിപ്പാലിറ്റിക്ക് കെട്ടിടമോ മറ്റോ പണിയേണ്ട ആവശ്യം വരു മ്പോൾ അവ എളുപ്പത്തിൽ ഒഴിവാക്കാനാകും. സ്വകാര്യവ്യക്തികൾ പലരും വാണിജ്യാടിസ്ഥാനത്തിൽ പോളിഹൗസ് കൃഷിക്ക് മുന്നോട്ടു വന്നിട്ടുണ്ട്.

200 ചതുരശ്ര മീറ്റർ പോളിഹൗസ് (ഓട്ടോമോഷൻ സംവിധാനം ഉൾപ്പെടെ) നിർമ്മിക്കാൻ 4 ലക്ഷം രൂപയാണ് ചെലവ്. കൃഷിയുടെ ആവർത്തന ചെലവ് 40,000 രൂപയും സർവ്വീസ് ഫീ 10,000 രൂപയുമാണ്. അങ്ങനെ വരുന്ന 4.5 ലക്ഷം രൂപ ആകെ ചെലവിൽ വായ്പ 4.3 ലക്ഷം രൂപയും ബാക്കി ഗുണഭോക്തൃ വിഹിതവുമാണ്. സബ്സിഡിയായ 1.65 ലക്ഷം രൂപ വായ്പ അക്കൗണ്ടിൽ നിക്ഷേപിക്കും. കുടുംബശ്രീ മിഷനിൽ നിന്നും 25,000 രൂപ വരെ സബ്സിഡി ലഭിക്കും. അങ്ങനെ മൊത്തം ചെലവിന്റെ പകുതിയിലേറെ സബ്സിഡി കിട്ടും.

പോളിഹൗസിന് കേരള കൃഷി വകുപ്പ് വിപുലമായ പ്രോത്സാഹന മാണ് നല്കുന്നത്. കാർഷിക മേഖലയിലെ സർക്കാർ മുൻകൈകളിൽ ഏറ്റവും നൂതനമായ ഇടപെടലാണിത്.

പോളിഹൗസ് ഈ ഹരിതക്യാമ്പയിനിലെ ഒരിനം മാത്രമായിരിക്കും. ഏറ്റവും പ്രധാനം വീട്ടുമുറ്റത്തെ പച്ചക്കറി കൃഷി ആയിരിക്കും. എല്ലാ വീട്ടിലും എന്തെങ്കിലും പച്ചക്കറി നടുക. ഈ സമീപനമാണ് കഞ്ഞി ക്കുഴിയിലെ ജനകീയ പച്ചക്കറി പ്രസ്ഥാനത്തിന് രൂപംനല്കിയത്. ഇതിനു പുറമേ നഗരപ്രാന്തത്തിലെ വയലുകളിലും പറമ്പുകളിലും കുടും ബശ്രീയുടെ സംഘകൃഷി പ്രോത്സാഹിപ്പിക്കും. കുടുംബശ്രീയും റെസിഡൻസ് അസോസിയേഷനുമായിരിക്കും നഗരസഭയുടെ ഈ ക്യാമ്പയിന് നേതൃത്വം നല്കുക.

പച്ചക്കറി ഉല്പന്നങ്ങൾ നഗരത്തിൽ സ്ഥാപിക്കുന്ന സ്റ്റാളുകൾ വഴി

വിപണനം ചെയ്യാനാണ് ഉദ്ദേശിക്കുന്നത്. കുടുംബശ്രീ അയൽക്കൂട്ട ങ്ങളുടെ മാർക്കറ്റിങ് കമ്പനിയായ മാരാരി മാർക്കറ്റിങ് ആയിരിക്കും ഇതി നുള്ള സംവിധാനങ്ങൾ ഒരുക്കുക.

ഹവാനയിലെ നഗരകൃഷി അനുഭവം

മാരാരിക്കുളം പോലുള്ള നാട്ടിൻപുറത്ത് ഇതൊക്കെ നടക്കും. പക്ഷേ, നഗരത്തിൽ പ്രായോഗികമാണോ എന്ന് സന്ദേഹിക്കുന്നവർ ഏറെയുണ്ട്. അവർക്കുള്ള മറുപടിയാണ് ക്യൂബയിലെ ഹവാന നഗരം. ക്യൂബയുടെ 0.67 ശതമാനം ഭൂവിസ്തൃതി മാത്രമുള്ള ഹവാന നഗരത്തി ലാണ് ജനങ്ങളുടെ 20 ശതമാനം തിങ്ങിപ്പാർക്കുന്നത്. ഈ നഗരത്തിലെ പച്ചക്കറി ആവശ്യത്തിന്റെ സിംഹപങ്കും ഇന്ന് നഗരത്തിൽ തന്നെയാണ് കൃഷിചെയ്യുന്നത്. നഗരകൃഷിയുടെ ഉത്തമ മാതൃകയാണ് ഹവാന.

1998 ൽ ആയിരുന്നു തുടക്കം. സോവിയറ്റ് യൂണിയൻ തകർന്നു. അവിടെ നിന്നുള്ള ഇറക്കുമതി നിശ്ചലമായതോടെ ക്യൂബയിൽ ക്ഷാമ മായി. രാസവളങ്ങളും കീടനാശിനികളും നിന്നതോടെ ക്യൂബയിലെ കൃ ഷിയും അവതാളത്തിലായി. അമേരിക്കൻ ഉപരോധംമൂലം സമീപരാജ്യ ങ്ങളുടെ സഹായവും നിഷേധിക്കപ്പെട്ടു. ഹവാനക്കാർ ഈ ആപത്ത് ഒരു അവസരമാക്കി. ടെറസിലും വീട്ടുമുറ്റത്തും എന്നുവേണ്ട, തുറസ്സായ തരിശിലൊക്കെ പച്ചക്കറി കൃഷിയിറക്കി. ശുദ്ധ ജൈവ പച്ചക്കറി കൃഷിയെ അവർ ഓർഗനോപോണിക്കോസ് എന്നാണ് വിളിക്കുന്നത്. സർവ്വകലാശാ ലകളും ഗവേഷണ സ്ഥാപനങ്ങളും മാത്രമല്ല സാധാരണക്കാരും നൂതനമായി കൃഷി സമ്പ്രദായങ്ങൾ ആവിഷ്കരിച്ചു. അതിവിപുലമായി പരിശീലനം സംഘടിപ്പിച്ചു. സർക്കാർ നഗരകൃഷിക്കുവേണ്ടി ഒരു മന്ത്രാലയം തന്നെ സൃഷ്ടിച്ചു.

വീട്ടുകൃഷിക്ക് അയൽക്കൂട്ട സംവിധാനങ്ങളാണ് നേതൃത്വം നല്കിയത്. വലിയ കൃഷിയിടങ്ങളിൽ നമ്മുടെ മുൻ മന്ത്രി വി വി രാഘവൻ ആവിഷ്കരിച്ച ഗ്രൂപ്പ് ഫാമിങ്ങിന്റെ വകഭേദങ്ങളാണ് ഉപയോ ഗപ്പെടുത്തിയത്. പരമ്പരാഗത സഹകരണ കൃഷിയുമുണ്ട്. സോവിയറ്റ് പതനത്തെ തുടർന്ന് ഉണ്ടായ പ്രത്യേക കാലഘട്ടത്തിലെ പട്ടിണിക്ക് എതിരായ യുദ്ധം ക്യൂബ ഒരു ദശാബ്ദം കൊണ്ട് വിജയിച്ചു.

ഫുഡ് ആൻഡ് അഗ്രിക്കൾച്ചർ ഓർഗനൈസേഷന്റെ (FAO) മാന ദണ്ഡ പ്രകാരം ഒരാൾക്ക് പ്രതിദിനം 300 ഗ്രാം പച്ചക്കറിയാണ് വേണ്ടത്. 2001 ൽ ക്യൂബയിൽ 131 ഗ്രാമേ ലഭ്യമായിരുന്നുള്ളു. 1997 ൽ ഹവാന നഗരത്തിലെ പച്ചക്കറി ഉല്പാദനം 20,000 ടൺ മാത്രമായിരുന്നു. 2001 ൽ അത് 1.3 ലക്ഷം ടണ്ണായി. 2005 ൽ 2.72 ലക്ഷം ടണ്ണും. പ്രതിശീർഷ പച്ച ക്കറി ലഭ്യത 340 ഗ്രാം ആയി ഉയർന്നു. 48 ലക്ഷം തൊഴിൽ ചെയ്യുന്നവ രുള്ള ക്യൂബയിൽ നഗര കൃഷിമേഖലയിൽ പുതുതായി 3.5 ലക്ഷം പേർ ക്ക് തൊഴിൽ നല്കാനായി.

വേണമെങ്കിൽ ഇത് ഇവിടെയും നടക്കും. വേണമെന്ന് നമ്മൾ തീരുമാനിക്കണം.

ബഹുജനസംഘടനകളും ജനങ്ങളുടെ ജനാധിപത്യ ബോധവുമാണ് നമ്മുടെ ഏറ്റവും വലിയ കരുത്ത്. കേരളത്തിലെ സംഘടിതപ്രസ്ഥാനങ്ങളിലെ അംഗ സംഖ്യ ഒരുകോടിയിലേറെ വരും. ഇതിനു പുറമെ ബൃഹത്തായ സഹകരണ പ്രസ്ഥാനവുമുണ്ട്. ഗ്രന്ഥ ശാലാ പ്രസ്ഥാനവും സാക്ഷരതാ പ്രസ്ഥാനവും പോലുള്ള പ്രസ്ഥാനങ്ങളുമുണ്ട്. ഇത്തരം സംഘടിത പ്രസ്ഥാനങ്ങളെല്ലാം കേരളത്തിന്റെ ശാപമാണെന്നു കരുതുന്ന ചിലരെ എനിക്കറിയാം. ഈ സമൂഹത്തിന്റെ വിപ്ലവകരമായ പുനഃസംഘടനയ്ക്കുവേണ്ടി ജീവിതം മുഴുവൻ ഉഴിഞ്ഞുവെച്ച എനിക്ക് ഇത്തരം കാഴ്ച പ്പാടുകളോട് അണുപോലും യോജിക്കാനാവില്ല എന്നു പറയേണ്ടതില്ലല്ലോ.

(ഇ എം എസ്, അദ്ധ്യക്ഷപ്രസംഗം, ഒന്നാം അന്തർദ്ദേശീയ കേരള പഠന കോൺഗ്രസ്, 1994)

14

ശുചിത്വപ്രസ്ഥാനത്തിൽ പങ്കുചേർന്നവർ

വ്യത്യസ്ത വിഭാഗങ്ങളുടെ ഏകോപനവും യോജിച്ച പ്രവർത്തന വുമാണ് നിർമ്മല നഗരം, നിർമ്മല ഭവനം പരിപാടിയെ മുന്നോട്ടു കൊണ്ടുപോകുന്നത്. കുടുംബശ്രീ, റസിഡന്റ്സ് അസോസിയേഷനുകൾ, സർക്കാർ ഉദ്യോഗസ്ഥർ, എല്ലാത്തിനും മേൽനോട്ടവും മുൻകൈയുമായി നഗരസഭാ കൗൺസിലർമാരും ജനപ്രതിനിധികളും. സഹായവുമായി സംസ്ഥാനസർക്കാരും. ഈ കൂട്ടായ്മയാണ് നഗരമാലിന്യസംസ്കരണ ത്തിലെ പ്രതിസന്ധിയിൽ ഒരു പുതുവഴി തുറക്കാൻ കാരണമാകുന്നത്. സർക്കാരും ഉദ്യോഗസ്ഥരും മാത്രം ചട്ടപ്പടി നീങ്ങിയാൽ എത്തിപ്പിടിക്കാ വുന്നതല്ല ഈ ലക്ഷ്യം. ഈ കൂട്ടായ്മയുടെ പ്രാധാന്യം മനസ്സിലാക്കി യാലേ ഇത്തരമൊരു പരിപാടി നടപ്പിലാക്കാൻ കഴിയൂ.

സബ്സിഡിയുമായി ഒരു സ്വയംസഹായസംഘം

കൊമ്മാടിയിലെ ജനശക്തി സജീവമായി പ്രവർത്തിക്കുന്ന ഒരു സ്വയം സഹായസംഘമാണ്. കൊമ്മാടി യുവജനവായനശാല പ്രസിദ്ധ മാണ്. 1920 കളുടെ ആദ്യം കേരളത്തിലെ ആദ്യത്തെ ട്രേഡ് യൂണിയൻ ആയ തിരുവിതാംകൂർ ലേബർ അസോസിയേഷൻ ആരംഭിച്ച നിശാപാഠശാലയുടെ തുടർച്ചയാണിത്. ഈ വാർഡിലെ ശുചിത്വപ്രവർത്ത

നങ്ങളുടെ കേന്ദ്രം യുവജനവായനശാലയാണ്. വാർഡിനെ ബ്ലോക്കുകളായി തിരിച്ച് ഓരോ ബ്ലോക്കിലും ഓരോ ശുചിത്വസംഘം. അതിന്റെ അമരത്ത് ആ പ്രദേശത്തെ കുടുംബശ്രീയോ, സ്വയംസഹായസംഘം പ്രവർത്തകരോ ആണ്. ഇവരാണ് പ്രചാരണത്തിനും ഓർഡർ ശേഖരിക്കുന്നതിനുമെല്ലാം നേതൃത്വം നല്കുന്നത്. കൊമ്മാടിയിലെ ഒരു ബ്ലോക്കിന്റെ ചുമതല ജനശക്തി സ്വയംസഹായസംഘത്തിനാണ്.

22 പേരാണ് ജനശക്തിയിൽ അംഗങ്ങൾ. എല്ലാവരുടെയും വീടുകളിൽ ബയോഗ്യാസ് പ്ലാന്റുകൾ സ്ഥാപിക്കാൻ തീരുമാനിച്ചു. ബയോഗ്യാസ് പ്ലാന്റുകൾ സ്ഥാപിക്കാൻ അംഗങ്ങൾക്ക് വായ്പയോടൊപ്പം സംഘം വക 1000 രൂപ സബ്സിഡിയും നല്കുന്നു. സർക്കാരിന്റെയും നഗരസഭയുടെയും സബ്സിഡിക്ക് പുറമേയാണിത്. അവരുടെ തന്നെ പണം ശുചിത്വ പരിപാടിക്ക് വിനിയോഗിക്കാൻ സംഘം കൂട്ടായി തീരുമാനിക്കുകയായിരുന്നു. ജനശക്തിക്ക് ചുമതലയുള്ള ബ്ലോക്കിൽ 72 വീടുകളാണുള്ളത്. അതിൽ 70 വീടുകളിലും എന്തെങ്കിലും തരത്തിലുള്ള ഉറവിട മാലിന്യസംസ്കരണ സങ്കേതം അവർ ഉറപ്പാക്കിക്കഴിഞ്ഞു.

മുന്നിൽ നടന്ന് കുടുംബശ്രീ

കരളകവും കറുകയിലും സമ്പൂർണ്ണ ശുചിത്വപദവി കൈവരിച്ച വാർഡുകളാണ്. ഇവിടെ പ്രവർത്തനങ്ങൾക്ക് മുന്നിട്ടിറങ്ങിയത് കുടുംബശ്രീയാണ്. 80 ശതമാനം വീടുകളും കുടുംബശ്രീയിൽ അംഗങ്ങളാണ്. കുടുംബശ്രീ എ ഡി എസ് ശുചിത്വപരിപാടി ചർച്ചചെയ്ത് യൂണിറ്റുകളിൽ റിപ്പോർട്ട് ചെയ്തു. അംഗങ്ങളെല്ലാവരും എന്തെങ്കിലും ഉറവിട മാലിന്യസംസ്കരണ സങ്കേതം സ്ഥാപിക്കണം. ഗുണഭോക്തൃവിഹിതം തനത് ഫണ്ടിൽനിന്നും പലിശരഹിത വായ്പയായി നല്കുകയും ചെയ്തു. ഒരു മാസം ലാഭിക്കുന്ന പാചകവാതകത്തിന്റെ വില കുടുംബശ്രീയിലേക്കു തിരിച്ചടച്ചാൽ മതി. ഒരുവർഷം കൊണ്ടു കടംവീടും. വാർഡുകളിൽ ക്രമീകരിച്ച സർവ്വീസ് ടീമിലെ അംഗങ്ങൾ കുടുംബശ്രീ പ്രവർത്തകർ കൂടിയാണ്. പ്ലാന്റുകളുടെയും മറ്റും പരിപാലനത്തിനും നിർമ്മല ഭവനം പദ്ധതിയുടെ പ്രചരണത്തിനും കുടുംബശ്രീ വലിയ പങ്കാണ് വഹിക്കുന്നത്. സമ്പൂർണ്ണ ശുചിത്വപദവിയിലേക്ക് നീങ്ങുന്ന ആശ്രമം, കാളാത്ത് എന്നീ വാർഡുകളിലും കുടുംബശ്രീയുടെ മുൻകൈയിലാണ് പ്രവർത്തനങ്ങൾ നീങ്ങുന്നത്. കുടുംബശ്രീ ശൃംഖല ഉപയോഗപ്പെടുത്തിയാണ് കാലാകാലങ്ങളിൽ ശുചിത്വസന്ദേശം വീടുകളിലെത്തിക്കുന്നത്.

ആവേശപൂർവ്വം റസിഡന്റ്സ് അസോസിയേഷനുകൾ

നിർമ്മല ഭവനം പദ്ധതിക്ക് തുടക്കം കുറിച്ചത് കിടങ്ങാംപറമ്പ് വാർഡിലാണല്ലോ. ഇവിടെ ബഹുഭൂരിപക്ഷവും ഉയർന്ന ഇടത്തരം വീടുകളാണ്. ഇത്തരം വാർഡുകളിൽ കുടുംബശ്രീ സംവിധാനം

വരുന്നതിനു മുമ്പുതന്നെ ശക്തമായ റസിഡൻസ് അസോസിയേഷനുകൾ ഉണ്ട്. ഇവയ്ക്ക് വാർഡു തലത്തിൽ ഒരു അപ്പക്സ് സമിതിയും ഉണ്ട്. റസിഡൻസ് അസോസിയേഷനുകൾക്കാണ് അവരുടെ പരിധിയിലുള്ള വീടുകളിലെ ശുചിത്വ പരിപാടിയുടെ ചുമതല. എല്ലാ വീട്ടിലും ബയോഗ്യാസ് പ്ലാന്റോ കമ്പോസ്റ്റിങ് യൂണിറ്റോ സ്ഥാപിക്കണം. സ്ഥലമില്ലാത്തതുകൊണ്ടോ മറ്റോ തീരെ പറ്റാത്തവർ എയ്റോബിക് ക്ലസ്റ്ററിൽ മാലിന്യം ഇടുന്നു എന്ന് ഉറപ്പാക്കുകയും വേണം. റസിഡൻസ് അസോസിയേഷനുകളുടെ ജാഗ്രതയോടുള്ള പ്രവർത്തനമാണ് കിടങ്ങാംപറമ്പ് വാർഡിലെ ശുചിത്വപരിപാടി മുന്നോട്ടു കൊണ്ടുപോകുന്നത്. തെരുവുകൾ ശുചിയായി സൂക്ഷിക്കുന്നതിനും വലിച്ചെറിയുന്നവരെ പിന്തിരിപ്പിക്കാനും എല്ലാം അസോസിയേഷനുകൾ മുന്നിലുണ്ട്. കൈതവന, പാലസ്, സ്റ്റേഡിയം വാർഡുകളിൽ നടക്കുന്ന പ്രവർത്തനങ്ങൾക്കും റസിഡന്റ്സ് അസോസിയേഷനാണ് നേതൃത്വം നല്കുന്നത്. ഗുണഭോക്തൃവിഹിതം സമാഹരിക്കുക, ആവശ്യമുള്ളവർക്ക് വായ്പ നല്കുക, സർവ്വീസ് ടീമിന് ഗുണഭോക്തൃവിഹിതം ഉറപ്പുവരുത്തുക തുടങ്ങിയ ചുമതലകൾ നിർവ്വഹിക്കുന്നതും റസിഡന്റ്സ് അസോസിയേഷനുകളാണ്.

ഓരോ വാർഡിന്റെയും സ്വഭാവവും സവിശേഷതകളും അനുസരിച്ച് വ്യത്യസ്ത കൂട്ടായ്മകളാണ് നിർമ്മല ഭവനം നിർമ്മല നഗരം പദ്ധതിക്ക് നേതൃത്വം നല്കുന്നത്. രാഷ്ട്രീയ പാർട്ടികളുടെ സജീവസാന്നിദ്ധ്യം എല്ലാ വാർഡുകളിലുമുണ്ട്. എല്ലാ രാഷ്ട്രീയപാർട്ടികളും ഒരേപോലെ ഇനിയും ഈ പ്രവർത്തനങ്ങളിൽ പങ്കാളികളായിട്ടില്ല.

നഗരസഭയാണല്ലോ പദ്ധതി നടത്തിപ്പിന് ഔദ്യോഗികമായി നേതൃത്വം നല്കുന്നത്. നഗരസഭയിലെ പ്രധാന പ്രതിപക്ഷം കോൺഗ്രസ് പാർട്ടിയാണ്. കോൺഗ്രസിലെ ഒരു വിഭാഗം നിർമ്മല ഭവനം നിർമ്മല നഗരം പദ്ധതി പ്രവർത്തനങ്ങളോട് തുടക്കം മുതൽ വിമുഖത കാട്ടി. എന്നാൽ പല കൗൺസിലർമാരും തങ്ങളുടെ വാർഡുകളിൽ ബയോഗ്യാസ് പ്ലാന്റുകളും പൈപ്പ് കമ്പോസ്റ്റും മറ്റും സ്ഥാപിക്കുന്നുണ്ട്. തങ്ങളുടെ രാഷ്ട്രീയ പാർട്ടിയുടെ പിൻബലമില്ലാത്തതിനാൽ അവർക്ക് വേണ്ടത്ര വേഗത്തിൽ മുന്നേറാൻ കഴിയുന്നില്ല. ഇത് ദൗർഭാഗ്യകരമായ ഒരു സ്ഥിതിയാണ്. കേരളവികസനത്തിലെ പുത്തൻ വെല്ലുവിളികളിൽ പ്രധാനമാണ് മാലിന്യ മാനേജ്മെന്റ്. അവിടെ ഒരു പുതുവഴി തീർക്കാൻ നടക്കുന്ന ശ്രമങ്ങൾക്ക് കക്ഷിരാഷ്ട്രീയ ഭേദങ്ങൾക്കപ്പുറം രാഷ്ട്രീയ ഐക്യമുണ്ടാകണം. അതിനിയും ഏറെ മുന്നോട്ടു പോകേണ്ടതുണ്ട്.

നഗരസഭയിലെ ഭരണപക്ഷത്തിന് നേതൃത്വം നല്കുന്ന സി പിഐ (എം) ശുചിത്വപരിപാടിയിൽ നേരിട്ട് ഇടപെടുന്നുണ്ട്. മൂന്നു വാർഡുകൾ സമ്പൂർണ്ണ ശുചിത്വം പദവി കൈവരിക്കാൻ കാരണം ഇത്തരത്തിലുള്ള സംഘടിത ഇടപെടലാണ് എന്നു പറഞ്ഞാൽ അതിശയോക്തിയല്ല. വ്യത്യസ്ത രാഷ്ട്രീയപാർട്ടിയിൽ പെട്ടവർ ഈ മാറ്റത്തിന്റെ അനിവാ

ര്യത തിരിച്ചറിയുകയും അതിൽ പങ്കാളികളാകുകയും ചെയ്യുന്നു. കേരളം നേരിടുന്ന പൊതുവായ വെല്ലുവിളികളെ നേരിടാൻ കക്ഷിരാഷ്ട്രീയത്തി നതീതമായി രാഷ്ട്രീയ പാർട്ടികൾ യോജിക്കണമെന്ന ഇ എം എസിന്റെ കാഴ്ചപ്പാട് ഇത്തരം കാര്യങ്ങളിൽ പ്രായോഗികമാക്കേണ്ടതുണ്ട്.

ആത്മാവായി സന്നദ്ധപ്രവർത്തകർ

ജനകീയാസൂത്രണ പ്രസ്ഥാനത്തിന്റെ അനുഭവങ്ങളായിരുന്നു നിർമ്മല ഭവനം നിർമ്മല നഗരം പദ്ധതിക്ക് ആകെ പിൻപറ്റാനുണ്ടായി രുന്നത് എന്നു പറഞ്ഞുവല്ലോ? അധികാര വികേന്ദ്രീകരണം സ്ഥായിയാ ക്കുന്നതിന് വേണ്ടി നടന്ന സമാനതകളില്ലാത്ത ഒരു ക്യാമ്പയി നായിരുന്നല്ലോ ജനകീയാസൂത്രണപരിപാടി. ജനകീയാസൂത്രണത്തിന്റെ അടിസ്ഥാന നേട്ടങ്ങളിൽ ഒന്ന് സന്നദ്ധതയുടെ അടിസ്ഥാനത്തിൽ അണി നിരന്ന ലക്ഷക്കണക്കിന് പ്രവർത്തകരായിരുന്നു. പ്രചരണത്തിനും പദ്ധതി രൂപീകരണത്തിനും സാങ്കേതിക പരിശോധനകൾക്കും വരെ സന്നദ്ധപ്രവർത്തകർ അണിനിരന്ന അനുഭവമാണ് ജനകീയാസൂത്രണ പ്രസ്ഥാനത്തിനുള്ളത്. സന്നദ്ധപ്രവർത്തകർ ക്രമേണ വികേന്ദ്രീകൃതാ സൂത്രണ പ്രവർത്തനങ്ങളിൽനിന്നും പിറകോട്ടുപോയി. സന്നദ്ധ സാങ്കേ തികസേനയും കർമ്മസമിതികളും എല്ലാം ഭരണഘടനാബാഹ്യമായ ഇട പെടലുകളാണെന്നൊക്കെ വരെ വിമർശനമുണ്ടായി. ദൗർഭാഗ്യകരമായ ഈ സമീപനം തദ്ദേശ സ്വയംഭരണ സ്ഥാപനങ്ങളിലെ ജനപങ്കാളിത്തം പേരിനു മാത്രമാകുന്നതിലേക്കാണ് നയിച്ചത്.

എന്നാലും ജനകീയാസൂത്രണം വളർത്തിയെടുത്ത സന്നദ്ധപ്രവർ ത്തനങ്ങൾക്കിറങ്ങാനുള്ള മനോഭാവം അനുകൂല സന്ദർഭങ്ങളിലെല്ലാം മുളനീട്ടാൻ പാകത്തിൽ ജീവത്തായി നിലനില്ക്കുന്നുണ്ട്. നിർമ്മല ഭവനം നിർമ്മല നഗരം പദ്ധതിയുടെ രൂപീകരണത്തിലും നടത്തിപ്പിലും സന്നദ്ധപ്രവർത്തകരുടെ പങ്കാളിത്തം നിർണ്ണായകമായിരുന്നു. സർക്കാർ ഉദ്യോഗസ്ഥരായി പദ്ധതിയിലേക്ക് വന്നവരിൽ പലരും സന്നദ്ധപ്രവർത്ത കരായി മാറി. തങ്ങളുടെ വകുപ്പിന്റെ ഉത്തരവാദിത്വം മാത്രമല്ല, പരിപാ ടിയുടെ എല്ലാ ഘടകങ്ങളിലും തങ്ങളാലാവുന്ന പ്രവർത്തനങ്ങൾ സ്വന്തം നിലയിൽ അവരേറ്റെടുത്തു. വികേന്ദ്രീകൃതമായ ഒരു മാലിന്യ സംസ്ക രണ പരിപാടി ഉണ്ടാക്കിയെടുക്കേണ്ടത് കേരളത്തിന്റെ പൊതു ആവ ശ്യമാണെന്നു കണ്ടറിഞ്ഞ കുറേപ്പേർ ഇതര ജില്ലകളിൽനിന്നും ആലപ്പുഴയിലെത്തി പ്രവർത്തനങ്ങൾക്ക് നേതൃത്വം നല്കുന്നു. ആലപ്പു ഴയിലെ ധാരാളം ശാസ്ത്ര സാഹിത്യ പരിഷത്ത് പ്രവർത്തകരും മറ്റും ഈ പദ്ധതിയുടെ ദൈനംദിന പ്രവർത്തനങ്ങളിൽ പങ്കാളികളാണ്. പാട്ടു പാടാനും ചിത്രം വരയ്ക്കാനും പ്ലാന്റുകൾ സ്ഥാപിക്കാനും ക്ലാസുകളെ ടുക്കാനും സാങ്കേതിക ഉപദേശത്തിനും എല്ലാം സന്നദ്ധപ്രവർത്തകർ മുന്നിൽ തന്നെയുണ്ട്. സാങ്കേതിക പങ്കാളികളായ ഏജൻസികളുടെ പ്രവർത്തകർപോലും നിർമ്മലഭവനം പദ്ധതിയുടെ സന്നദ്ധപ്രവർത്തക

Drawing by Laurie Baker

രായി കൂടിയാണ് പ്രവർത്തിക്കുന്നത്.

സന്നദ്ധത സൃഷ്ടിക്കുന്ന ഒരു ചൈതന്യമുണ്ട്, ജീവനുണ്ട്. അതാണ് ഇത്തരം ക്യാമ്പയിനുകളുടെ ആത്മാവ്.

നഗരസഭാ ജീവനക്കാരുടെ മാറുന്ന മുഖം

ആലപ്പുഴ മാർക്കറ്റിൽ ഹോട്ടലുകൾക്കും മറ്റും മീൻ വെട്ടിക്കൊടുക്കുന്ന കുറേ സ്ത്രീ തൊഴിലാളികളുണ്ട്. അവരിൽ പലരും മാർക്കറ്റിനു സമീപം തന്നെയാണ് താമസം. മീൻ മേടിക്കുന്ന വിദ്വാൻമാർ മീൻ നന്നാക്കുമ്പോഴുണ്ടാകുന്ന മാലിന്യം ഈ തൊഴിലാളികളുടെ തലയിൽ കെട്ടിവയ്ക്കും. ഉച്ചയാകുമ്പോഴേക്കും വലിയ അളവിൽ മീൻവേസ്റ്റ് ഉണ്ടാകും. കിറ്റിൽ കെട്ടിയും മറ്റു മാലിന്യത്തോടൊപ്പവും ചേർത്ത് ഇവ മാർക്കറ്റിന്റെ മൂലയിൽ വെച്ചിരിക്കുന്ന ബിന്നുകളിൽ ഇടുകയാണ് പതിറ്റാണ്ടുകളായുള്ള പതിവ്. നഗരസഭ ഇത് സർവ്വോദയപുരത്തുകൊണ്ടു പോകും. ഇതായിരുന്നു രീതി. ഇപ്പോൾ കഥ മാറിയല്ലോ? മാലിന്യം വേർതിരിച്ചു കിട്ടിയാലെ എയ്റോബിക് ബിന്നുകളിലും മറ്റും സംസ്കരിക്കാൻ കഴിയൂ. മാലിന്യം തരംതിരിച്ച് നഗരസഭയുടെ പെട്ടിവണ്ടിയിൽ നിക്ഷേപിക്കാനായി കൗൺസിലർ ഇവർക്ക് ബക്കറ്റുകളും സംഘടിപ്പിച്ചു നല്കി. തങ്ങളുടെ

തൊഴിലിന്റെ ഭാഗമായുണ്ടാകുന്ന മാലിന്യം ശേഖരിക്കുന്ന ഉത്തരവാദിത്വത്തിൽനിന്നും നഗരസഭ പിന്മാറുകയാണോ എന്ന് അവർക്ക് സംശയം. രൂക്ഷമായിട്ടാണ് ആ തൊഴിലാളികൾ പ്രതികരിച്ചത്. നഗരസഭ ഏർപ്പെടുത്തുന്ന ഒരു ചിട്ടയും തങ്ങൾ പാലിക്കില്ലെന്നായി.

ചർച്ചകൾ പലവട്ടം നടന്നു. വളരെ ക്ഷമാപൂർവ്വമായ ഒരു സമീപനമാണ് നഗരസഭ കൈക്കൊണ്ടത്. നഗരസഭയുടെ വാഹനം മാർക്കറ്റിൽ പാർക്ക് ചെയ്ത്, രണ്ട് കണ്ടിജന്റ് തൊഴിലാളികളും രണ്ടു ഹെൽത്ത് ഇൻസ്പെക്ടർമാരും രാവിലെ അവിടെ ഡ്യൂട്ടിക്ക് നില്ക്കാൻ തുടങ്ങി. തൊഴിലാളികളിൽനിന്നും മാലിന്യം ജീവനക്കാർ വാങ്ങി തരംതിരിച്ച് പെട്ടികളിൽ നിക്ഷേപിക്കാനും തുടങ്ങി. എന്നാലിപ്പോൾ മീൻവെട്ടുകാർ തന്നെ മാലിന്യം വേർതിരിച്ചു കൊണ്ടുവരാൻ തുടങ്ങി. വലിയ കോലാഹലമുണ്ടാക്കാവുന്ന ഒരു പ്രശ്നം അങ്ങനെ രമ്യമായി പരിഹരിച്ചു.

ആലപ്പുഴ മാർക്കറ്റിൽ കണ്ടത് നഗരസഭ ജീവനക്കാരുടെ മാറുന്ന മുഖമാണ്. ആലപ്പുഴയിലെ എയ്റോബിക് കമ്പോസ്റ്റിങ് ബിന്നുകളെല്ലാം ഹെൽത്ത് ഇൻസ്പെക്ടർമാരുടെ ചുമതലയിലാണ്. ചാണകവും കരിയിലയും സംഭരിക്കുന്നതും കമ്പോസ്റ്റിങ് ബിന്നുകളുടെ ചിട്ടയായ പ്രവർത്തനം ഉറപ്പാക്കുന്നതുമെല്ലാം ജീവനക്കാരാണ്. നഗരസഭ കണ്ടിജന്റ് ജീവനക്കാർ എയ്റോബിക് ബിൻ ക്ലസ്റ്ററുകളുടെ മേൽനോട്ടക്കാരായി മാറിയിരിക്കുന്നു. വഴിച്ചേരിയിലെയും എസ് ഡി വി സ്കൂളിന് സമീപത്തെയും ആലശ്ശേരിയിലെയുമെല്ലാം കമ്പോസ്റ്റിങ് ക്ലസ്റ്ററുകൾ സന്ദർശിക്കുന്നവരോട് അഭിമാനപൂർവ്വമാണ് ജീവനക്കാർ തങ്ങളുടെ നേട്ടങ്ങൾ വിശദീകരിക്കുന്നത്. ഈ സംവിധാനങ്ങൾ അവർ തങ്ങളുടേതാക്കി തുടങ്ങിയിരിക്കുന്നു. മാലിന്യ സംസ്കരണ സംവിധാനങ്ങളിലെ സാങ്കേതിക ഉയർച്ച തൊഴിലാളികളുടെ ജീവിതത്തിലും പ്രതിഫലിക്കുകയാണ്. രാത്രികാലങ്ങളിൽ ജാഗ്രതയോടെ റോന്തുചുറ്റുന്ന ഹെൽത്ത് ഇൻസ്പെക്ടർമാർ ഇന്ന് പതിവ് കാഴ്ചയാണ്.

മുന്നിൽ നയിച്ച് നഗരസഭ – സഹായ ഹസ്തവുമായി സർക്കാർ

ഏറെ നിർണ്ണായകമായ ഒരു ഉത്തരവാദിത്വമാണ് ആലപ്പുഴ നഗരസഭ ഏറ്റെടുത്തിട്ടുള്ളത്. വികേന്ദ്രീകൃത മാലിന്യ സംസ്കരണം കൂടുതൽ ഉത്തരവാദിത്വം ഉണ്ടാക്കുന്ന രീതിയാണ്. ഓരോന്നിനും പുതിയ ചിട്ടകൾ ഉണ്ടാക്കണം. ദൈനംദിന മോണിറ്ററിങ് ആവശ്യമായ പരീക്ഷണം.

ഓരോ വീടും കയറിയിറങ്ങി ഉറവിട മാലിന്യസംസ്കരണ സങ്കേതങ്ങളെ കുറിച്ചും ആവശ്യകതയെക്കുറിച്ചുമെല്ലാം വിശദീകരിക്കുന്നത് കൗൺസിലർമാരാണ്. ഒരു പ്ലാന്റ് പണി മുടക്കിയാൽ ആദ്യം പരാതിയെത്തുന്നത് കൗൺസിലറുടെ മുന്നിലാണ്. സർവ്വീസിങ് കേന്ദ്രത്തിലേക്കുപോലും പിന്നീടേ പരാതിയെത്തൂ. ഏതെല്ലാം വാർഡുകളിൽ നിർമ്മലഭവനം നിർമ്മലനഗരം പദ്ധതി മുന്നേറിയിട്ടുണ്ടോ, അവിടെ

യെല്ലാം നഗരസഭാ കൗൺസിലർമാരുടെ ഇച്ഛാശക്തി കാണാം. ബയോ ഗ്യാസ് പ്ലാന്റുകളുടെയും കമ്പോസ്റ്റിങ്ങിന്റെയുമൊക്കെ ശാസ്ത്രം പഠിക്കാനും കുറേ കൗൺസിലർമാർ സമയം കണ്ടെത്തി. ശാസ്ത്രവും സാങ്കേതികവശങ്ങളും പഠിക്കാൻ പാലക്കാട് മുണ്ടൂരിലുള്ള ഐ ആർ റ്റി സി യിൽ രണ്ടു ഘട്ടങ്ങളിലായി ആറു ദിവസമായിരുന്നു പരിശീലനം. സർവ്വീസ് ടീമുകളെ മാനേജ് ചെയ്യുന്നതും സേവന ദാതാക്കളുമായി ഉപ ഭോക്താക്കളെ ബന്ധപ്പെടുത്തുന്നതുമെല്ലാം കൗൺസിലർമാരാണ്. നഗ രസഭയും കൗൺസിലർമാരും ഈ പദ്ധതി മുന്നിൽനിന്ന് നയിക്കുകയാണ്.

ആലപ്പുഴ നഗരത്തിലെ രണ്ട് എം എൽ എമാരും ഈ പദ്ധതിയിൽ സജീവപങ്കാളികളാണ്. അധികാരവികേന്ദ്രീകരണത്തിന്റെ പശ്ചാത്തല ത്തിൽ എം എൽ എമാരുടെ ഉത്തരവാദിത്വങ്ങളിൽ വലിയ മാറ്റം വന്നിട്ടു ണ്ട്. നേരത്തെ എം എൽ എമാർ കൈകാര്യം ചെയ്തിരുന്ന വികസന പരിപാടികൾ പലതും തദ്ദേശസ്വയംഭരണ സ്ഥാപനങ്ങളുടെ ഉത്തരവാ ദിത്വമായി മാറി. പഞ്ചായത്തുകളെയും നഗരസഭകളെയും വികസന കാര്യ ങ്ങളിൽ സഹായിക്കുക എന്നത് തങ്ങളുടെ പ്രധാന കടമയായി എം എൽ എമാർ ഏറ്റെടുത്തിട്ടുണ്ട്. മാലിന്യസംസ്കരണം പോലെ വെല്ലുവിളി ഉയർത്തുന്ന മേഖലകളിൽ തദ്ദേശസ്വയംഭരണ സ്ഥാപനങ്ങൾക്ക് സഹായം നല്കുക പ്രധാനമാണ്. ആലപ്പുഴയിൽ എം എൽ എമാർ ഈ ചുമതല തിരിച്ചറിഞ്ഞാണ് പ്രവർത്തിക്കുന്നത്.

നഗരമാലിന്യ മാനേജ്മെന്റ് സംസ്ഥാന സർക്കാരിന് തലവേദന യാണ്. വിളപ്പിൽശാലയും ലാലൂരും ഞെളിയൻ പറമ്പുമെല്ലാം സർക്കാ രിന് കടുത്ത പ്രതിസന്ധി ഉണ്ടാക്കുന്നുണ്ട്. ഇന്നത്തെ രീതികളിൽനിന്നും മാറിയൊരു വഴി വേണമെന്ന ബോധനാൽ സംസ്ഥാന സർക്കാരിനുമുണ്ട്. എന്നാൽ സർക്കാരിന്റെ ഊന്നൽ വൻകിട പദ്ധതികളിലാണ്. ചാലയിലെ ഇൻസിനറേറ്റർ തുടങ്ങിയ പരിഹാരങ്ങളൊക്കെ കടന്നുവരുന്നത് ഈ നില പാടിൽ നിന്നാണ്. അതേസമയം ആലപ്പുഴയിലെ ഉറവിട മാലിന്യസംസ്ക രണ ശ്രമങ്ങൾക്ക് സംസ്ഥാന സർക്കാർ പിന്തുണ നല്കുന്നുണ്ട്. കാല താമസവും നൂലാമാലകളുമെല്ലാം പതിവുപോലെ തന്നെ ഉണ്ട്. എങ്കിലും ആലപ്പുഴ നഗരത്തിനായി സമർപ്പിച്ച പ്രത്യേക പദ്ധതികൾക്ക് സംസ്ഥാന സർക്കാർ അനുവാദം നല്കി.

സന്നദ്ധപ്രവർത്തകരും സർക്കാർ ഉദ്യോഗസ്ഥരും ജനപ്രതിനിധി കളും കൈകോർത്താണ് നിർമ്മല ഭവനം പദ്ധതിയിലൂടെ മാലിന്യ സംസ്കരണ രംഗത്തെ പ്രതിസന്ധിക്ക് പരിഹാരം തേടുന്നത്.

പഴയകാലത്തികവിൽനിന്നും
പുതിയ നാടുണര്....
പഴയതിന്മകൾ തീണ്ടിടാത്തൊരു
പുതിയ നാടുണര്..
പറ കൊട്ടി പാടി ഉണരുക
തുയിലുണർത്തുക നാം
പടയൊരുക്കുക നാളെയാകുകിൽ
ഏറെ വൈകീടും..
(പരിഷത് ഗാനം)

15

മനസ്സിലും തെരുവിലും മാറ്റങ്ങൾ

രണ്ടായിരത്തി പതിനാല് ആഗസ്ത് 5 ന് മൂന്നു വാർഡുകൾ സമ്പൂർണ്ണ ശുചിത്വ വാർഡുകളായി പ്രഖ്യാപിക്കുമ്പോൾ നിർമ്മലഭവനം നിർമ്മലനഗരം പദ്ധതി 22 മാസം പിന്നിട്ടിരുന്നു. വികേന്ദ്രീകൃത മാലിന്യ സംസ്കരണ രംഗത്ത് ഇത്രയും തുടർച്ചയായ ഒരു ക്യാമ്പയിൻ ഇതിനു മുൻപ് കേരളത്തിൽ നടന്നിട്ടുണ്ടാവില്ല. പണിയെടുത്ത് പഠിക്കുകയായിരുന്നു. ഓരോ ഘട്ടത്തിലും പുതുക്കലുകൾ, പുതിയ രീതികൾ, പുത്തൻ സങ്കേതങ്ങൾ. ഈ പ്രവർത്തനം ആലപ്പുഴയിൽ എന്തു മാറ്റങ്ങളാണ് വരുത്തിയത്? എന്തു നേട്ടങ്ങളാണ് ഉണ്ടാക്കിയത്?

ആലപ്പുഴ നഗരത്തിന്റെ തെരുവുകളിലാണ് മാറ്റം ഏറ്റവും പ്രകടമാകുന്നത്. അഴുക്കുകൂനകളായിരുന്ന നഗരത്തിലെ പലമൂലകളും ഇപ്പോൾ വൃത്തിയായിരിക്കുന്നു. വലിച്ചെറിയുന്ന ശീലത്തിൽ വന്ന ഗണ്യമായ കുറവാണ് ഇതിന് അടിസ്ഥാനം. മാലിന്യം തെരുവിൽ വലിച്ചെറിയുന്നത് കുറച്ചിലാണെന്ന് നഗരവാസികൾക്ക് തോന്നിത്തുടങ്ങിയിരിക്കുന്നു. വലിച്ചെറിയാതെ തന്നെ ഗാർഹിക മാലിന്യം സംസ്കരിക്കാമെന്ന് അവർ മനസ്സിലാക്കി തുടങ്ങുകയാണ്. ഏതാനും വാർഡുകളിൽ മാത്രമാണ് ഉറവിടമാലിന്യ പരിപാടി മുന്നേറിയിട്ടുള്ളത്. ബാക്കിയുള്ള സ്ഥലങ്ങളിൽ പദ്ധതി ആരംഭിച്ചിട്ടേയുള്ളൂ. എന്നാൽ നഗരത്തിന്റെ മനസ്സിനാകെ ഒരു മാറ്റം വന്നിരിക്കുന്നു എന്നു വ്യക്തം. അതാണ് തെരുവുകളിൽ പ്രതിഫലിക്കുന്നത്. കുറഞ്ഞകാലത്തെ ഈ നേട്ടങ്ങൾ ഒന്ന് അളന്നെടുത്താലോ.

2014 മാർച്ച് വരെ 1164 ബയോഗ്യാസ് പ്ലാന്റുകളും 1234 പൈപ്പ് കമ്പോസ്റ്റ് യൂണിറ്റുകളുമാണ് നിർമ്മലഭവനം പദ്ധതിയുടെ ഭാഗമായി

സ്ഥാപിച്ചത്. ഏതാനും വാർഡുകൾ കേന്ദ്രീകരിച്ച് നടന്ന പ്രവർത്തനത്തിന്റെ ഫലമാണിത്. 50 എയ്റോബിക് കമ്പോസ്റ്റിങ് ബിന്നുകളും സ്ഥാപിച്ചു. 874 എണ്ണം പോർട്ടബിൾ പ്ലാന്റുകളാണ്. ഇവ ഓരോന്നും പ്രതിദിനം കുറഞ്ഞത് മൂന്നു കിലോഗ്രാം വീതം ജൈവമാലിന്യം സംസ്കരിക്കും. അനർട്ട് പ്ലാന്റുകളുടെ എണ്ണം 290 ആണ്. ഇവ പ്രതിദിനം 6 കിഗ്രാം വീതം ജൈവമാലിന്യം സംസ്കരിക്കും. പൈപ്പ് കമ്പോസ്റ്റ് യൂണിറ്റിന്റെ ശേഷി പ്രതിദിനം ഒരു കിലോയാണ്. ഒരു എയ്റോബിക് കമ്പോസ്റ്റിങ് ബിന്നിൽ പ്രതിവർഷം 6 ടൺ ജൈവമാലിന്യമാണ് സംസ്കരിക്കാൻ കഴിയുക. ഇവയെല്ലാം കൂടി ചേർന്നാൽ ഇപ്പോൾ പ്രതിദിനം എത്ര മാലിന്യം സംസ്കരിക്കുമെന്ന് നോക്കാം.

പട്ടിക 15.1

രീതി	എണ്ണം	പ്രതിദിനമാലിന്യ സംസ്കരണം(ടൺ)
ഐ ആർ റ്റി സി ബയോഗ്യാസ് പ്ലാന്റ്	874	2.62
അനർട്ട് ബയോഗ്യാസ് പ്ലാന്റ്	290	1.74
എയ്റോബിക് കമ്പോസ്റ്റിങ് ബിൻ	50	0.825
പൈപ്പ് കമ്പോസ്റ്റിങ് യൂണിറ്റ്	234	1.24
ആകെ		6.42

ഇതാണ് ഇപ്പോഴത്തെ ചിത്രം. 6.42 ടൺ ഗാർഹിക മാലിന്യം പ്രതിദിനം ഇന്ധനമായോ വളമായോ സംസ്കരിക്കുകയാണ്. നഗരസഭയിലാകെ നടപ്പിലാക്കാൻ ശ്രമിക്കുന്ന പദ്ധതിയുടെ കാൽഭാഗമാണ് നടപ്പിലായിട്ടുള്ളത്. അത് പൂർണ്ണമായും നടപ്പിലാകുമ്പോഴുള്ള സ്ഥിതി താഴെ പട്ടികയിൽ കൊടുത്തിരിക്കുന്നു.

പട്ടിക 15.2

രീതി	എണ്ണം	പ്രതിദിന മാലിന്യ സംസ്കരണം (ടൺ)
1 m3 പോർട്ടബിൾ ബയോഗ്യസ്പ്ലാന്റ്	4200	12.6
അനർട്ട് ബയോഗ്യാസ് പ്ലാന്റ്	500	3.0
പൈപ്പ് കമ്പോസ്റ്റ്	13033	13.00
എയ്റോബിക് കമ്പോസ്റ്റിങ് ബിൻ	200	3.3
ആകെ		31.9

നഗരസഭയ്ക്ക് രണ്ടു പദ്ധതികളിലായി അനുവദിച്ചിരിക്കുന്ന മാലിന്യസംസ്കരണ സങ്കേതങ്ങളാണ് പട്ടിക 15.2 ൽ കൊടുത്തിരിക്കുന്നത്.

4200 പോർട്ടബിൾ പ്ലാന്റുകളും 500 ഫിക്സഡ് പ്ലാന്റുകളും 13033 പൈപ്പ് കമ്പോസ്റ്റ് യൂണിറ്റുകൾക്കുമാണ് അംഗീകാരം ലഭിച്ചത്. എയ്റോബിക് കമ്പോസ്റ്റിങ് യൂണിറ്റുകൾ നഗരസഭ നേരിട്ട് നടപ്പിലാക്കുന്നതാണ്. ഇവ പൂർത്തിയാകുമ്പോൾ പ്രതിദിനം 31.9 ടൺ ജൈവമാലിന്യം ഇന്ധനമായും വളമായും മാറ്റാം. ആലപ്പുഴ നഗരത്തിലെ ജൈവമാലിന്യം മുഴുവൻ വികേന്ദ്രീകൃത സംവിധാനങ്ങളിലൂടെ സംസ്കരിക്കുവാൻ കഴിയും എന്നതാണ് നിർമ്മല ഭവനം നിർമ്മല നഗരം പദ്ധതി തെളിയിക്കുന്നത്.

ഇപ്പോൾ സ്ഥാപിച്ചിട്ടുള്ള ബയോഗ്യാസ് പ്ലാന്റുകളിൽനിന്ന് പ്രതിവർഷം 70895 കി. ഗ്രാം എൽ പി ജിക്ക് തുല്യമായ ഗ്യാസാണ് ഉല്പാദിപ്പിക്കുന്നത്. 56879 കി. ഗ്രാം വിറകിനും 101512 ലിറ്റർ മണ്ണെണ്ണയ്ക്കും തുല്യമായ ഊർജ്ജമാണ് ഇങ്ങനെ ഉല്പാദിപ്പിക്കപ്പെടുന്നത്. ഇതിന്റെ സബ്സിഡിയില്ലാത്ത വില 7089447 രൂപ വരും. കമ്പോസ്റ്റിങ് യൂണിറ്റുകളിൽ 225.12 ടൺ ജൈവവളവും ഉല്പാദിപ്പിക്കുന്നു. ഇതിന്റെ മൂല്യം കി ഗ്രാമിന് 15 രൂപ നിരക്കിൽ 3876845 രൂപ വരും.

നിർമ്മല ഭവനം നിർമ്മല നഗരം പദ്ധതി പ്രായോഗികമായ ഒരു വികേന്ദ്രീകൃത മാലിന്യസംസ്കരണ പരിപാടിക്ക് രൂപംനല്കിയിരിക്കുന്നു. ഓരോ പ്രദേശത്തേയും സവിശേഷതകൾക്ക് അനുസരിച്ച് ഈ സങ്കേതങ്ങൾ തെരഞ്ഞെടുത്ത് ഉപയോഗിക്കാൻ ആലപ്പുഴ അനുഭവം വഴികാട്ടിയാകും എന്നു പ്രതീക്ഷിക്കാം.

മൂന്നുവാർഡുകൾ ആദ്യഘട്ടത്തിൽ സമ്പൂർണ്ണ ശുചിത്വ പദവി നേടി. രണ്ടാംഘട്ടത്തിൽ ഏഴു വാർഡുകൾ, ബാക്കിയുള്ളവ തുടർന്നുള്ള മാസങ്ങളിലും. 2015ലെ വേനൽക്കാലം അവസാനിക്കുന്നതിന് മുമ്പ് തോടുകൾ വൃത്തിയാക്കുകയാണ് ലക്ഷ്യം. അടഞ്ഞുകിടക്കുന്ന അറവുശാല ജലശുദ്ധീകരണ സംവിധാനം ഏർപ്പെടുത്തി തുറന്ന് പ്രവർത്തിപ്പിക്കും. കഞ്ഞിക്കുഴി ബ്ലോക്ക് പഞ്ചായത്തിന്റെ പ്ലാസ്റ്റിക് സംസ്കരണശാലയും പ്രവർത്തിച്ചുതുടങ്ങും. ഈ വേനൽക്കാലം പച്ചക്കറി കൃഷി ക്യാമ്പയിന്റെ തുടക്കം കൂടിയായിരിക്കും.

എന്താണ് ഈ ശുഭാപ്തി വിശ്വാസത്തിന് അടിസ്ഥാനം? ഈ വിജയത്തിന് പിന്നിലെ സൂത്രവാക്യം ലളിതമാണ്. ഒരുപറ്റം നല്ല ജനപ്രതിനിധികളും ഉദ്യോഗസ്ഥരും സന്നദ്ധ പ്രവർത്തകരും ഇവിടെയുണ്ട്. ഈ ചേരുവ എവിടെയുണ്ടോ അവിടെയെല്ലാം വികസന ക്യാമ്പയിനുകൾ വിജയിപ്പിക്കാനാവും. ജനകീയാസൂത്രണത്തിന്റെ കൂടി പാഠമാണിത്. പക്ഷേ ജനകീയാസൂത്രണ പ്രസ്ഥാനത്തിന്റെ ആദർശങ്ങളിൽനിന്ന് നാം വളരെയേറെ അകന്നുപോയിട്ടുണ്ട്. തങ്ങളും ഉദ്യോഗസ്ഥരും മതിയെന്നതാണ് പല ജനപ്രതിനിധികളുടെയും ധാരണ. ഇതു ശരിയായ സമീപനമല്ല. യഥാർത്ഥ ജനാധിപത്യ അധികാര വികേന്ദ്രീകരണത്തിന്റെ ലക്ഷ്യം കേന്ദ്രസംസ്ഥാന സർക്കാരുകളുടെ കുട്ടിപ്പതിപ്പുകൾ സൃഷ്ടിക്കുകയല്ല. ഇതു തികച്ചും നൂതനമായ പ്രത്യക്ഷ ജനപങ്കാളിത്തത്തോടെയുള്ള ഭരണസംവിധാനമാണ്.

മേൽത്തട്ടിലെ ജനാധിപത്യ പ്രക്രിയയിൽ ബഹുജനങ്ങൾക്ക് നേരിട്ട് ഇടപെടാൻ കഴിയില്ല. മേൽത്തട്ടുകളിലെ ജനാധിപത്യത്തിൽനിന്നും വ്യത്യസ്തമായി കീഴ്ത്തട്ടു ജനാധിപത്യത്തിൽ ജനങ്ങൾക്ക് നേരിട്ട് പങ്കാളികളാകാൻ കഴിയും. ജനപങ്കാളിത്തം എന്നാൽ ഗ്രാമസഭയിൽ പങ്കെടുക്കുന്ന ആൾക്കൂട്ടം മാത്രമല്ല. റസിഡൻസ് അസോസിയേഷനുകൾ, അയൽക്കൂട്ടങ്ങൾ, ഗുണഭോക്തൃസമിതികൾ, ശുചിത്വ കൗൺസിലുകൾ തുടങ്ങിയവയെല്ലാം ജനപങ്കാളിത്ത വേദികളാണ്. അതോടൊപ്പം ഒരു നിർണ്ണായക ഘടകമാണ് ആദർശപ്രചോദിതരായി മുന്നോട്ടുവരുന്ന സന്നദ്ധപ്രവർത്തകർ. ജനകീയാസൂത്രണത്തിന്റെ വിസ്മയകരമായ ഈ സവിശേഷത പുനഃസ്ഥാപിക്കാൻ കഴിഞ്ഞു എന്നതാണ് ആലപ്പുഴ ക്യാമ്പയിനിന്റെ പ്രധാനനേട്ടം.

ഉദ്യോഗസ്ഥരിൽ വന്ന വലിയമാറ്റത്തെക്കുറിച്ച് ഈ ഗ്രന്ഥത്തിൽ സൂചിപ്പിച്ചിട്ടുണ്ട്. ഒരു ചെറുവിഭാഗം ഇപ്പോഴും പഴയശൈലിയിൽ തന്നെയാണ്. എന്നാൽ നല്ലൊരു വിഭാഗം സന്നദ്ധപ്രവർത്തകർക്കൊപ്പംനിന്ന് പ്രവർത്തിക്കുന്നു. കക്ഷി വ്യത്യാസമില്ലാത്ത പങ്കാളിത്തം ആലപ്പുഴ നഗ

Drawing by Laurie Baker

രത്തിൽ ഉണ്ടായിട്ടുണ്ട്. ജനപ്രതിനിധികൾക്കിടയിൽ സങ്കുചിതമായ രാഷ്ട്രീയ ചേരിതിരിവ് ഇല്ലാതാക്കാനായിട്ടില്ല. ഒരു ചെറുവിഭാഗത്തിന് എങ്ങനെ തർക്കവും വിവാദവുമുണ്ടാക്കാം എന്നതിലാണ് ശ്രദ്ധ. തങ്ങളുടെ രാഷ്ട്രീയ നിലപാടിൽ ഉറച്ചുനില്ക്കുമ്പോൾത്തന്നെ നാട്ടിൽ എല്ലാവർക്കും ആവശ്യമുള്ള ദൈനംദിന വികസന പ്രവർത്തനങ്ങളിൽ ഒരുമിക്കുക. ഈ ആദർശത്തിൽ അധിഷ്ഠിതമയ പുതിയൊരു സംസ്കാരം കൂടിയേതീരൂ. ലീഗ് അടക്കമുള്ള യു ഡി എഫ് ഭരണകക്ഷികൾ വളരെ തുറന്ന സമീപനമാണ് കൈക്കൊള്ളുന്നത്. പലകോൺഗ്രസ് കൗൺസിലർമാരും സജീവമായിത്തന്നെ രംഗത്തുണ്ട്. പക്ഷേ നേതൃത്വത്തിൽ ഒരുവിഭാഗം മുഖം തിരിച്ചു നില്ക്കുന്നു. ഒരു കാര്യം വ്യക്തം. വിഭാഗീയമായി വികസനക്യാമ്പയിനുകൾ കൊണ്ടുപോകുക പ്രയാസകരമാണ്. എല്ലാവരെയും യോജിപ്പിക്കാനുള്ള പരിശ്രമങ്ങൾ തുടർന്നേപറ്റൂ.

പൊതുരാഷ്ട്രീയ പ്രശ്നങ്ങളെ ആസ്പദമാക്കി ജനങ്ങളെ അണിനിരത്തുമ്പോൾ തന്നെ അവർ നേരിടുന്ന ദൈനംദിന പ്രശ്നങ്ങളിൽ പൊതുയോജിപ്പുണ്ടാക്കി പരിഹരിക്കുന്നതിനുള്ള ഇടപെടലുകളിലേക്കും രാഷ്ട്രീയ പ്രവർത്തനം വ്യാപിക്കേണ്ടതുണ്ട്. പാലക്കാട് ചേർന്ന സി പി ഐ (എം)ന്റെ പ്ലീനം ഇത്തരത്തിലൊരു കർമ്മപദ്ധതി തയ്യാറാക്കിയിരുന്നു. സാന്ത്വനപരിചരണ മേഖലയിൽ ഇതിന്റെ സ്വാധീനം കേരളത്തിൽ അനുഭവവേദ്യമായി തുടങ്ങിയിട്ടുണ്ട്. ഇതേമാതൃകയിൽ ശുചിത്വക്യാമ്പയിനിലും, തുടർന്ന് കാർഷിക പുനരുദ്ധാരണ പ്രവർത്തനത്തിലും ഇടപെടുന്നതിന് സി പി ഐ (എം) തീരുമാനിച്ചിട്ടുമുണ്ട്. ഈ സമീപനം സംസ്ഥാനവ്യാപകമായ ശുചിത്വ ക്യാമ്പയിന് സമീപഭാവിയിൽ രൂപം നല്കും എന്ന് തീർച്ചയാണ്. ഏതാനും മാസങ്ങൾക്കുള്ളിൽ ആലപ്പുഴയിലെ ശുചിത്വക്യാമ്പയിൻ പൂർണ്ണ വിജയത്തിലെത്തിക്കാൻ കഴിയും എന്ന ആത്മവിശ്വാസത്തിന്റെ ഒരു പ്രധാനകാരണവും ഇതുതന്നെയാണ്. കോൺഗ്രസ് അടക്കമുള്ള എല്ലാ രാഷ്ട്രീയ കക്ഷികളും ഇതേ സമീപനം കൈക്കൊള്ളുകയും ഒരുമിച്ച് പ്രവർത്തിക്കുകയും ചെയ്താൽ നാടിന്റെ ഒരുപാട് പ്രശ്നങ്ങൾക്ക് പരിഹാരം കണ്ടെത്താൻ കഴിയും.

ഉചിതമായ സാങ്കേതികവിദ്യയോടൊപ്പം പ്രധാനമായ ഒന്നാണ് ജനങ്ങളുടെ മനോഭാവത്തിൽ മാറ്റം വരുത്തുക എന്നത്. ഈ രണ്ടാമത്തെ കാര്യത്തിന് വളരെയേറെ ഊന്നൽനല്കി എന്നതാണ് ആലപ്പുഴയിലെ അനുഭവങ്ങളുടെ മർമ്മം. ഔപചാരിക സർക്കാർ ഉത്തരവുകൾ ആവശ്യം തന്നെ. പക്ഷെ അവ മനുഷ്യമനോഭാവത്തിൽ മാറ്റം വരുത്താൻ പര്യാപ്തമല്ല. കേവലം സാരോപദേശങ്ങളോടാവട്ടെ, ജനങ്ങൾക്ക് മടുപ്പുമാണ്. ഇവിടെയാണ് സർഗ്ഗാത്മകമായ ഒരു ജനകീയപ്രസ്ഥാനത്തിന്റെ പ്രസക്തി. ഇത്തരമൊരു പ്രസ്ഥാനം പുതിയ ആദർശങ്ങളെ ഉല്പാദിപ്പിക്കും. പുതിയ ശൈലികൾക്ക് രൂപംനല്കും, പുതിയൊരുനിര സന്നദ്ധ പ്രവർത്തകരെ സൃഷ്ടിക്കും.

പ്രസിഡന്റായിരിക്കവെ പ്രതിഭാ പാട്ടീൽ 2010 ൽ തിരുവനന്തപുര

ത്ത് ഉദ്ഘാടനം ചെയ്തതാണ് സമ്പൂർണ്ണ ശുചിത്വ യജ്ഞം. എന്നാൽ ജനകീയാസൂത്രണ കാലത്തെന്നപോലെ ഒരു ജനകീയ പ്രസ്ഥാനമായി ശുചിത്വ പരിപാടിയെ മാറ്റാനായില്ല. ഇത് സാദ്ധ്യമാണെന്നാണ് ആലപ്പുഴ തെളിയിക്കുന്നത്. ജനകീയാസൂത്രണത്തിന്റെ രണ്ടാം പതിപ്പിന് കാലമായി.

Drawing by Laurie Baker

അനുബന്ധം ഒന്ന്

സാങ്കേതികപങ്കാളികളും നിർവ്വഹണഏജൻസികളും

മാലിന്യ ഉല്പാദനം പരിധിയിൽ നിർത്താനുള്ള സാമൂഹിക നിയന്ത്രണവും, അനിവാര്യമായി ഉല്പാദിപ്പിക്കപ്പെടുന്ന മാലിന്യം ശാസ്ത്രീയമായി സംസ്കരിക്കുന്നതിനുള്ള അനുയോജ്യ സാങ്കേതികവിദ്യാ പ്രയോഗവും സമന്വയിപ്പിച്ചുകൊണ്ടേ മാലിന്യപ്രശ്നം പരിഹരിക്കാനാകൂ എന്ന് നാം കണ്ടു. മാലിന്യത്തിന്റെ 70–80 ശതമാനം വരുത്തുന്ന ജൈവമാലിന്യങ്ങൾ പരമാവധി ഉറവിടത്തിലും ബാക്കി സമീപത്ത് വികേന്ദ്രീകൃതമായും സംസ്കരിക്കുന്നതാണ് ഉചിതമെന്നും നാം കണ്ടു. ജൈവമാലിന്യം വളമായോ ഇന്ധനമായോ മാറ്റാനുള്ള സാങ്കേതികവിദ്യയാണ് നമുക്ക് ചേർന്നത് എന്നും നാം നിരീക്ഷിച്ചു കഴിഞ്ഞു. നിർമ്മല ഭവനം നിർമ്മല നഗരം പദ്ധതിയിൽ ഈ സാങ്കേതിക വിദ്യകൾ പ്രയോഗിക്കുന്നതിന് വ്യത്യസ്ത സ്ഥാപനങ്ങളുടെ സാങ്കേതിക പങ്കാളിത്തം ഉറപ്പാക്കുക പ്രധാനമായിരുന്നു. ഇത്തരമൊരു പരീക്ഷണത്തിന് ഇറങ്ങി പുറപ്പെടുമ്പോൾ ക്യാമ്പയിനിന്റെ ആത്മാവിനോട് അടുപ്പം പുലർത്തുന്ന സാങ്കേതികപങ്കാളികളും നടത്തിപ്പ് ഏജൻസികളും അനിവാര്യമാണ്. കേവലം വാണിജ്യാടിസ്ഥാനത്തിൽ മാത്രം പ്രവർത്തിക്കുന്ന ഏജൻസികളിൽനിന്നും ക്യാമ്പയിൻ ലക്ഷ്യത്തോട് സമ്പൂർണ്ണനീതി പ്രതീക്ഷിക്കുക വയ്യ. നിർമ്മലഭവനം നിർമ്മല നഗരം പദ്ധതിക്ക് ലഭിച്ച സാങ്കേതികപങ്കാളികൾ ഈ ജനകീയ പരീക്ഷണത്തിന് തികച്ചും യോജിച്ചവരായിരുന്നു.

ഐ ആർ റ്റി സി (Integrated Rural Technology Centre -IRTC)

കേരള ശാസ്ത്രസാഹിത്യ പരിഷത്തിന്റെ ഗവേഷണസ്ഥാപനമായ IRTC ആണ് ഈ പദ്ധതിയുടെ മുഖ്യ സാങ്കേതികപങ്കാളികൾ. IRTC രൂപകല്പന ചെയ്ത പോർട്ടബിൾ ബയോഗ്യാസ് പ്ലാന്റുകളും, പൈപ്പ് കമ്പോസ്റ്റ് യൂണിറ്റുമാണ് വ്യാപകമായി സ്ഥാപിക്കുന്ന മാലിന്യസംസ്കരണ സാങ്കേതങ്ങൾ. ഉറവിട മാലിന്യസംസ്കരണ സങ്കേതങ്ങൾ, പദ്ധതി

ആസൂത്രകർ, നഗരാസഭാ കൗൺസിലർമാർ, ഉദ്യോഗസ്ഥർ, സന്നദ്ധപ്രവർത്തകർ, സർവ്വീസ് ടീം എന്നിവർക്കെല്ലാമുള്ള പരിശീലനവും IRTC യാണ് നല്കുന്നത്. ആധുനിക അറവുശാലയുടെ സാങ്കേതികപിഴവ് പരിഹരിക്കുന്നതിനും സർവ്വോദയപുരത്ത് കുമിഞ്ഞുകൂടിയ മാലിന്യം ക്യാപ്പ് ചെയ്ത് അപകടരഹിതമാക്കുന്നതിനുമുള്ള പദ്ധതിയ്ക്കും കൺസൾട്ടൻസി സർവ്വീസ് നല്കിയും IRTCയാണ്. നിർമ്മല ഭവനം നിർമ്മല നഗരം പദ്ധതിയുടെ മോണിറ്ററിങ്ങിന് ആലപ്പുഴ നഗരത്തിൽ IRTC യുടെ ഒരു ഓഫീസ് പ്രവർത്തിക്കുന്നുണ്ട്. കൺസൾട്ടൻസി സർവ്വീസുകളും പരിശീലനവുമെല്ലാം പൂർണ്ണമായും സൗജന്യമാണ്.

കേരളത്തിന്റെ ഇന്നത്തെ പ്രധാന വികസന വെല്ലുവിളികളിലൊന്നായ മാലിന്യസംസ്കരണം IRTCയുടെ മുൻഗണനാ ഗവേഷണ മേഖലകളിലൊന്നാണ്. ആ രംഗത്തെ ഗവേഷണ അനുഭവങ്ങളും ഫലങ്ങളും ഫീൽഡിൽ വ്യാപകമായി പ്രയോഗിക്കുന്നതിനുള്ള സന്ദർഭം കൂടിയായി ആലപ്പുഴ നഗരസഭയുടെ ഈ മുൻകൈ. ബയോഗ്യാസ് പ്ലാന്റുകളുടെ സർവ്വീസിങ് IRTC യുടെ മേഖലാ കേന്ദ്രമാണ് ഇപ്പോൾ നേരിട്ട് നടത്തുന്നത്. കാലക്രമേണ ഇതിന് പ്രാപ്തമായ ആളുകളും, സ്ഥാപനങ്ങളും വളർന്നു വരേണ്ടതുണ്ട്. ബയോഗ്യാസ് പ്ലാന്റുകൾ സ്ഥാപിക്കുന്നതിനു മുമ്പും സ്ഥാപിച്ചതിനു ശേഷവും ഉപഭോക്താക്കൾക്ക് പരീശീലനം (User Education) നല്കുന്നതും IRTC യുടെ നേതൃത്വത്തിലാണ്. ഈ പരീക്ഷണ പദ്ധതിയിൽ നഗരസഭാ കൗൺസിലർമാരുടെ സഹായികളും പങ്കാളികളുമായിട്ടാണ് IRTC പ്രവർത്തിക്കുന്നത്. കേവലം പദ്ധതി നടത്തിപ്പുകാരായിട്ടല്ല.

ബയോഗ്യാസ് പ്ലാന്റ്

പോർട്ടബിൾ ബയോഗ്യാസ് പ്ലാന്റുകളും പൈപ്പ് കമ്പോസ്റ്റുമാണ് IRTC സ്ഥാപിക്കുന്ന സംവിധാനങ്ങൾ. 1 ക്യുബിക് മീറ്റർ, 0.5 ക്യുബിക് മീറ്റർ ശേഷിയുള്ള പോർട്ടബിൾ ബയോഗ്യാസ് പ്ലാന്റുകളാണ് IRTCയുടേത്. ഫൈബർ റീഇൻഫോഴ്സ്ഡ് പ്ലാസ്റ്റിക് (FRP) ഉപയോഗിച്ചാണ് പ്ലാന്റുകളുടെ നിർമ്മാണം. പ്ലാന്റിന് കേടുപാടുകൾ സംഭവിച്ചാൽ അറ്റകുറ്റപ്പണികൾ നടത്താൻ കഴിയുന്ന മെറ്റീരിയലാണ് ഉപയോഗിക്കുന്നത് എന്നതിനാൽ ദീർഘകാലം പ്ലാസ്റ്റിക് ഉപയോഗിക്കാനാവും. പ്ലാന്റിലുള്ള വാട്ടർജാക്കറ്റ് ദഹന അറയിലുള്ള മാലിന്യങ്ങൾ പുറത്തു വരുന്നത് തടയുന്നു. 1 ക്യുബിക് മീറ്റർ ശേഷിയുള്ള പോർട്ടബിൾ പ്ലാന്റിന്റെ ദഹനഅറയുടെ വ്യാപ്തി 0.6 ക്യു.മീ ഉം വാതകഅറ

മാതൃക	ദഹന അറ	വാതക അറ	നിക്ഷേപിക്കാവുന്ന ജൈവമാലിന്യം	വാതകത്തിന്റെ ലഭ്യത
1000 ലിറ്റർ (1M3) പോർട്ടബിൾ	600 ലിറ്റർ	400 ലിറ്റർ	5–7.5 കി.ഗ്രാം	80–90 മി.
500 ലിറ്റർ (0.5 m3) പോർട്ടബിൾ	300 ലിറ്റർ	200 ലിറ്റർ	1–2.5 കി.ഗ്രാം	40–45 മി.

0.4 ക്യു.മീ ഉം ആണ്. 5 മുതൽ 7.5 കി.ഗ്രാം വരെ ജൈവഅവശിഷ്ടവും 7.5 ലിറ്റർ വരെ വെള്ളവും പ്രതിദിനം ഈ പ്ലാന്റിൽ നിക്ഷേപിക്കാം. ഏറ്റവും അനുയോജ്യമായ സാഹചര്യങ്ങളിൽ 80–90 മിനിറ്റ് കത്തുന്നതിനുള്ള വാതകമാണ് ഈ പ്ലാന്റിൽനിന്നും ലഭിക്കുക.

പോർട്ടബിൾ ബയോഗ്യാസ് പ്ലാന്റിന്റെ സാങ്കേതിക അളവുകൾ പട്ടികയിൽ നല്കിയിരിക്കുന്നു.

പൈപ്പ് കമ്പോസ്റ്റ്

വായുസാന്നിദ്ധ്യത്തിലുള്ള കമ്പോസ്റ്റിങ് രീതിയാണ് പൈപ്പ് കമ്പോസ്റ്റിങ്. ഒരു മീറ്റർ നീളവും 8 ഇഞ്ച് വ്യാസവുമുള്ള രണ്ട് പൈപ്പുകളാണ് ഒരു പൈപ്പ് കമ്പോസ്റ്റ് യൂണിറ്റ്. പൈപ്പുകളുടെ മുകളറ്റത്ത് 25 സെന്റിമീറ്റർ താഴെവരെ ഏതാനും ദ്വാരങ്ങൾ ഇടണം. വായു അനായാസം കടക്കുന്നതിനും കമ്പോസ്റ്റിങ് ഫലപ്രദമാകുന്നതിനും വേണ്ടിയാണ് ഈ ദ്വാരങ്ങൾ ഇടുന്നത്.

4–5 അംഗങ്ങളുള്ള ഒരു വീട്ടിലെ അടുക്കളമാലിന്യം കമ്പോസ്റ്റാക്കി മാറ്റുന്നതിനുള്ള ചെലവു കുറഞ്ഞതും ലളിതവുമായ ഒരു കമ്പോസ്റ്റിങ് രീതിയാണിത്. 8 ഇഞ്ച് വ്യാസവും 1 മീറ്റർ നീളവുമുള്ള 2 പൈപ്പുകളാണ് പൈപ്പ് കമ്പോസ്റ്റ് യൂണിറ്റ്. ഒരു പൈപ്പിൽ 30–35 ദിവസത്തെ മാലിന്യം നിക്ഷേപിക്കാം. ഒരു പൈപ്പ് നിറഞ്ഞു കഴിയുമ്പോൾ അടുത്ത പൈപ്പ് ഉപയോഗിക്കുന്നു. 30–35 ദിവസമെടുത്ത് മാലിന്യം കമ്പോസ്റ്റായി മാറും. പൈപ്പിന്റെ മുകൾഭാഗത്ത് ദ്വാരങ്ങൾ ഇടുന്നു. വായു കടക്കൽ എളുപ്പത്തിലാക്കി ജീർണ്ണിക്കൽ വേഗത്തിലാക്കാനും ഈർപ്പത്തിന്റെ അളവ് കുറയ്ക്കുന്നതിനും ദുർഗന്ധം ഒഴിവാക്കാനും ഇത് സഹായിക്കുന്നു. പൈപ്പുകൾ മണ്ണിൽ 25 സെ.മീ. കുഴിച്ചിടുകയാണ് ചെയ്യുന്നത്. ഇവയ്ക്ക് മൂടി ഉണ്ടാവും. 30 സെ.മീ. ചരലോ മെറ്റലോ നിറയ്ക്കും. ഊറ്റൽ ആഗിരണം ചെയ്യുന്നതിന് വേണ്ടിയാണിത്. വെള്ളക്കെട്ട് പ്രദേശങ്ങളിൽ ഉയർത്തി വേണം പൈപ്പുകൾ സ്ഥാപിക്കാൻ. അധികഈർപ്പം നല്ലതല്ല. അതീവ ലളിതമായ ഒരു കമ്പോസ്റ്റിങ് രീതിയാണിത്.

അനർട്ട് (ANERT- Agency for Non conventional Energy and Rural Technology)

പാരമ്പര്യേതര ഊർജ്ജരംഗത്തെ സംസ്ഥാനസർക്കാരിന്റെ നോഡൽ ഏജൻസിയായ അനർട്ട്, ഒരു ബദൽ ഊർജ്ജസ്രോതസ്സ് എന്ന നിലയിൽ ബയോഗ്യാസ് പ്ലാന്റുകൾ പ്രചരിപ്പിക്കുന്നുണ്ട്. നിർമ്മലഭവനം നിർമ്മല നഗരം പദ്ധതി തുടങ്ങുന്നത് അനർട്ടിന്റെ ഒരു നടപ്പ് പദ്ധതിയിൽ പെടുത്തി ബയോഗ്യാസ് പ്ലാന്റുകൾ സ്ഥാപിച്ചുകൊണ്ടാണ്. കോൺക്രീറ്റ് റിങ്ങുകൾ ഭൂമിയിൽ കുഴിച്ചിട്ട് അതിനു മുകളിൽ ഫ്ളോട്ടിങ് ഡോം (വാതക അറ) വെച്ചാണ് ഈ മോഡൽ സ്ഥാപിക്കുന്നത്. മാലിന്യങ്ങൾ നിക്ഷേപിക്കുന്നതിനുള്ള ചേംബർ ഇഷ്ടികയും മറ്റും ഉപയോഗിച്ച് നിർമ്മിച്ച് പ്ലാന്റിന്റെ ദഹനഅറയുമായി പി വി സി പൈപ്പ് കൊണ്ട് ബന്ധിപ്പിക്കുകയാണ് ചെയ്യുന്നത്. പോർട്ടബിൾ ബയോഗ്യാസ് പ്ലാന്റുകളേക്കാൾ ചെലവ് അല്പം കൂടും. ശേഷിയും കൂടുതലാണ്. സ്ഥാപിക്കുന്നതിന് ആവശ്യമായ സ്ഥലമാണ്

ഒരു പരിമിതി. എന്നാൽ ചായപ്പീടികകളിലും മറ്റും ഇത് അനുയോജ്യമായ മാതൃകയാണ്.

ഒരു സർക്കാർ ഏജൻസിയുടെ സാധാരണ അലസഭാവം വിട്ട് ക്യാമ്പയിന്റെ ആത്മാവിനൊപ്പം ഈ ഏജൻസിയും മാറുകയായിരുന്നു. അനർട്ട് ജില്ലാ ഓഫീസിലെ എൻജിനീയർമാർ സന്നദ്ധപ്രവർത്തകരായി മാറി.

നിർമ്മല ഭവനം നിർമ്മല നഗരം പദ്ധതിയുടെ ഭാഗമായി അനർട്ട് ആലപ്പുഴയിൽ സ്ഥാപിക്കുന്ന മോഡലിന്റെ സാങ്കേതിക അളവുകൾ താഴെ പട്ടികയിൽ നല്കിയിട്ടുണ്ട്. പ്രതിദിനം 7–10 കി.ഗ്രാം മാലിന്യവും 7–10 ലിറ്റർ വെള്ളവും നിക്ഷേപിക്കാവുന്ന മോഡലാണിത്. ഇതിൽ നിന്നും പ്രതിദിനം 2.30–3 മണിക്കൂർ കത്തിക്കുന്നതിനാവശ്യമായ ജൈവവാതകം ലഭിക്കും.

മാതൃക	ദഹന അറ	വാതക അറ	നിക്ഷേപിക്കാവുന്ന ജൈവമാലിന്യം	വാതകത്തിന്റെ ലഭ്യത
KVIC Fixed Model	1.620 എം 3	0.550 എം 3	8 – 10 കി.ഗ്രാം	2.30 – 3 മണിക്കൂർ.

ചാത്തനാട് കോളനിയിൽ കക്കൂസ് മാലിന്യത്തിൽനിന്നും ജൈവവാതകം ഉല്പാദിപ്പിക്കുന്നതിനുള്ള പ്ലാന്റിന്റെ കൺസൾട്ടൻസിയും അനർട്ട് ആണ് നല്കിയത്.

ബയോഗ്യാസ്

ചതുപ്പുനിലങ്ങളിൽനിന്ന് ഉണ്ടാകുന്ന വാതകം എന്ന നിലയ്ക്ക് ഇതിനെ മാർഷിഗ്യാസ് എന്നും ചാണകത്തിൽനിന്ന് ബഹിർഗമിക്കുന്നത് കൊണ്ട് ഇതിനെ ഗോബർഗ്യാസ് എന്നും വിളിച്ചിരുന്നു. ജൈവവസ്തുക്കൾ വായുസമ്പർക്കമില്ലാതെ ജലസാന്നിദ്ധ്യത്തിൽ ദഹിച്ചുണ്ടാകുന്ന വാതകം എന്ന നിലയ്ക്കാണ് ഇതിനെ ജൈവവാതകം എന്നു വിളിക്കുന്നത്. ജൈവവാതകം പ്രകൃതിവാതകമല്ല. പെട്രോളിയത്തിൽ നിന്ന് രൂപപ്പെടുന്ന വാതകമാണ് പ്രകൃതിവാതകം (നാച്വറൽ ഗ്യാസ്). ശുദ്ധീകരിച്ച പ്രകൃതി വാതകത്തിൽ 98 ശതമാനം വരെ മീഥേൻ ഉണ്ടാകും. ജൈവവാതകത്തിലത് 70 ശതമാനമേ വരൂ. വായൂസാന്നിദ്ധ്യമില്ലാത്ത അവസ്ഥയിൽ മൂന്നു തരം ബാക്ടീരിയകൾ ജൈവവസ്തുക്കളെ ക്രമമായി ദഹിപ്പിച്ച് നിർമ്മിക്കുന്ന വാതകമാണിത്. ബാക്ടീരിയകളുടെ പ്രവർത്തനം മൂലമാണ് ജൈവവാതകം ഉണ്ടാകുന്നത് എന്നതിനാൽ എത്രമാത്രം ബാക്ടീരിയകൾ ഈ പ്രക്രിയയിൽ പങ്കെടുക്കുന്നു എന്നതിനെ ആശ്രയിച്ച് വാതകത്തിന്റെ അളവ് വ്യത്യാസപ്പെടും. നിക്ഷേപിക്കുന്ന വസ്തുക്കളുടെ രാസഘടന, പദാർത്ഥത്തിന്റെ വലിപ്പം, അളവ്, ബാക്ടീരിയകൾക്ക് പെറ്റുപെരുകുവാനുള്ള സാഹചര്യം, ഓക്സിജന്റെ അഭാവം, ഊഷ്മാവ് എന്നിങ്ങനെ ഒട്ടേറെ ഘടകങ്ങളെ ആശ്രയിച്ച് ജൈവവാതകത്തിന്റെ ചേരുവയും അളവും വ്യത്യാസപ്പെടും.

ഒരു ക്യുബിക് മീറ്റർ ബയോഗ്യാസിന്റെ ഇന്ധനക്ഷമത 0.62 ലിറ്റർ മണ്ണെണ്ണ, 3.5 കി.ഗ്രാം വിറക്, 0.43 കി.ഗ്രാം എൽ പി ജി, 1.5 കിലോവാട്ട് വൈദ്യുതി എന്നിവയ്ക്ക് തുല്യമാണ്.

ജൈവവാതക ചേരുവയിലെ ഇന്ധനഘടകം മീഥേൻ എന്ന വാതകമാണ്. ഇത് ഏതാണ്ട് 40 മുതൽ 70 ശതമാനത്തോളം വരും. കാർബൺഡൈഓക്സൈഡും ഇതോടൊപ്പം ഉണ്ടാകും. സാധാരണഗതിയിൽ ഏറ്റവും കുറഞ്ഞത് 20 ശതമാനം വരുമിത്. ചെറിയ അളവിൽ അമോണിയ, ഹൈഡ്രജൻ സൾഫൈഡ് തുടങ്ങി മണമുള്ള വാതകങ്ങളും കൂടിച്ചേരും. കുറച്ചു നീരാവിയും ഉണ്ടാകും. മത്സ്യമാംസാദികൾ ഇടുമ്പോഴാണ് മണമുള്ള വാതകത്തിന്റെ സാന്നിദ്ധ്യം ജൈവവാതകത്തിൽ വർദ്ധിക്കുന്നത്. ആയതിനാൽ അത്തരം സന്ദർഭങ്ങളിൽ ജൈവവാതകത്തിന് പ്രത്യേക മണം ഉണ്ടാകുന്നു. ഈ മണം ഒട്ടേറെ തെറ്റിദ്ധാരണകൾ ഉണ്ടാക്കുന്നുണ്ട്. വാതകച്ചേരുവയിൽ മത്സ്യം, മാംസം, മലം, ചാണകം എന്നിവയുടെ നേരിട്ടുള്ള സാന്നിദ്ധ്യമാണ് ജൈവവാതകത്തിന്റെ മണത്തിന് കാരണമെന്ന് തെറ്റിദ്ധരിക്കുന്നവർ ധാരാളമുണ്ട്. സൾഫർ, നൈട്രജൻ എന്നിവ അടങ്ങിയ ചില രാസികങ്ങളാണവ. അവയുടെ അളവിനാനുപാതികമായിരിക്കും ജൈവവാതകത്തിന്റെ ഗന്ധവും. അതുപോലെതന്നെ വാതകത്തിൽ ഒരു കാരണവശാലും ബാക്ടീരിയയോ, മറ്റ് സൂക്ഷ്മാണുക്കളോ ഉണ്ടാകുകയുമില്ല. ദഹനം കൃത്യമായാൽ 60–70 ശതമാനം മീഥേൻ ഉറപ്പാക്കാം. മീഥേനിന്റെ അളവ് കുറയുകയും മറ്റ് ഘടകങ്ങൾ വർദ്ധിക്കുകയും ചെയ്യുന്നത് അഭികാമ്യമല്ല. ഇന്ധനക്ഷമത കുറയാനും തീനാളങ്ങൾ ചെറുതായി വരാനും ചൂട് കുറയാനും ഒരുപക്ഷെ തീരെ കത്താതിരിക്കാനും ഒക്കെ ഇത് വഴിവയ്ക്കും. ബർണർ നന്നായി കത്തുന്നത് പ്ലാന്റിലെ ജൈവ പ്രവർത്തനം ശരിയായ രീതിയിൽ നടക്കുന്നു എന്നതിന്റെ തെളിവാണ്.

ഒരുകിലോ ചാണകത്തിൽനിന്ന് ഏകദേശം 0.04 m3 ഗ്യാസ് ലഭിക്കുമ്പോൾ ഒരു കിലോ അടുക്കള അവശിഷ്ടത്തിൽനിന്നും ഏകദേശം 0.09 m3 ഗ്യാസ് ലഭിക്കും. ഒരുകിലോ മനുഷ്യവിസർജ്ജ്യത്തിൽനിന്നും ഏകദേശം 0.07 m3ഗ്യാസ് ഉല്പാദിപ്പിക്കുവാൻ കഴിയും. ഒരു ക്യൂബിക് മീറ്റർ ഗ്യാസ് ലഭിക്കാൻ ചാണകമാണെങ്കിൽ 20–25 കിലോയും, അടുക്കള അവശിഷ്ടം 7–10 കിലോയും, മനുഷ്യ വിസർജ്ജ്യമാണ് ഉപയോഗിക്കുന്നതെങ്കിൽ 10–15 കിലോയും ആവശ്യമാണ്. ബയോഗ്യാസ് പ്ലാന്റിന്റെ കപ്പാസിറ്റി ഘനമീറ്ററിലാണ് സൂചിപ്പിക്കുന്നത്.

ഒരു ക്യൂബിക് മീറ്റർ ബയോഗ്യാസ് 0.43 കിലോ എൽ പി ജിക്ക് തുല്യമാണ് എന്നു സൂചിപ്പിച്ചുവല്ലോ. ഒരു ക്യൂബിക് മീറ്റർ കപ്പാസിറ്റിയുള്ള പ്ലാന്റിൽനിന്ന് ഒരുവർഷം ഏകദേശം 7 ഗാർഹിക പാചക വാതക സിലിണ്ടറിന് തുല്യമായ പാചക വാതകം ലഭിക്കും.

ബയോഗ്യാസ് ഉല്പാദനത്തെ നിരവധി ഘടകങ്ങൾ സ്വാധീനിക്കുന്നുണ്ട്. പ്ലാന്റിൽ നിക്ഷേപിക്കുന്ന ജൈവവസ്തുക്കളിലെ കാർബൺ നൈട്രജൻ അനുപാതം ഗ്യാസ് ഉല്പാദനത്തെ സ്വാധീനിക്കുന്നുണ്ട്. ഈ അനുപാതം 20നും 30നും ഇടയിലായിരിക്കുന്നതാണ് ഏറ്റവും അനുയോജ്യം. ആസിഡ് ആൽക്കലി അനുപാതം 6.8–7.2 ആകുന്നതാണുത്തമം. നിക്ഷേപിക്കുന്ന ജൈവ വസ്തുക്കളിലെ ആസിഡിന്റെയും ആൽക്കലിയുടെയും അളവ് കൂടുന്നത് പ്ലാന്റിന്റെ പ്രവർത്തനത്തെ ബാധിക്കും.

വാതക ഉല്പാദനത്തിന് പ്ലാന്റിനുള്ളിലെ ഊഷ്മാവ് 35 ഡിഗ്രിയായിരിക്കണം.. അതിനാൽ സൂര്യപ്രകാശം നന്നായി ലഭിക്കുന്ന സ്ഥലത്താണ് പ്ലാന്റ് സ്ഥാപിക്കേണ്ടത്.

പ്ലാന്റിന്റെ കപ്പാസിറ്റിക്ക് അനുസൃതമായ അളവിലേ ജൈവമാലിന്യങ്ങൾ നിക്ഷേപിക്കാവൂ. നിക്ഷേപ അളവ് കൂടുന്നതും, കുറയുന്നതും പ്ലാന്റിന്റെ പ്രവർത്തനത്തെ ബാധിക്കും. ഒരുകിലോ ജൈവ വസ്തുവിനോടൊപ്പം ഒരു ലിറ്റർ വെള്ളം എന്ന അനുപാതത്തിൽ കലക്കിയാണ് പ്ലാന്റിൽ ഒഴിക്കേണ്ടത്.

മാലിന്യത്തിന്റെ വലിപ്പം ചെറുതാക്കണം. ബാക്ടീരിയകളുടെ പ്രവർത്തനം കാര്യക്ഷമമായി നടക്കുന്നതിന് ഇത് ആവശ്യമാണ്. ജൈവ പാഴ്വസ്തുക്കളുടെ തരമനുസരിച്ച് മാലിന്യങ്ങളുടെ ദഹനസമയം (റിറ്റെൻഷൻ സമയം) വ്യത്യാസപ്പെട്ടിരിക്കും. ചാണകത്തിന് ഇത് ഏകദേശം 45 ദിവസമാണെങ്കിൽ അടുക്കള അവശിഷ്ടങ്ങൾക്ക് 35 ദിവസവും, മനുഷ്യ വിസർജ്ജ്യത്തിന് 55 ദിവസവുമാണ്. ചൂട് കൂടുമ്പോൾ റിറ്റൻഷൻ സമയം കുറയും.

കീടനാശിനി, ഫിനോയിൽ, ഡെറ്റോൾ, മരുന്നുകൾ, സോപ്പുവെള്ളം, മണ്ണ്, തടിക്കഷണം, പ്ലാസ്റ്റിക്ക്, പാഴ്കടലാസ്, ലോഹങ്ങൾ, കുപ്പികൾ, കണ്ണാടിച്ചില്ലുകൾ, മുട്ടത്തോട്, ചിരട്ട, വാഴയില, ഓറഞ്ച്, നാരങ്ങ, അച്ചാർ എന്നിവ പ്ലാന്റിൽ നിക്ഷേപിക്കാൻ പാടില്ല. വീടുകളിൽ ലഭിക്കുന്ന ഭക്ഷണഅവശിഷ്ടം, ധാന്യങ്ങൾ കഴുകുന്ന വെള്ളം, മത്സ്യമാംസാദികൾ കഴുകുന്ന വെള്ളം, പച്ചക്കറിയുടെ അവശിഷ്ടം, പഴത്തൊലി, പഴകിയ ആഹാരം, ചാണകം, റബർ ഷീറ്റിന്റെ വെള്ളം, മറ്റു ജൈവമാലിന്യങ്ങൾ എന്നിവയൊക്കെ പ്ലാന്റിലിടാം.

നാരുകളധികമുള്ള സസ്യഭാഗങ്ങളിൽ ജൈവവിഘടന പ്രവർത്തനം വളരെ പതുക്കെ മാത്രമേ നടക്കുകയുള്ളൂ. ഇത്തരം ഇലകളും മറ്റും പ്ലാന്റിൽ നിക്ഷേപിക്കുന്നത് പ്ലാന്റിന്റെ ശേഷി കുറയ്ക്കും. വാതകം ഉപയോഗിക്കാതെ കെട്ടിനിർത്തുന്നത് ബാക്ടീരിയകളുടെ പ്രവർത്തനം നിലച്ചുപോകാൻ കാരണമാകുന്നു.

ബയോഗ്യാസിൽ അടങ്ങിയിരിക്കുന്ന ജലബാഷ്പം ഗ്യാസ്പൈപ്പ് ലൈനിൽ തടസ്സം ഉണ്ടാക്കുവാൻ സാദ്ധ്യതയുണ്ട്. ഇത് ഒഴിവാക്കണം. അടുക്കളയ്ക്ക് സമീപം ഏകദേശം പത്തുമീറ്ററിനുള്ളിൽ പ്ലാന്റ് സ്ഥാപിക്കുന്നതാണ് നല്ലത്. പ്ലാന്റിൽനിന്ന് പുറത്തേക്കുവരുന്ന സ്ലറി നല്ല ജൈവവളമാണ്.

വെറ്റിനറി സർവ്വകലാശാല, കാർഷിക സർവ്വകലാശാല

നഗരത്തിലെമ്പാടുമുള്ള എയ്റോബിക് കമ്പോസ്റ്റിങ് യൂണിറ്റുകളുടെ സാങ്കേതികപങ്കാളികൾ വെറ്റിനറി സർവ്വകലാശാലയാണ്. വായൂ സാന്നിദ്ധ്യത്തിൽ സൂക്ഷ്മജീവികളുടെ സഹായത്തോടെതന്നെ മാലിന്യത്തെ വിഘടിപ്പിച്ച് കമ്പോസ്റ്റാക്കുന്ന സാങ്കേതികവിദ്യയാണ് സർവ്വകലാശാല വികസിപ്പിച്ചത്.

വീടുകളിൽ മാലിന്യസംസ്കരണ സംവിധാനങ്ങൾ സ്ഥാപിക്കാൻ കഴിയാത്തവരുടെയും മറ്റും മാലിന്യവും ശാസ്ത്രീയ സംസ്കരണത്തിന് വിധേയമാക്കണം. അധികം ദൂരത്തേയ്ക്ക് കടത്തിക്കൊണ്ടുപോകുക സാദ്ധ്യവുമല്ല. സമീപത്ത് കമ്പോസ്റ്റാക്കി മാറ്റാനുള്ള വികേന്ദ്രീകൃതമായ സംവിധാനം വേണ്ടിയിരുന്നു. വാസ്തവത്തിൽ തുമ്പൂർമുഴി മാതൃക നിർമ്മലഭവനം നിർമ്മലനഗരം പദ്ധതിയിലേക്ക് വന്നുചേരുകയായിരുന്നു. അതിന്റെ കഥ വിശദീകരിച്ചുകഴിഞ്ഞു.

സർവ്വോദയപുരത്തേക്കുള്ള മാലിന്യനീക്കം നിലച്ചതോടെ നഗരത്തിലെ

മ്പാടുമായി 200 എയ്റോബിക് കമ്പോസ്റ്റിങ് യൂണിറ്റുകൾ സ്ഥാപിക്കാനാണ് നഗരസഭ ലക്ഷ്യമിടുന്നത്. അതോടെ ആലപ്പുഴ നഗരത്തിലെ ജൈവമാലിന്യം പൂർണ്ണമായും കമ്പോസ്റ്റിങ്ങിന് വിധേയമാക്കാനാവും.

ചാണകത്തിനു പകരം ഉപയോഗിക്കാവുന്ന ഇനോക്കുലം കേരള കാർഷികസർവ്വകലാശാലയാണ് വികസിപ്പിച്ചത്. ചാണകത്തിൽനിന്നു തന്നെ വേർതിരിച്ച് എടുത്ത സൂക്ഷ്മാണുക്കളെ കൾച്ചർ ചെയ്താണ് ഇത് തയ്യാറാക്കിയിരിക്കുന്നത്. കാർഷിക സർവ്വകലാശാല മൈക്രോ ബയോളജി വിഭാഗം, ഡോ.ഗിരിജാ ദേവകിയുടെ നേതൃത്വത്തിൽ വികസിപ്പിച്ചെടുത്തതാണിത്. ഈ മിശ്രിതം സർവ്വകലാശാല പകുതി വിലയ്ക്കാണ് ആലപ്പുഴയ്ക്ക് നല്കുന്നത്.

എയ്റോബിക്ക് കമ്പോസ്റ്റിങ് യൂണിറ്റ് (തുമ്പൂർമുഴി മാതൃക)

കേരളത്തിലെ കാലാവസ്ഥയ്ക്കും സാഹചര്യങ്ങൾക്കും അനുയോജ്യമായ എയ്റോബിക് കമ്പോസ്റ്റിങ് രീതിയാണു തുമ്പൂർമുഴി മോഡൽ. 4 അടി വീതം നീളവും വീതിയും ഉയരവുമുള്ള ഫെറോ സിമന്റ് കൊണ്ട് നിർമ്മിച്ച ടാങ്കാണ് ഒരു എയ്റോബിക് കമ്പോസ്റ്റിങ് യൂണിറ്റിനു വേണ്ടത്. ഫെറോസ് സ്ലാബ് ഉപയോഗിച്ചും ഇഷ്ടിക ഉപയോഗിച്ചും ടാങ്കുകൾ നിർമ്മിക്കാം. വായു കടക്കാൻ ഇടം നല്കണം. മഴവെള്ളം അകത്തു കയറാതിരിക്കാൻ നല്ലൊരു മേൽക്കൂരയും അത്യാവശ്യമാണ്. ടാങ്കിന്റെ അടിഭാഗം മണ്ണോ ഫെറോസിമന്റ് സ്ലാബോ മതി. അന്തരീക്ഷ താപവും ആർദ്രതയും കാറ്റിന്റെ ഗതിവേഗവും കണക്കിലെടുത്താണ് ഇത് രൂപപ്പെടുത്തിയിരിക്കുന്നത്. വശങ്ങളിലെ വിടവിലൂടെ നടുവിൽ വരെ കാറ്റ് കടക്കുവാനും ഓക്സിജൻ ലഭ്യമാകുവാനും ആണ് ഈ രൂപകല്പന. തടിയെക്കാൾ മൺസൂൺ മഴയിൽ ദീർഘകാലം നിലനില്ക്കുവാനാണ് ഫെറോ സിമന്റ് ഉപയോഗിക്കുന്നത്.

ടാങ്കിന്റെ ഏറ്റവും അടിയിൽ സൂക്ഷ്മാണുക്കളുടെ ഉല്പാദനത്തിന് പുതിയ ചാണകമോ ബയോഗ്യാസ് സ്ലറിയോ ബാക്ടീരിയൽ കൾച്ചറോ ഉപയോഗിക്കാം. ചാണകത്തിന്റെ അഭാവത്തിൽ ഉപയോഗിക്കാവുന്ന സൂക്ഷ്മാണുക്കളെ കേരള കാർഷിക സർവ്വകലാശാല അഗ്രികൾച്ചർ മൈക്രോബയോളജി വിഭാഗം വികസിപ്പിച്ചെടുത്തിട്ടുമുണ്ട്. ഇതിനുമുകളിൽ 6 ഇഞ്ച് കനത്തിൽ കരിയില, വൈക്കോൽ, ഉണക്കപ്പുല്ല്, ഉണങ്ങിയ ഓല, ചകിരി, കീറിയ കടലാസ് എന്നിവയിടണം. അണുജീവികൾക്ക് ഊർജ്ജം നല്കുന്നതിനാണിത്. ഇതിനു മുകളിൽ ജൈവമാലിന്യങ്ങൾ 6 ഇഞ്ച് കനത്തിൽ നിക്ഷേപിക്കാം. തൊണ്ണൂറ് ദിവസങ്ങൾക്കകം മാലിന്യങ്ങൾ ജൈവവളമായി മാറും. 75 ഡിഗ്രി വരെയെത്തുന്ന പ്ലാന്റിലെ താപനില പ്രാണികൾ, പരാദങ്ങൾ, മറ്റ് രോഗകീടങ്ങൾ എന്നിവയുടെ സാന്നിദ്ധ്യവും തടയുന്നു.

ഐ ആർ ടി സിയുടെ 1 m³ പോർട്ടബിൾ ബയോഗ്യാസ് പ്ലാന്റ്

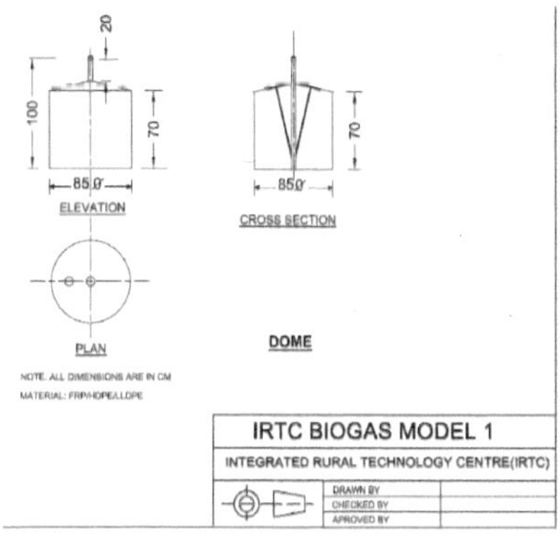

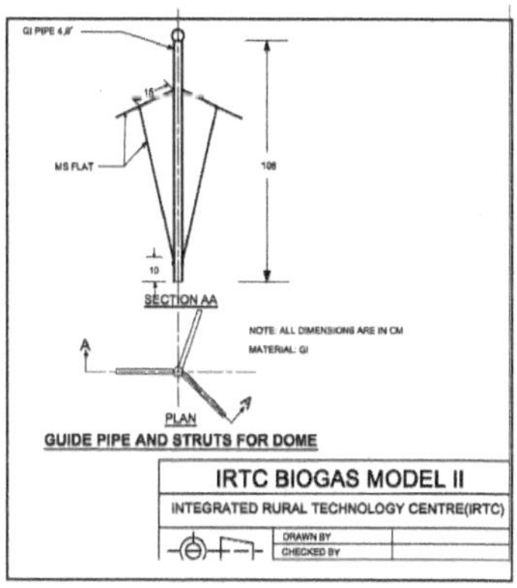

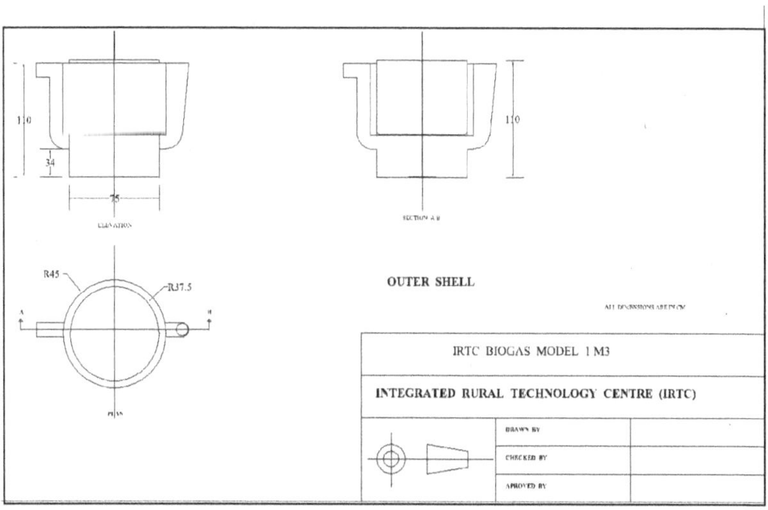

അനെർട്ടിന്റെ 1 m³ ഫിക്സഡ് പോർട്ടബിൾ ബയോഗ്യാസ് പ്ലാന്റ്

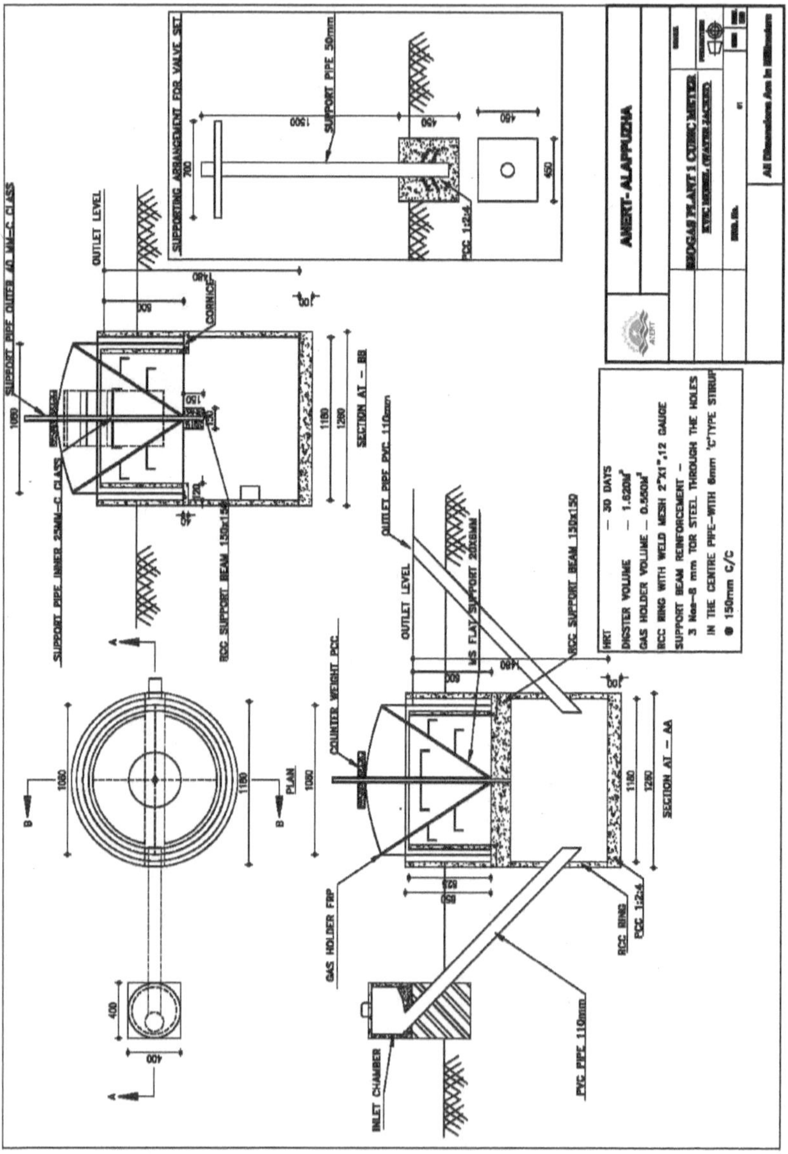

തുമ്പൂർമുഴി മോഡൽ എയ്റോബിക് കമ്പോസ്റ്റിംഗ് ബിൻ

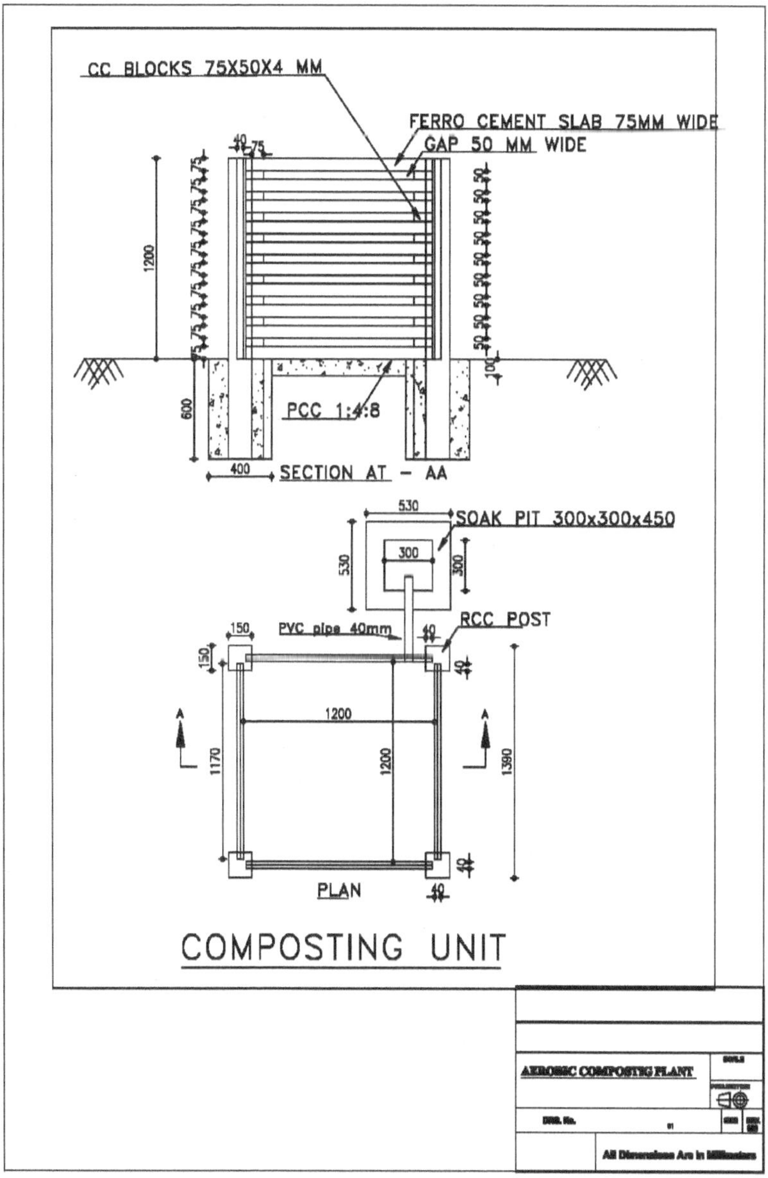

അനുബന്ധം രണ്ട്

രണ്ട് നിയമസഭാ പ്രസംഗങ്ങൾ

സംസ്ഥാനത്ത് ഇന്നു നിലവിലുള്ള സർക്കാർ സംവിധാനങ്ങൾ ആലപ്പുഴയിലെപോലെ ഒരു ക്യാമ്പയിൻ അടിസ്ഥാനത്തിൽ വികേന്ദ്രീകൃത മാലിന്യസംസ്കരണം നടപ്പിലാക്കുന്നതിന് അനുയോജ്യമല്ല. സർക്കാർ കാര്യം മുറപോലെയാണ് നടക്കുക. ഒരു ബഹുജന ക്യാമ്പയിന്റെ സ്പിരിറ്റോ തിടുക്കമോ യുക്തിയോ അവർക്ക് അന്യമാണ്. നിയമവ്യവസ്ഥകളിൽപ്പോലും ഉചിതമായ മാറ്റങ്ങൾ ഇനിയും അനിവാര്യമാണ്. ആലപ്പുഴയുടെ അനുഭവങ്ങളുടെ അടിസ്ഥാനത്തിൽ പഞ്ചായത്ത് മുനിസിപ്പൽ നിയമഭേദഗതികൾ സംബന്ധിച്ചു നിയമസഭയിൽ നടത്തിയ രണ്ടു പ്രസംഗങ്ങൾ അനുബന്ധമായി ചേർക്കുന്നു.

കേരള മുനിസിപ്പൽ ബില്ലിന്റെ ഓർഡിനൻസ് നിരാകരിച്ചുകൊണ്ടു നടത്തിയ പ്രസംഗം

ഡോ. ടി എം തോമസ് ഐസക്: Sir, I move that- “This House resolves to disapprove The Kerala Municipality (Amendment) Ordinance, 2012” (Ordinance No. 43 of 2012).

സർ, 1994 ൽ പാസാക്കിയ മുനിസിപ്പൽ നിയമത്തിനുള്ള ഭേദഗതിയാണ് നമ്മളിപ്പോൾ ചർച്ചയ്ക്കെടുക്കുന്നത്. മാലിന്യസംസ്കരണത്തിനുള്ള നടപടികൾ വളരെ വിശദമായി നിയമത്തിന്റെ ഭാഗമാക്കി മാറ്റുകയാണ്.

യഥാർത്ഥത്തിൽ ഈ ബില്ലിലെ വകുപ്പുകളും 1994 ലെ മൂലനിയമത്തിലെ വകുപ്പുകളും താരതമ്യപ്പെടുത്തിയാൽ ഈ കാലയളവിനുള്ളിൽ നമ്മുടെ സംസ്ഥാനത്ത് മാലിന്യ പ്രതിസന്ധി എത്രയധികം രൂക്ഷമായിത്തീർന്നുവെന്നും മാലിന്യസംസ്കരണത്തിനോടുള്ള സമീപനത്തിൽ എന്തെല്ലാം മാറ്റങ്ങൾ വന്നു എന്നും മനസ്സിലാക്കാം.

1994-ലെ നിയമത്തിൽ മാലിന്യസംസ്കരണം-ശേഖരിക്കലും അതൊഴി

വാക്കലുമെല്ലാം മുനിസിപ്പാലിറ്റിയുടെ ഉത്തരവാദിത്വമാണ്. അതേസമയം ഉട മസ്ഥരുടെയും താമസക്കാരുടെയും കർത്തവ്യത്തെക്കുറിച്ച് മൂലനിയമത്തിൽ ഒന്നും പറയുന്നില്ല. ഉള്ളതു വളരെ പൊതുവായിട്ടുള്ള പ്രസ്താവന മാത്രമാ ണ്. ചവർ ശേഖരിച്ച് നിർണ്ണയിക്കപ്പെട്ട സ്ഥാനത്ത് നിക്ഷേപിക്കണം. അത്രതന്നെ. അതിന് അപ്പുറത്തേയ്ക്ക് ഒന്നും പോകുന്നില്ല. ഞാൻ വകുപ്പു കൾ വായിക്കുന്നില്ല. 1994 ലെ നിയമം അനുസരിച്ച് മുനിസിപ്പാലിറ്റിയുടെ ചുമതലയാണ് മാലിന്യങ്ങൾ നീക്കം ചെയ്യുക എന്നുള്ളത്. അങ്ങനെയൊരു സമീപനമാണ് നമ്മൾ കൈക്കൊണ്ടിരുന്നത്.

ബഹുമാനപ്പെട്ട മന്ത്രി പറഞ്ഞതുപോലെ സ്രോതസ്സിൽ തന്നെ മാലി ന്യം വേർതിരിക്കുക എന്നുള്ള ഒരു പരാമർശംപോലും 1994 ലെ നിയമത്തിലില്ല. നിയമത്തിൽ നഗരമാലിന്യങ്ങൾ കളയുന്നതിനുള്ള വ്യവസ്ഥകൾ സംബന്ധിച്ച വകുപ്പ് എടുത്തുനോക്കിയാൽ കമ്പോസ്റ്റിങ്, ലാന്റ് ഫില്ലിങ്, ഡമ്പിങ് എന്നിങ്ങനെ മൂന്നു രീതികളെക്കുറിച്ചു മാത്രമാണ് പരാമർശം. മറ്റു സംസ്കരണ രീതികളെക്കുറിച്ചു നമ്മൾ ചിന്തിച്ചിട്ടുപോലുമില്ല. പ്ലാസ്റ്റിക്കിനെ ക്കുറിച്ച് പരാമർശമേയില്ല. പിഴയെന്ന് പറയുന്നത് 50രൂപയ്ക്കും 250 രൂപയ്ക്കും ഇടയ്ക്കാണ്. 1990 ന്റെ ആരംഭത്തിൽപോലും ഇത്രയും രൂക്ഷമായി മാലി ന്യപ്രതിസന്ധി നമ്മുടെ സംസ്ഥാനത്ത് ഉണ്ടായിരുന്നില്ല.

ഇന്ന് നമ്മുടെ നഗരപ്രദേശങ്ങൾ അതായത്, കോർപ്പറേഷനും മുനിസി പ്പാലിറ്റികളും സെൻസസ് ടൗണുകളും കേരളത്തിലെ മൊത്തം ഭൂവിസ്തൃ തിയുടെ 16 ശതമാനമേ വരികയുള്ളൂ. എന്നാൽ 50 ശതമാനം ജനങ്ങൾ ജീവി ക്കുന്നതും 80 ശതമാനം സാമ്പത്തിക വരുമാനവും ഉല്പാദിപ്പിക്കപ്പെടുന്നതും ഇവിടെയാണ്. സ്വാഭാവികമായും നഗരങ്ങളിൽ മാലിന്യങ്ങൾ വളരെയധികം ഉണ്ടാകുന്നു. എന്നുമാത്രമല്ല, ജനങ്ങളുടെ ജീവിതശൈലി മാറി. കൂടുതൽ പായ്ക്ക് ചെയ്ത സാധനങ്ങൾ, പാചകം ചെയ്ത ഭക്ഷണം തുടങ്ങിയവ വാങ്ങുന്നതുമൂലം പ്ലാസ്റ്റിക്ക് മാലിന്യങ്ങളും വർദ്ധിച്ചു. ഇന്ന് വലിയൊരു സാമൂ ഹ്യ-രാഷ്ട്രീയ പ്രശ്നമായി മാലിന്യപ്രതിസന്ധി മാറിക്കഴിഞ്ഞിരിക്കുകയാണ്. ഈ പശ്ചാത്തലത്തിൽ സമൂലമായ മാറ്റം നമ്മുടെ സമീപനത്തിൽ അത്യന്താ പേക്ഷിതമായിരിക്കുകയാണ്.

അതിന് ഈ ഭേദഗതി പോരാ. ഇവിടെ അവതരിപ്പിച്ചിരിക്കുന്ന ഭേദഗതി, മാലിന്യപ്രതിസന്ധി പരിഹരിക്കുന്നതിന് അപര്യാപ്തമാണ്. പറഞ്ഞിട്ടുള്ള കാര്യ ങ്ങൾ പലതും പോരെന്നുള്ളതാണ് ഞങ്ങളുടെ അഭിപ്രായം. അതുകൊണ്ടാണ് ഈ ഓർഡിനൻസ് നിരാകരിക്കണമെന്നുള്ള നിലപാട് സ്വീകരിക്കുന്നത്.

ഞാൻ ഓരോന്നായി എടുക്കുകയാണ്. നിയമഭേദഗതിയിലെ ഏറ്റവും വലിയൊരു പോരായ്മയെന്താണ്? മൂലനിയമത്തിൽ എന്നപോലെ തന്നെ ഇവിടെയും വീടുകളെ നിയമപരിധിയിൽനിന്ന് ഒഴിവാക്കിയിരിക്കുന്നു. കച്ച വട സ്ഥാപനങ്ങൾ, കല്യാണമണ്ഡപങ്ങൾ, ഫാക്ടറികൾ, ചന്തകൾ, ഫ്ളാറ്റു കൾ ഇവയെല്ലാമുണ്ട്. പക്ഷേ, മൂന്നു നിലയേക്കാൾ കൂടുതലുള്ള വീടുകളെ മാത്രമാണ് പരിഗണിക്കുന്നത്. മൂന്ന് നിലയേക്കാൾ കൂടുതലുള്ള വീട് എന്നു പറഞ്ഞാൽ അവയ്ക്ക് ലിഫ്റ്റ് വേണ്ടിവരും. കേരളത്തിലെ വീടുകളിൽ അരശത മാനംപോലും മൂന്നുനിലയേക്കാൾ കൂടുതലുണ്ടാകുമെന്ന് എനിക്ക് തോന്നു ന്നില്ല. എന്നാൽ സർക്കാരിന്റെ കണക്കനുസരിച്ച് കേരളത്തിൽ വീടുകളിലെ മാലിന്യം 49 ശതമാനമാണ്. ഹോട്ടലുകൾ, കല്യാണമണ്ഡപങ്ങൾ എന്നിവ യുടെ മാലിന്യം 17 ശതമാനമാണ്. ചന്തകളിലേയും കടകളിലേയും മാലി

ന്യം 16 ശതമാനവും തെരുവ് മാലിന്യം 9 ശതമാനവും നിർമ്മാണ അവശിഷ്ടങ്ങൾ 6 ശതമാനവും ആശുപത്രികളിലേയും കശാപ്പുശാലകളിലേയും മാലിന്യം 3 ശതമാനവുമാണ്. അങ്ങനെ നോക്കുമ്പോൾ പകുതി മാലിന്യം ഇന്ന് സൃഷ്ടിക്കപ്പെടുന്നത് വീടുകളിലാണ്. നാട്ടിൻപുറത്താണെങ്കിൽ അതു പ്രശ്നമല്ല. പുരയിടത്തിൽ വലിച്ചെറിഞ്ഞാൽ അത് അവിടെ കിടന്ന് വളമായി മാറും. പക്ഷേ നഗരത്തിൽ ഇങ്ങനെ മാലിന്യം വലിച്ചെറിയുന്ന സ്വഭാവം തുടർന്നപ്പോഴാണ് പ്രശ്നങ്ങൾ ഉണ്ടായത്. ചന്തപോലുള്ള കേന്ദ്രങ്ങളിലെ പ്രശ്നങ്ങൾ മാത്രമല്ല, അത് വേണമെങ്കിൽ നമുക്ക് ശേഖരിക്കാനെങ്കിലും പറ്റും. വികേന്ദ്രീകൃതമായി ഓരോ വീട്ടിലും സൃഷ്ടിക്കപ്പെടുന്ന മാലിന്യത്തെ കൈകാര്യം ചെയ്യുക എന്നുള്ളതാണ് ഇന്നത്തെ വലിയ വെല്ലുവിളി. ഈ നിയമഭേദഗതിയിലാണെങ്കിൽ അത്തരത്തിലുള്ള കാഴ്ചപ്പാടില്ല.

2012 നവംബർ 22 ാം തീയതി ഒരു പൊതുതാല്പര്യ ഹർജിയിൽ കർണ്ണാടക ഹൈക്കോടതി ബാംഗ്ലൂർ മുനിസിപ്പൽ കോർപ്പറേഷന് എതിരായി വളരെ ശ്രദ്ധേയമായൊരു വിധി പുറപ്പെടുവിച്ചു. അതിൽ കോടതി വിധിച്ചിരിക്കുന്നത് വീട് അടക്കം എല്ലാ സ്ഥാപനങ്ങളിലും അവിടെവച്ച് തന്നെ മാലിന്യങ്ങൾ സെഗ്രഗേറ്റ് ചെയ്ത് വേർതിരിക്കണം. ഇത് നടപ്പാക്കുന്നതിനു സമയബന്ധിതമായ ടൈംടേബിളും നല്കി. കർണ്ണാടക പോലുള്ള സംസ്ഥാനത്തുപോലും വീടുകളിൽ സെഗ്രഗേറ്റ് ചെയ്യണമെന്നുള്ള ഒരു നിയമവ്യവസ്ഥ വേണമെന്ന് നിർബ്ബന്ധിക്കുമ്പോൾ നമ്മുടെ സംസ്ഥാനത്ത് ഇത് വിട്ടുകളഞ്ഞത് ഒട്ടും ഉചിതമായിട്ടുള്ള കാര്യമല്ല. ഈ സമീപനം തിരുവനന്തപുരം അടക്കം നേരിടുന്ന പ്രതിസന്ധിയെ മറികടക്കുന്നതിന് സഹായിക്കില്ല.

കേരളത്തിലെ മാലിന്യസംസ്കരണ പ്രതിസന്ധിയുടെ മൂലകാരണം ഉറവിടത്തിൽ വേർതിരിക്കൽ ഇല്ലാത്തതാണ്. കേരളത്തിലെ മാലിന്യ പ്ലാന്റുകളിലെല്ലാം സ്വീകരിച്ചിരിക്കുന്നത് വിൻഡ്രോ കമ്പോസ്റ്റിങ് ആണ്. കൊടുങ്ങല്ലൂരിലെ സ്ലറി ഉണ്ടാക്കുന്ന പ്ലാന്റ് ഒഴിച്ച് ബാക്കി എല്ലാ പ്ലാന്റുകളിലും വിൻഡ്രോ കമ്പോസ്റ്റിങ് ആണ്. എങ്ങനെയാണ് വിൻഡ്രോ കമ്പോസ്റ്റ് ചെയ്യുന്നത്?

എല്ലാ ജൈവ/അജൈവ മാലിന്യങ്ങളും ഒരുമിച്ചുകൊണ്ടുവന്ന് വിൻഡ്രോ അഥവാ പ്രത്യേക ആകൃതിയിൽ കൂട്ടിയിടുന്നു. വിൻഡ്രോ ചെയ്താൽ കൂട്ടിയിട്ട മാലിന്യം സ്വന്തം ചൂടും സൂക്ഷ്മജീവികളും കൊണ്ടുതന്നെ കമ്പോസ്റ്റ് ചെയ്തോളും. വേണ്ടിവന്നാൽ സഫീനോക്സും തളിച്ചുകൊടുത്താൽ മതിയാകും. അത്രേയുള്ളൂ ഈ വലിയ സാങ്കേതിക വിദ്യ. അതിനുശേഷം ആ കമ്പോസ്റ്റ് എടുത്ത് ഒരു സ്വിഫ്റ്ററിലിട്ട് അരിക്കുന്നു. അപ്പോൾ വളമെല്ലാം താഴേക്ക് വീഴും. പ്ലാസ്റ്റിക്കും തടിക്കഷണവും മെറ്റലുമെല്ലാം സ്വിഫ്റ്ററിൽ കിടക്കും. അത് നമുക്ക് മാറ്റിയെടുക്കാം.

രണ്ടു പ്രശ്നങ്ങളുണ്ട്, ഒന്ന് പ്ലാസ്റ്റിക് തരികളായി കമ്പോസ്റ്റിൽ പൊടിഞ്ഞുകിടക്കും. ഒരു സ്റ്റാൻഡേർഡ് വില്പനക്കാരനും ഇത്തരം വളം വാങ്ങുകയില്ല. ആലപ്പുഴയിലെ മാലിന്യസംസ്കരണ പ്ലാന്റ് FACT -യുമായി കരാർ ഉണ്ടാക്കി. അവർ വന്ന് പരിശോധിച്ചപ്പോൾ പ്ലാസ്റ്റിക്കിന്റെ അംശം കൂടുതലായതിനാൽ ഉപയോഗിക്കാൻ പറ്റില്ല എന്നു പറഞ്ഞു. കമ്പോസ്റ്റിങ് വേളയിൽ പൊടിഞ്ഞാലും പ്ലാസ്റ്റിക് അങ്ങനെതന്നെ കിടക്കുകയേയുള്ളൂ. രണ്ടാമത്തേത്, തടിക്കഷണവും മെറ്റലും സ്വീവറിലെ യന്ത്രങ്ങളിൽ കുടുങ്ങി ദിവസത്തിൽ ഒരു പ്രാവശ്യമെങ്കിലും അവ കേടാകും. അത് റിപ്പയർ ചെയ്തി

ല്ലെങ്കിൽ പ്ലാന്റ് പ്രവർത്തിക്കില്ല. പലപ്പോഴും ഇതാണ് സംഭവിക്കുക. അതുകൊണ്ട് മാലിന്യപ്രതിസന്ധി പരിഹരിക്കുന്നതിന്റെ ഏറ്റവും അടിസ്ഥാനപരമായ ഇടപെടൽ വേണ്ടത് ഉറവിടത്തിലാണ്. കച്ചവടസ്ഥാപനങ്ങളിൽ മാത്രമല്ല, വീടുകളിലും മാലിന്യം വേർതിരിക്കണം. ഇതു നിയമഭേദഗതിയിലില്ല. ഇതൊരു വലിയ പോരായ്മയാണ്. സബ്ജക്ട് കമ്മിറ്റി തലത്തിലെങ്കിലും പരിശോധിച്ച് തിരുത്തേണ്ടതാണ്.

സംസ്കരണം സംബന്ധിച്ച് നിയമഭേദഗതിയിൽ സ്വീകരിച്ചിട്ടുള്ളൊരു സമീപനമല്ല കേരള സർക്കാരിന്റേതും ബഹുമാനപ്പെട്ട മന്ത്രിയുടേതും. ഏത് രീതിയിലുള്ള സംസ്കരണമാണ് വേണ്ടത്? ഇന്നത്തെ പ്രതിസന്ധി കണ്ടുപകച്ച് നമ്മൾ കൂടുതൽ കേന്ദ്രീകൃതമായ ഒരു സംസ്കരണ രീതി അവലംബിച്ചുകൊണ്ടിരിക്കുകയാണ്. അതുശരിയല്ല. കേരള സർക്കാരിന്റെ നയം എന്താണ്? നേരത്തെ മൂന്ന് കേന്ദ്രീകൃത പ്ലാന്റുകളാണ് സ്ഥാപിക്കാൻ തീരുമാനിച്ചത്. ഇപ്പോൾ പ്രധാനപ്പെട്ട കേന്ദ്രങ്ങളിൽ ആറു പുതിയ പ്ലാന്റുകളാണ് ഉദ്ദേശിക്കുന്നത്. കേരളത്തിലുള്ള മുഴുവൻ മാലിന്യവും ജൈവമാലിന്യവും പായ്ക്ക് ചെയ്ത് അവിടെ കൊണ്ടുപോയി ഗ്യാസിഫൈ ചെയ്ത് വൈദ്യുതി ഉണ്ടാക്കാനുള്ള തീരുമാനമാണ് എടുത്തിരിക്കുന്നത്. നമ്മുടെ ഇതുവരെയുള്ള അനുഭവം എന്താണ്? ഇതുവരെയുള്ള അനുഭവം കേന്ദ്രീകൃതമായ സംസ്കരണം പരാജയപ്പെട്ടതാണ്. പരാജയപ്പെട്ടെന്ന് മാത്രമല്ല, ആ പരാജയം മൂലം ഊതിവീർപ്പിക്കപ്പെട്ട പല പ്രശ്നങ്ങളുടെയും പശ്ചാത്തലത്തിൽ ജനങ്ങളെല്ലാം മാലിന്യസംസ്കരണ പ്ലാന്റുകൾ ഭയങ്കര ആറ്റംബോംബ് പോലുള്ള സാധനമായിട്ടാണ് കാണുന്നത്. എവിടെ ഈ കേന്ദ്രീകൃത പ്ലാന്റ് സ്ഥാപിക്കാൻ പറ്റും? അതിന് ആര് സമ്മതിക്കും?

ചാലയിൽ ഒരു കേന്ദ്രീകൃത പ്ലാന്റിന് 65 കോടി രൂപയ്ക്ക് അമേരിക്കയുടെ ലോറാ കമ്പനിയുമായി കരാർ വച്ചു. അങ്ങയുടെ ക്യാബിനറ്റിലുള്ള ശ്രീ. വി എസ് ശിവകുമാർ തന്നെ ഇത് പറ്റില്ലെന്ന് പറഞ്ഞു. ഞാൻ ഇത് പത്രത്തിൽ വായിച്ചതാണ്.

ചാലയിൽ മാലിന്യം മലപോലെ കൂടി അവിടെയുള്ള ആളുകൾ അസ്വസ്ഥരായിരിക്കുകയാണ്. കമ്പോസ്റ്റിങ് പ്ലാന്റ് കേന്ദ്രീകൃതമായി സ്ഥാപിക്കുന്നതിനുതന്നെ ജനങ്ങൾ എതിരാണ്. ലാന്റ് ഫില്ലിങ്ങിനേയും ജനങ്ങൾ എതിർത്തു. മാലിന്യം സോഴ്സിൽത്തന്നെ സംസ്കരിക്കുകയും ബാക്കി വരുന്നത് മാത്രമേ പ്ലാന്റിലേയ്ക്ക് കൊണ്ടുവരികയുള്ളൂ എന്നുമുള്ള ബോദ്ധ്യം ജനങ്ങൾക്കില്ലെങ്കിൽ ഒരു പ്രദേശത്തെയും ജനങ്ങൾ പ്ലാന്റ് സ്ഥാപിക്കാൻ സമ്മതിക്കില്ല. ഇതാണ് കേരളത്തിലെ സാമൂഹിക യാഥാർത്ഥ്യം.

എന്നാൽ സ്രോതസ്സിൽ സംസ്കരിക്കുന്നതിനുള്ള സമീപനത്തിനുപകരം കേന്ദ്രീകൃത പ്ലാന്റിലേയ്ക്ക് മാലിന്യം കൊണ്ടുവരുന്നതിനു വേണ്ടിയാണ് മന്ത്രി വാദിക്കുന്നത്. ജനങ്ങളുടെ എതിർപ്പുമൂലം ഈ നയം നടപ്പാക്കാൻ വലിയ പ്രയാസമാണ്. കർണ്ണാടക ഹൈക്കോടതിയിലെ വിധി വായിച്ചപ്പോൾ ഞാൻ അത്ഭുതപ്പെട്ടുപോയി. താല്ക്കാലികമായി ആയി ലാന്റ് ഫില്ലിങ്ങും മറ്റും രണ്ടോ മൂന്നോ മാസത്തേയ്ക്ക് കോടതി അനുവദിച്ചു. അതിനുള്ളിൽ അവിടത്തെ 28 അസംബ്ലി നിയോജകമണ്ഡലങ്ങളിൽ ഓരോന്നിലും രണ്ട് മാസത്തിനുള്ളിൽ വേസ്റ്റ് ട്രീറ്റ്മെന്റ് പ്ലാന്റ് സ്ഥാപിക്കണം. നാലു മാസത്തിനുള്ളിൽ ബാംഗ്ലൂർ കോർപ്പറേഷനിലെ 198 വാർഡുകളിലും പ്ലാന്റ് സ്ഥാപിക്കണം. ഒരു വർഷത്തിനുള്ളിൽ ഒരു വാർഡിൽ നാലു കേന്ദ്രങ്ങളെങ്കിലുമുണ്ടാ

കണം. ഇതിനെയാണ് വികേന്ദ്രീകൃത സംസ്കരണം എന്നുപറയുന്നത്. ഇത്ത രത്തിലൊരു സമീപനം നമ്മുടെ നിയമത്തിലുണ്ടോ?

എന്നാൽ നമ്മുടെ സർക്കാരിന്റെ സമീപനം ഇതിന് കടകവിരുദ്ധമായ തുകൊണ്ട് വികേന്ദ്രീകൃത സമീപനം പ്രായോഗികമായി ഉപേക്ഷി ച്ചിരിക്കുകയാണ്. കേന്ദ്രീകൃത പ്ലാന്റുകൾ 6 എണ്ണം സ്ഥാപിക്കാനായി കമ്പ നികളുമായി എം ഒ യു വച്ചാൽ മിനിമം എത്ര ക്വാണ്ടിറ്റി മാലിന്യം കൊടു ക്കേണ്ടിവരും.

ബില്ലിൽ വ്യവസ്ഥ ചെയ്തിട്ടുള്ളതുപോലെ വികേന്ദ്രീകൃത മാലിന്യ സംസ്കരണം നടപ്പാക്കാൻ തീരുമാനിച്ച നിങ്ങളുടെ ഉദ്ദേശ്യശുദ്ധിയെ ചോദ്യം ചെയ്യുന്നില്ല. അങ്ങനെ നടപ്പാക്കിയാൽ കേന്ദ്രീകൃത പ്ലാന്റുകൾക്ക് ജൈവമാലിന്യം കൊടുക്കാൻ കഴിയുമോ? ഈ നിയമത്തിൽ പറയുന്നത് നട പ്പാക്കാൻ നിങ്ങളുടെ മനസ്സിൽ ഉദ്ദേശ്യമില്ല.

ശ്രീ. വി ഡി സതീശൻ: സർ, കേന്ദ്രീകൃത സംസ്കരണമാണെങ്കിൽ കൂടുതൽ മാലിന്യം ആവശ്യമായിവരുമെന്നാണ് അങ്ങ് പറഞ്ഞുവരുന്നത്. കേന്ദ്രീകൃത സംവിധാനം വരുന്നതിന് ധാരാളം സമയമെടുക്കും. അതിനുമു മ്പായി വികേന്ദ്രീകൃത സംവിധാനം തന്നെയാണ് പ്രോത്സാഹിപ്പിക്കപ്പെടേ ണ്ടത് എന്ന കാര്യത്തിൽ യാതൊരു സംശയവുമില്ല. പക്ഷേ നിയമത്തിൽ അത് ചേർക്കാൻ കഴിയില്ല. നിലവിലുള്ള സംവിധാനത്തിൽ വേസ്റ്റിന്റെ ക്വാണ്ടിറ്റി ലാസ്റ്റ് ഡെസ്റ്റിനേഷനിൽ ഏറ്റവും കുറച്ച് കൊണ്ടുവരികയെന്നുള്ളതാണ് പ്രധാ നപ്പെട്ട മാർഗ്ഗം. അതിനുവേണ്ടി മാലിന്യം ഉറവിടത്തിൽത്തന്നെ സംസ്കരി ക്കുകയും ഉറവിടത്തിനും ഫൈനൽ ഡെസ്റ്റിനേഷനുമിടയ്ക്ക് ഒരു സ്ഥലം കൂടി സംസ്കരിക്കാനായി കണ്ടെത്തുകയും വേണം. പക്ഷേ അതിന് വീട്ടു കാരെയല്ല ചുമതലപ്പെടുത്തേണ്ടത്. അതാത് കോർപ്പറേഷനുകളും മുനിസി പ്പാലിറ്റികളുംതന്നെ സംസ്കരണം പൂർണ്ണമായി ഏറ്റെടുക്കണം. അപ്പോൾ നിയമത്തിൽ അത് ചേർത്തതുകൊണ്ട് പ്രത്യേകിച്ച് എന്തെങ്കിലും ഗുണമു ണ്ടാകുമോ?

ഡോ. ടി എം തോമസ് ഐസക്: സർ, നിയമത്തിൽ പറഞ്ഞ കാര്യം ഞാൻ അംഗീകരിക്കുന്നു. പക്ഷേ, വികേന്ദ്രീകരണ സംസ്കരണ പദ്ധതിയിൽനിന്ന് വീടുകളെ വിട്ടുകളഞ്ഞു.

നഗരകാര്യവും ന്യൂനപക്ഷക്ഷേമവും വകുപ്പുമന്ത്രി (ശ്രീ. മഞ്ഞളാംകുഴി അലി): സർ, വീട് വിട്ടുകളഞ്ഞതല്ല. വീട്ടിലുള്ള മാലിന്യം സംസ്കരിക്കുന്ന തിനുവേണ്ടി പൈപ്പ് കമ്പോസ്റ്റിങ് തുടങ്ങി മറ്റുള്ള എല്ലാ സൗകര്യങ്ങളും ചെയ്തുകൊടുക്കുന്നുണ്ട്. പക്ഷേ നിയമപരമായി വീട്ടുകാർതന്നെ സംസ്ക രിക്കണമെന്നാവശ്യപ്പെടാൻ കഴിയില്ല. കാരണം ഇതുവരെ മാലിന്യം സംസ്കരി ച്ചിരുന്നത് മുനിസിപ്പാലിറ്റിയും കോർപ്പറേഷനും പഞ്ചായത്തുകളുമാണ്. അത് അവരുടെ ഉത്തരവാദിത്വമായതിനാൽ അവർ തന്നെ ചെയ്യണം. എന്നാൽ പൈപ്പ് കമ്പോസ്റ്റിങ് പോലെയുള്ള മാലിന്യ സംസ്കരണ പ്ലാന്റുകൾ സ്ഥാപി ക്കുന്നതിന് അവരെ നമ്മൾ പ്രോത്സാഹിപ്പിക്കണം. മറ്റൊരു കാര്യം അഞ്ചാറുവർഷം മുമ്പുള്ള കണക്കുപ്രകാരം ഒരുദിവസം കേരളത്തിലുണ്ടാ കുന്നത് 8500 ടൺ മാലിന്യമാണ്. അത് ഇപ്പോൾ വളരെ കൂടിയിട്ടുണ്ടാകും. 6 പ്ലാന്റിലും കൂടി ഒരു ദിവസം 2000 ടൺ മാലിന്യം മാത്രമേ പ്രോസസ് ചെയ്യാൻ കഴിയുകയുള്ളൂ. അതുകൊണ്ട് വേസ്റ്റ് ലഭിക്കാതെ വരുന്ന സ്ഥിതി ഉണ്ടാവില്ല.

ഡോ. ടി. എം. തോമസ് ഐസക്: സർ, ബഹുമാനപ്പെട്ട വി ഡി സതീശൻ പറഞ്ഞത് ഗൗരവമുള്ള കാര്യമാണ്. ഈ നിയമത്തിലെ സമീപനം അംഗീകരിച്ച് നടപ്പാക്കുകയാണെങ്കിൽ കേന്ദ്രീകൃത പ്ലാന്റ് പ്രവർത്തിപ്പിക്കാനുള്ള ജൈവമാലിന്യം കിട്ടില്ല. ആലപ്പുഴ മുനിസിപ്പാലിറ്റിയിൽ 190 ടൺ മാലിന്യം ഒരു ദിവസമുണ്ടാകുന്നു എന്നാണ് ഔദ്യോഗിക കണക്ക്. അതിന്റെ പകുതിയേ ഉണ്ടാകൂ എന്നാണ് എന്റെ കണക്ക്. അവിടെ വൈദ്യുതി ഉല്പാദിപ്പിക്കാനുള്ള ഒരു പ്ലാന്റ് സ്ഥാപിക്കണമെന്നുണ്ടെങ്കിൽ മിനിമം 50 ടൺ മാലിന്യം ലഭിക്കണമെന്നാണ് പറയുന്നത്. ആലപ്പുഴ മുനിസിപ്പാലിറ്റിയിൽ ആവശ്യത്തിന് മാലിന്യം ഇല്ലാത്തതുകൊണ്ട് ചേർത്തലയുംകൂടി ചേർത്ത് ഒന്നാക്കാൻ പറ്റുമോയെന്ന് നോക്കിയിരുന്നു. എന്നാൽ ആലപ്പുഴയിൽ ഇപ്പോൾ മാലിന്യം സ്രോതസ്സിൽത്തന്നെ സംസ്കരിക്കുന്നതിനുവേണ്ടി വലിയൊരു ബഹുജന പ്രസ്ഥാനത്തിന് തുടക്കംകുറിച്ചിരിക്കുകയാണ്. നമ്മുടെ വീട്ടിലെ കക്കൂസിലെ മാലിന്യം വീട്ടിൽത്തന്നെ സംസ്കരിക്കാൻ കഴിയുമെങ്കിൽ എന്തുകൊണ്ട് അടുക്കളയിലെ മാലിന്യവും വീട്ടിൽത്തന്നെ സംസ്കരിച്ചുകൂടേ എന്ന് ചോദിക്കുമ്പോൾ ആൾക്കാരുടെ മനസ്സിൽ തറയ്ക്കും. മറ്റൊരു കാര്യം പാചകവാതകത്തിന് വില കൂടുകയും ലഭിക്കാൻ ബുദ്ധിമുട്ടുണ്ടാവുകയും ചെയ്തതോടുകൂടി പാചകവാതകത്തിനുപകരം ബയോഗ്യാസ് ഉപയോഗിക്കാനുള്ള താല്പര്യം വർദ്ധിച്ചതാണ്. ഇതിന്റെ അടിസ്ഥാനത്തിൽ വീടുകളിൽ ബയോഗ്യാസ് പ്ലാന്റ് സ്വീകാര്യമാണ്. എന്നുമാത്രമല്ല ബയോഗ്യാസ് പ്ലാന്റ് സ്ഥാപിച്ച വീട്ടുകാർ അടുത്ത വീടുകളിലെ മാലിന്യംകൂടി ശേഖരിക്കാൻ തയ്യാറാണ്. നാലു പേരുള്ള ഒരു കുടുംബത്തിലെ മാലിന്യം ഉപയോഗിച്ചാൽ ഒന്നര മണിക്കൂർ ഉപയോഗിക്കാനുള്ള പാചകവാതകം ലഭിക്കും. അടുത്തുള്ള നാലു വീടുകളിലെ മാലിന്യംകൂടി ശേഖരിച്ച് ഉപയോഗിച്ചാൽ പുറത്തുനിന്നുള്ള പാചകവാതകത്തിന്റെ ആവശ്യം വരുന്നില്ല. അതുകൊണ്ട് വീടുകളുമായി ബന്ധപ്പെട്ട് ലഘു ക്ലസ്റ്ററുകൾ ഉണ്ടാക്കാൻ സാധിക്കും.

കുറച്ചുവീടുകൾ മാലിന്യം സംസ്കരിക്കാൻ താല്പര്യമില്ലാത്തവരുണ്ടാകും. അവർക്കുവേണ്ടി കമ്യൂണിറ്റി ബയോഗ്യാസ് പ്ലാന്റുകൾ സ്ഥാപിക്കാം. കോളനികളുമായി ബന്ധപ്പെട്ട് കോളനികളിലെ വെള്ളം ചൂടാക്കാനായി അവിടെ കമ്യൂണിറ്റി ബയോഗ്യാസ് പ്ലാന്റ് ഉപയോഗിക്കാം. കക്കൂസ് വേസ്റ്റുംകൂടി എടുത്താണ് അവിടെ ഒരു മാലിന്യ പ്ലാന്റ് സ്ഥാപിക്കുന്നത്. ഇത് നടപ്പിലായാൽ ഏപ്രിൽ–മെയ് മാസമാകുമ്പോൾ 10 വാർഡുകളിലെങ്കിലും മാലിന്യം പുറത്തേയ്ക്ക് കൊണ്ടുപോകേണ്ടതായി വരില്ല. ഈയൊരു സമീപനം വന്നാൽ 50 ടൺ മാലിന്യം ദിവസവും നല്കാമെന്ന് കരാറുണ്ടാക്കിയാൽ നല്കാൻ സാധിക്കുമോ; എറണാകുളത്ത് കൊടുക്കാൻ കഴിഞ്ഞോ?

ശ്രീ. മഞ്ഞളാംകുഴി അലി: അങ്ങ് ആലപ്പുഴയിൽ നടത്തുന്ന മാലിന്യ സംസ്കരണം എല്ലാ എം എൽ എ മാരും അനുകരിക്കേണ്ടതാണ്. ഇവിടെ നമ്മുടെ പ്രശ്നം ഇതുപോലുള്ള സംവിധാനങ്ങൾ നടപ്പാക്കാൻ ഉദ്ദേശിച്ചാൽ നമ്മുടെ ജനപ്രതിനിധികൾ അത് എന്റെ മണ്ഡലത്തിൽ വേണ്ട എന്ന രീതിയിലാണ് പലപ്പോഴും പറയുന്നത്. ഇത് നല്ല രീതിയിൽ നടപ്പിലാക്കിയാൽ തീർച്ചയായും വിജയിക്കും. എന്നാൽ നമ്മുടെ ചരിത്രമെടുത്ത് നോക്കിയാൽ 800 കോടിയോളം രൂപ ഇതുപോലുള്ള മാലിന്യസംസ്കരണ പ്ലാന്റുകളുണ്ടാക്കാൻ കേരളത്തിൽ ചെലവഴിച്ചു. 95 ശതമാനം പ്ലാന്റുകളും ഇന്ന് വർക്ക് ചെയ്യുന്നില്ല. നല്ല ഉദാഹരണം വിളപ്പിൽശാലയാണ്. കഴിഞ്ഞ കുറെ വർഷ

ങ്ങളായി വിളപ്പിൽശാലയിൽ മാലിന്യം ഡമ്പ് ചെയ്യുകയായിരുന്നു. രണ്ടരലക്ഷം ടണ്ണോളം മാലിന്യം അവിടെ കുന്നുകൂടി കിടക്കുകയും ജനങ്ങൾ കലാപം നടത്തുകയും ചെയ്തു. ഇതിന്റെ തുടർച്ചയായാണ് കേരളത്തിലെ എല്ലാ സ്ഥലങ്ങളിലും പ്രശ്നങ്ങളുണ്ടായത്. അങ്ങ് പറയുന്നതുപോലെ ഉറവിടത്തിൽത്തന്നെ മാലിന്യം സംസ്കരിക്കുന്നതിന് മാക്സിമം ശ്രമിക്കുന്നുണ്ട്. അങ്ങ് വളരെ നല്ല കാര്യമാണ് ആലപ്പുഴയിൽ ചെയ്യുന്നത്. അതുപോലെ എല്ലാവരും ചെയ്താൽപ്പോലും കേന്ദ്രീകൃത പ്ലാന്റുകളിലേയ്ക്കാവശ്യമായ മാലിന്യമുണ്ടാകും.

ശ്രീ. വി ശിവൻകുട്ടി: ബഹുമാനപ്പെട്ട മന്ത്രി വിളപ്പിൽശാലയെക്കുറിച്ച് പറഞ്ഞത് ശരിയല്ല. ഇപ്പോൾ കേരളത്തിലെ മാലിന്യപ്രശ്നം രൂക്ഷമാക്കിയതും ഡോ. ടി എം തോമസ് ഐസക് പറഞ്ഞതുപോലെ വികേന്ദ്രീകരിച്ച് രണ്ടോ മൂന്നോ വാർഡുകൾ ചേർന്നുകൊണ്ട് പ്ലാന്റുകൾ ആരംഭിക്കുന്നതിനുള്ള തടസ്സവും പ്രശ്നങ്ങളും ഉണ്ടാക്കിയിരിക്കുന്നത് സംസ്ഥാന ഗവൺമെന്റാണ്. ബഹുമാനപ്പെട്ട മന്ത്രിയും ഗവൺമെന്റിന്റെ ജനപ്രതിനിധികളും പ്ലാന്റ് തുറക്കണമെന്ന് തീരുമാനിച്ചു. അവിടെ ഗവൺമെന്റിന്റെ ഏതാണ്ട് 50 ഏക്കർ ഭൂമി കോർപ്പറേഷന്റെ കൈവശമുണ്ട്. 12 ഏക്കർ 65 സെന്റ് ഭൂമിയിലാണ് പ്ലാന്റ് സ്ഥാപിച്ചത്. വിളപ്പിൽശാലയിൽ 90 ടൺ മാലിന്യം സംസ്കരിക്കണമെന്ന് അവസാനം സുപ്രീംകോടതിയും പറഞ്ഞു. നടന്നോ?

തിരുവനന്തപുരത്ത് എവിടെയെങ്കിലും ഒരു സ്ഥലത്ത് ഒരു ലോഡ് മാലിന്യം നിക്ഷേപിക്കാൻ ബഹുമാനപ്പെട്ട മന്ത്രി വിചാരിച്ചിട്ട് നടന്നോ; ഒരു ലോഡ് ചവർ തിരുവനന്തപുരം ജില്ലയിൽ കൊണ്ടിടുന്നതിന് ഏതെങ്കിലും എം എൽ എയോ ജനപ്രതിനിധികളോ സമ്മതിച്ചിട്ടുണ്ടോ? സമ്മതിക്കില്ല. വിളപ്പിൽശാലയിൽ സുപ്രീംകോടതി വിധി ഉണ്ടായിട്ടുപോലും ഗവൺമെന്റ് പ്ലാന്റ് തുറക്കാൻ തയ്യാറാകാത്തതാണ് അതിനു പ്രധാനകാരണം. ഈ നിയമം പാസാക്കിയാലും അത് നടക്കില്ലെന്നുള്ള കാര്യം ഉറപ്പാണ്.

മി. സ്പീക്കർ : യെസ്......... (ബഹളം)........... പ്ലീസ്............. ....
(ബഹളം)...........സമയം ഡോ. തോമസ് ഐസക്കിനാണ്.

ഡോ. ടി എം തോമസ് ഐസക് : സർ, ആളുകളെ വെടിവച്ചുകൊല്ലാൻ പറ്റില്ല. ശ്രീ. വി ശിവൻകുട്ടി പറഞ്ഞത് ....(ബഹളം)............ യഥാർത്ഥത്തിൽ മാലിന്യപ്രശ്നം സ്വയം പരിഹരിക്കപ്പെടില്ല; ഇടപെടാൻ തീരുമാനിച്ചത് അത് സുപ്രീംകോടതി തീരുമാനത്തിന്റെ അടിസ്ഥാനത്തിലാണ്. പക്ഷെ, ബലം പ്രയോഗിച്ചും ആളുകളെ വെടിവച്ചും ഒന്നും ചെയ്യാൻ പറ്റില്ല.

പക്ഷേ, അത്തരത്തിലൊരു അന്തരീക്ഷം സൃഷ്ടിച്ചതിന് ഉത്തരവാദിയാരെന്ന ചോദ്യത്തിനാണ് ശിവൻകുട്ടി വിശദീകരിച്ച് മറുപടി പറഞ്ഞത്. എനിക്ക് അതിനോട് യോജിപ്പാണ്. എനിക്ക് പിന്നാലെ പ്രസംഗിക്കുന്ന ശ്രീ. പി ശ്രീരാമകൃഷ്ണൻ അതിനെക്കുറിച്ച് വിശദമായി പറയുമെന്നുള്ളതുകൊണ്ട് ഞാൻ അതിലേയ്ക്ക് കടക്കുന്നില്ല.

ബില്ലിൽനിന്നും സ്വല്പം മാറിയിട്ടാണെങ്കിലും പറയട്ടെ. നമുക്ക് പറ്റിയ ഏറ്റവും ഉചിതമായ മാർഗ്ഗം ഗ്യാസിഫിക്കേഷനല്ലെന്നാണ് എന്റെ വ്യക്തിപരമായ അഭിപ്രായം. അടിസ്ഥാനപരമായി നമുക്ക് രണ്ടുതരത്തിൽ മാലിന്യം സംസ്കരിക്കാം. ഒന്ന്, ജൈവസംസ്കരണം. രണ്ടാമത്, ഗ്യാസിഫിക്കേഷനും. അതുവഴി ഇലക്ട്രിസിറ്റിയിലേയ്ക്ക്. അല്ലെങ്കിൽ ഇൻസിനിറേഷന്റെ ചൂടിൽനിന്നും ഇലക്ട്രിസിറ്റി ഉണ്ടാക്കാം. അതുമല്ലെങ്കിൽ പൈലറൈസേ

ഷനിൽനിന്നും ഇലക്ട്രിസിറ്റി ഉണ്ടാക്കാം. ഇവയിൽ ഏറ്റവും നല്ലത് ജൈവസംസ്കരണം ആണെന്നാണ് എന്റെ അഭിപ്രായം. എന്തുകൊണ്ടെന്നാൽ മാലിന്യത്തിന്റെ 80 ശതമാനവും ജൈവമാലിന്യമാണ്. 20 ശതമാനം മാത്രമാണ് ബാക്കിവരുന്നത്. ശുചിത്വമിഷന്റെ കണക്കുപ്രകാരം കേരളത്തിലെ മാലിന്യത്തിൽ ജൈവം 71–83 ശതമാനവും പേപ്പർ ബോർഡ് 3–5 ശതമാനവും പ്ലാസ്റ്റിക്, റബ്ബർ, ഗ്ലാസ്, ലോഹം 5–9 ശതമാനം നിർമ്മാണാവശിഷ്ടം 5–11 ശതമാനവുമാണ്. ഓർഗാനിക് പ്രോസസ് വളരെ ലളിതമാണ്. എത്രയോ കാലം മുതൽ തുടങ്ങിയതാണ് കമ്പോസ്റ്റിങ്. വെറുതെ കൂട്ടിയിട്ടാൽ ചൂടുകൊണ്ട് സ്വയം ദഹിച്ച് കമ്പോസ്റ്റ് ചെയ്യപ്പെടും. ഇത് നമ്മുടെയാരുടെയും കണ്ടുപിടിത്തമല്ല.

ഇപ്പോൾ പ്രചരിപ്പിക്കുന്ന പൈപ്പ് കമ്പോസ്റ്റിങ് ആരാണ് ഇന്നവേറ്റ് ചെയ്തത്? ചെട്ടിവിളാകം വാർഡിലെ ശ്രീ. രവീന്ദ്രനും ശ്രീമതി ചന്ദ്രികയുമാണ്. അവരുടെ വീട്ടിനുമുമ്പിൽ കിടന്ന കോൺക്രീറ്റ് പൈപ്പിനുള്ളിൽ മാലിന്യം നിക്ഷേപിച്ചു. കുറച്ചുനാൾ കഴിഞ്ഞപ്പോൾ അത് നല്ല വളമായി. ആ വീട്ടിൽ 3–4 വർഷമായി ഈ വളമുപയോഗിച്ച് ടെറസിൽവരെയും കൃഷി ചെയ്യുന്നു. കോൺക്രീറ്റ് പൈപ്പ് വേണ്ട. പി വി സി പൈപ്പ് മതിയെന്ന് പിന്നീടു വന്ന മാറ്റമാണ്. നാട്ടിലെ ഒരു സാധാരണക്കാരനാണ് പൈപ്പു കമ്പോസ്റ്റ് ആവിഷ്കരിച്ചത്. അല്ലെങ്കിൽ തൃശൂരും മറ്റും ഉപയോഗിക്കുന്ന തുമ്പൂർമൂഴി മോഡൽ എടുക്കാം. കല്ല് അടുക്കി ബോക്സ് പോലെയുണ്ടാക്കി അതിൽ മാലിന്യവും ചാണകവും ഉണക്കയിലയും അടുക്കുകളായി നിക്ഷേപിച്ചാൽ മതി. so simple, elementary. രണ്ടാമത്തേത് ബയോഗ്യാസ് ഉണ്ടാക്കൽ anacrobic ആണ്. ബയോഗ്യാസ് ഉണ്ടാക്കുന്ന പ്ലാന്റുകൾ പലതരമുണ്ട്. അതിലേക്കൊന്നും ഞാൻ കടക്കുന്നില്ല. മൂന്നാമത്തേത് വെർമി കമ്പോസ്റ്റിങ്. ഇതാണ് മൂന്ന് തരത്തിലുള്ള ജൈവസംസ്കരണ രീതികൾ. ഏതുസാധാരണക്കാരനും കൈപ്പിടിയിൽ ഒതുങ്ങുന്ന കാര്യമാണ്. ഇത് പ്രോത്സാഹിപ്പിക്കുന്നതിനു പകരം വൻകിട ഗ്യാസിഫിക്കേഷനിലും മറ്റുമാണ് സർക്കാരിന്റെ ശ്രദ്ധ.

ലോറയുടെ പ്രോജക്ടുകൾ സംബന്ധിച്ച വിശദമായ റിപ്പോർട്ട് 'Blue ridge and Environmental League' ഇറക്കിയിട്ടുണ്ട്. മൂന്നു തരത്തിലുള്ള ഗ്യാസിഫിക്കേഷൻ. ഒന്ന്, ഇൻസിനറേഷൻ. അത് 650–1000 ഡിഗ്രി സെൽഷ്യസിൽ കത്തിക്കുന്നതാണ്. കുറച്ചുകൂടി ഉയർത്തി 1000–1400 ഡിഗ്രി ആക്കിയിട്ടുണ്ടെങ്കിൽ ഗ്യാസിഫിക്കേഷനായി. പൈറോലിസിസ് എന്നുപറയുന്നത് അതിലുമുയർന്ന ഊഷ്മാവിൽ മാലിന്യം വിഘടിപ്പിക്കുന്നതാണ്. ലോറയുടെ ഗ്യാസിഫിക്കേഷൻ ടെക്നോളജി പൈലോറിസിസ് ആണ്. സമയമെടുക്കുമെന്നുള്ളതുകൊണ്ട് വിശദമായി വായിക്കുന്നില്ല. ഈ പ്രോസസിലൂടെ ഉണ്ടാകുന്ന ടോക്സിസ് വേസ്റ്റ് ഉണ്ടാക്കുന്ന പ്രശ്നങ്ങൾ പരിശോധിക്കപ്പെട്ടിട്ടില്ലെന്നുള്ള അടിസ്ഥാന വിമർശനമാണ് റിപ്പോർട്ടിൽ പറയുന്നത്. ഉദ്ധരിക്കട്ടെ;

"Gasification facilitate to produce gas, primarily carbonmonoxide and hydrogen plus hydrocarbon oil, char and ash. The ash which remains after gasification 8 to 15% of original volume is toxic and presence social problems because of acidic or low PH conditions in the landfills leaching of toxic metals cadmium, led and mercury occurs more rapidly at low PH, resulting in contaminated ground water." എന്നു

മാത്രമല്ല റിപ്പോർട്ടിൽ പറയുന്നത് ഗ്യാസിഫിക്കേഷൻ പ്രോസസ് 280 എണ്ണം കഴിഞ്ഞ അഞ്ചു വർഷത്തിനുള്ളിൽ അമേരിക്കയിൽ ഡീ കമ്മീഷൻ ചെയ്തുവെന്നാണ്. ഈ സമ്പ്രദായം എടുത്തുചാടി സ്വീകരിക്കേണ്ട ഒന്നല്ലെന്ന് *ടൈംസ് ഓഫ് ഇൻഡ്യ*യിൽ വന്ന ഈ റിപ്പോർട്ടിൽ വളരെ വ്യക്തമായി പറയുന്നു. ഇത് വളരെ ഗൗരവമായ പ്രശ്നമാണ്. 1000 ഇൻസിനറേറ്റർ വാങ്ങി കേരളം മുഴുവൻ കത്തിക്കാൻ പോയാൽ അത് തെറ്റാണ്. പത്രറിപ്പോർട്ട് തെറ്റാണ്.

നഗരകാര്യവും ന്യൂനപക്ഷക്ഷേമവും വകുപ്പുമന്ത്രി (ശ്രീ. മഞ്ഞളാം കുഴി അലി): സർ, ഡോ. ടി എം തോമസ് ഐസക്കിനോട് എനിക്കൊരഭ്യർത്ഥനയുണ്ട്. പത്രത്തിൽ കാണുന്നത് ദയവു ചെയ്ത് വിശ്വസിക്കരുത്. 1000 ഇൻസിനറേറ്റർ വാങ്ങിയാൽ അതെവിടെയാണ് പാർക്ക് ചെയ്യുന്നത്? *ദേശാഭിമാനി* പത്രത്തിൽ ഇത്തരത്തിലൊരു വാർത്ത ഞാൻ കണ്ടതാണ്.

ഡോ. ടി. എം. തോമസ് ഐസക്: സർ, എന്റെ തെറ്റിദ്ധാരണ ഞാൻ തിരുത്തി. റിപ്പോർട്ടിന്റെ അവസാനം കേൾക്കൂ; "Gasification of solid waste house hold garbage and commercial waste products were used by in United States in 1970s. But those Plants were closed because of operating and financial problems. Today there are only handful of pyrolysis units burning solid waste." ഇതിന്റെ പശ്ചാത്തലത്തിൽ ഞാൻ പറയുന്നു, കേരളത്തിനഭികാമ്യം ജനങ്ങളുടെ കൈപ്പിടിയിൽ ഒതുങ്ങുന്ന ഓർഗാനിക് പ്രോസസ് അഥവാ ജൈവസംസ്കരണം തന്നെയാണ്. അങ്ങനെയൊരു സമീപനം വ്യക്തമായിത്തന്നെ നമ്മുടെ നിയമത്തിൽ വരുന്നത് നല്ലതാണെന്നാണ് എന്റെ അഭിപ്രായം.

പ്ലാസ്റ്റിക് സംബന്ധിച്ച് വ്യവസ്ഥ നിയമഭേദഗതിയിൽ ഉണ്ട്. പക്ഷേ, പ്ലാസ്റ്റിക് നിരോധിക്കുകയല്ല ചെയ്യുന്നത്. അതിനുപകരം പ്ലാസ്റ്റിക്ക് ക്യാരിബാഗുകൾക്ക് കുറഞ്ഞ വില നിശ്ചയിക്കാനുള്ള അധികാരം മുനിസിപ്പാലിറ്റിക്ക് നല്കുകയാണ്. ഈ വിലനിശ്ചയിക്കലിന് എന്ത് sanctity ഉണ്ടാവുമെന്ന് എല്ലാവർക്കുമറിയാം. ഇത്ര വിലയ്ക്ക് പ്ലാസ്റ്റിക് വില്ക്കണമെന്ന് പറഞ്ഞാൽ നടക്കുമോ? ആരെങ്കിലും ബില്ലെഴുതിയാണോ വില്ക്കുന്നത്; അപ്പോൾ അത് ഇഫക്ടീവ് ആവുകയില്ല.

ഇഫക്ടീവ് ആയിട്ടുള്ളത് ഇത്ര മൈക്രോണിന്റെ കീഴിലുള്ള പ്ലാസ്റ്റിക് കേരളത്തിൽ വില്ക്കാമെന്ന നിയമം പാസാക്കുകയാണ്. ഈ വകുപ്പ് ഭേദഗതി ചെയ്യണം. എന്തിനാണ് തറവില നിശ്ചയിക്കുന്നത്? പ്ലാസ്റ്റിക്കിന്റെ മിനിമം വില ഉയർത്തി നിശ്ചയിച്ചാൽ പ്ലാസ്റ്റിക് ആളുകൾ വാങ്ങില്ലെന്നുള്ളതാണ് നിയമത്തിന്റെ പിന്നിലുള്ള അനുമാനം. പക്ഷേ, നിശ്ചയിക്കുന്ന വിലയ്ക്ക് എന്തെങ്കിലും ഇവിടെ പ്ലാസ്റ്റിക് വില്ക്കുമോ? ഇതു നടപ്പാക്കാൻ പറ്റുന്ന വ്യവസ്ഥയല്ല. ഇതിനുപകരം അങ്ങ് ഈ നിയമത്തിൽ ചെയ്യേണ്ടത് നിശ്ചിത മൈക്രോണിന് താഴെയുള്ള പ്ലാസ്റ്റിക് നിരോധിക്കുകയാണ്.

അതോടൊപ്പം പ്ലാസ്റ്റിക് ബാഗുകൾക്ക് ബദൽ വേണം. പ്ലാസ്റ്റിക് പോയിക്കഴിഞ്ഞാൽ പകരമുപയോഗിക്കാൻ പേപ്പർ ബാഗോ വേറെ എന്തെങ്കിലും ബാഗോ വേണ്ടേ? അങ്ങനെയുള്ള ബാഗ് ഉണ്ടാക്കുന്നതിനുള്ള ഏർപ്പാട് വേണം. അവിടെയാണ് മാലിന്യ നിർമ്മാർജ്ജന ഫണ്ടിന്റെ കാര്യം വരുന്നത്. മുനിസിപ്പാലിറ്റി ഈടാക്കുന്ന മാലിന്യ നിർമ്മാർജന ഫണ്ടിൽ പിഴയിൽ നിന്നുള്ള പണമേയുള്ളൂ. സർക്കാരിന് നിയമംമൂലം അധികചെലവൊന്നുമു

ണ്ടാകില്ലായെന്ന് ബഹുമാനപ്പെട്ട മന്ത്രി മറുപടി പറഞ്ഞു. പ്ലാസ്റ്റിക് ഉപയോഗിക്കുകയും അതല്ലെങ്കിൽ മാലിന്യ നിയന്ത്രണ നിയമങ്ങൾ ലംഘിക്കുകയും മുനിസിപ്പാലിറ്റിയുടെ ഉത്തരവ് തള്ളിക്കളയുകയും ചെയ്താൽ പിഴശിക്ഷയുണ്ട്. അതാണ് ഈ ഫണ്ടിലേയ്ക്ക് വരുന്നത് എന്നാണല്ലോ അങ്ങു പറഞ്ഞത്. അതിന് തത്തുല്യമായിട്ടുള്ള മാച്ചിങ് ഗ്രാന്റ് സംസ്ഥാന സർക്കാർ നല്കണം. അപ്പോൾ അതൊരു ഇൻസെന്റീവാകും. അതല്ലെങ്കിൽ അവരുടെ ഫണ്ടു മാത്രമായിട്ട് എന്താ കാര്യം? നിയമത്തിൽ ഒരു ക്ലോസ് ഉണ്ട്. സർക്കാരിന് വേണമെങ്കിൽ നല്കാം. നല്കുന്ന പണവും ഉൾപ്പെടുത്തും. ഇല്ലെന്ന് അങ്ങ് പറഞ്ഞതുകൊണ്ടാണ് ഞാൻ പറയുന്നത്. അതുണ്ടായിരുന്നെങ്കിൽ ഫിനാൻഷ്യൽ മെമ്മോറാണ്ടത്തിൽ കാണിക്കേണ്ടിവരുമായിരുന്നു. 'may' എന്നു പറഞ്ഞതുകൊണ്ട് സർക്കാർ കൊടുക്കണമെന്നില്ല, അതുകൊണ്ട് ഫിനാൻസ് മെമ്മോറാണ്ടത്തിൽ വയ്ക്കണമെന്നില്ലാ എന്നാണ് അങ്ങു പറഞ്ഞത്. പക്ഷെ ഞാൻ പറയുന്നത്, കോടിക്കണക്കിന് രൂപയൊന്നും വരില്ല. അഞ്ചോ പത്തോ പതിനഞ്ചോ ലക്ഷം രൂപയാണ് പിഴയായി പിരിക്കാൻ കഴിയുന്നത്. അതിനു തുല്യമായ തുക മുനിസിപ്പാലിറ്റികൾക്ക് മാച്ചിങ് ഗ്രാന്റായി നല്കണം. ഇന്നത്തെ ശുചിത്വ പരിപാടിയുടെ അടിസ്ഥാന പോരായ്മ പ്രൊഡ്യൂസർക്കുള്ള സപ്പോർട്ടില്ല എന്നതാണ്. അതിന് ഈ ഫണ്ട് ഉപയോഗപ്പെടുത്തണമെന്നാണ് എന്റെ അഭിപ്രായം. ഉദാഹരണത്തിന് ബദലായി കുടുംബശ്രീയോ വേറെ ആരെങ്കിലുമോ പേപ്പർ ബാഗ്സ് ഉണ്ടാക്കുന്ന ഒരു യൂണിറ്റു തുടങ്ങിയാൽ അതിനെ നമ്മൾ സപ്പോർട്ട് ചെയ്യണം. അതിന് ഈ ഫണ്ട് ഉപയോഗിക്കണം.

ഇതുവരെ മലിനീകരണ നിയന്ത്രണ എക്യുപ്പ്മെന്റ്സിന്റെ പ്രചാരണത്തിനുവേണ്ടിയാണ് പണം ചെലവഴിക്കുന്നത്. ഡിമാന്റ് സൈഡിലാണ് പൂർണ്ണ ഇടപെടൽ. 50 ശതമാനം സബ്സിഡി സർക്കാർ കൊടുക്കും. മുനിസിപ്പാലിറ്റിക്ക് 25 ശതമാനം സബ്സിഡി നല്കും. മുനിസിപ്പൽ ടാക്സിൽ നിന്ന് ഇളവും നല്കും. അപ്പോൾ ആളുകൾക്ക് വാങ്ങാൻ താല്പര്യമുണ്ടാകും. അതാണ് ഡിമാന്റ് സൈഡ് ഇന്റർവെൻഷൻ എന്നുപറയുന്നത്. അങ്ങനെ ഡിമാന്റ് കൂടുമ്പോൾ സാധാരണഗതിയിൽ വിലകൂടും. വിലകൂടുമ്പോൾ ഈ പറയുന്ന ബയോഗ്യാസ് പ്ലാന്റും പൈപ്പ് കമ്പോസ്റ്റും പേപ്പർ ബാഗുമെല്ലാം കൂടുതൽ ഉല്പാദിപ്പിക്കപ്പെടും. അപ്പോൾ അവയുടെ ലഭ്യത കൂടും. ഇതാണ് അതിന്റെ പിന്നിലുള്ള തത്ത്വം. പക്ഷെ നമ്മൾ ബയോഗ്യാസ് പ്ലാന്റിന്റേയും പൈപ്പ് കമ്പോസ്റ്റിന്റേയുമൊക്കെ വില നിശ്ചയിച്ചുകഴിഞ്ഞു. ആ വില നിശ്ചയിച്ചിരിക്കുന്നതാവട്ടെ സബ്സിഡി നല്കുന്നതിനുവേണ്ടിയിട്ടുള്ള അളവിനു വേണ്ടിയിട്ടാണ്. യഥാർത്ഥത്തിൽ എന്റെ പ്രായോഗികമായിട്ടുള്ള അനുഭവം ഈ വിലയ്ക്ക് ബയോഗ്യാസ് നല്കുക വലിയ ബുദ്ധിമുട്ടാണെന്നാണ്. അതാണ് ബയോഗ്യാസ് പ്ലാന്റ് കിട്ടാത്തത്. ഏറ്റവും ചെലവുകുറഞ്ഞ 13,500 രൂപയുടെ പോർട്ടബിൾ ബയോഗ്യാസ് പ്ലാന്റാണ് ആലപ്പുഴ വയ്ക്കാൻ തീരുമാനിച്ചത്. രണ്ടായിരം ബയോഗ്യാസ് പ്ലാന്റ് ഉണ്ടെങ്കിൽ ഇന്ന് വയ്ക്കാം. തലകുത്തി നടന്നു നോക്കിയിട്ട് ആകപ്പാടെ കിട്ടിയിട്ടുള്ളത് 300 – 400 എണ്ണം മാത്രമേയുള്ളൂ. അതുകൊണ്ട് അവസാനമായപ്പോൾ അവിടെ ഫൈബർഗ്ലാസ് ഉണ്ടാക്കുന്ന ഒരു ബോട്ട്യാർഡിലെ ഉടമസ്ഥനുമായി കരാർ ഉണ്ടാക്കാൻ തീരുമാനിച്ചു. അവിടെചെന്ന് കണക്കുകൂട്ടിക്കഴിഞ്ഞപ്പോൾ പതിനയ്യായിരം രൂപയുണ്ടെങ്കിലേ ഉണ്ടാക്കാൻ കഴിയൂ. 5000 എണ്ണത്തിന് ഓർഡർ ഒരുമിച്ച് കൊടു

ത്തപ്പോൾ 14,500 രൂപയായി ചെലവു കുറഞ്ഞു. എങ്ങനെ ഈ വിലയ്ക്കു പ്ലാന്റുകൾ വാങ്ങാൻ കഴിയും? സർക്കാർ വില നിശ്ചയിച്ചിരിക്കുകയല്ലേ. പ്രൊഡ്യൂസർ സൈഡിലും സപ്ലൈ സൈഡിലും ഒരു സപ്പോർട്ട് കൊടുക്കാൻ തയ്യാറാകണം.

ബഹുമാനപ്പെട്ട ധനകാര്യ വകുപ്പുമന്ത്രി ഇവിടെയില്ല. ഞാൻ ഒരു അഭ്യർത്ഥന വയ്ക്കുകയാണ്. ബയോഗ്യാസ് പ്ലാന്റിന്റെ വാറ്റ് ടാക്സ് മാറ്റിയാൽ 13,500 രൂപയ്ക്ക് അതു ലഭ്യമാക്കുന്നതിന് നമുക്ക് കഴിയും. ടാക്സ് വയ്ക്കുന്നതിന് എന്ത് ന്യായമാണുള്ളത്? ബയോഗ്യാസ് പ്ലാന്റ് വച്ചാൽ മുനിസിപ്പാലിറ്റിയുടെ ബിൽഡിങ് ടാക്സിൽ 30 ശതമാനം ഇളവുകൊടുക്കും. അത് സംസ്ഥാന സർക്കാരിന്റെ കയ്യിൽ നിന്നല്ല മറിച്ച് മുനിസിപ്പാലിറ്റിയുടെ ഫണ്ടിൽനിന്നല്ലേ പോകുന്നത്. എന്നാൽ സംസ്ഥാന സർക്കാർ ആ ബയോഗ്യാസ് പ്ലാന്റിന് അഞ്ചു ശതമാനം ടാക്സും പൈപ്പ് കമ്പോസ്റ്റിന് അഞ്ചു ശതമാനം ടാക്സും ചുമത്തുന്നുണ്ട്. അതുകൊണ്ട് ഈ നിയമം പാസാകുന്ന വേളയിൽ ബഹുമാനപ്പെട്ട ധനകാര്യ വകുപ്പുമന്ത്രി നമ്മുടെ സംസ്ഥാനത്തെ ഏറ്റവും വലിയ ഒരു സാമൂഹ്യ പ്രശ്നത്തിന് പരിഹാരം കാണുന്നതിന്റെ ഭാഗമായി ഈ അഞ്ചു ശതമാനം ടാക്സ് ഒഴിവാക്കുക.

യഥാർത്ഥ പ്രശ്നം ഞാൻ പറഞ്ഞുകഴിഞ്ഞു. ഡിമാന്റ് എത്ര കൂടിയാലും പലയിടങ്ങളിലും ഈ വിലയ്ക്ക് നല്കുന്നതിന് വലിയ ബുദ്ധിമുട്ട് വരികയാണ്. അതുകൊണ്ട് ഈ ടാക്സ് ഒഴിവാക്കുക. ഞാൻ പറഞ്ഞുവന്നത് ഒന്ന്, മാലിന്യ നിർമ്മാർജ്ജന ഫണ്ട് അപര്യാപ്തമാണ്. മാച്ചിങ് ഗ്രാന്റിന് വ്യവസ്ഥ വേണം. രണ്ട്, ഈ ഫണ്ടാവട്ടെ പ്രൊഡ്യൂസസ് സബ്സിഡിയായി മാറ്റുന്നതിന് മുനിസിപ്പാലിറ്റികൾക്ക് അനുവാദം നല്കണം.

ഈ ബില്ലിൽ ഇല്ലാത്ത രണ്ടു കാര്യങ്ങളുണ്ട്. ഒന്ന്, ഇത്ര വ്യാപകമായി ബയോഗ്യാസ് പ്ലാന്റുകൾ വച്ചുകഴിഞ്ഞാൽ പിന്നെ അത് പ്രവർത്തിക്കണമെങ്കിൽ സർവ്വീസ് ടീം വേണം. ഇപ്പോൾ തിരുവനന്തപുരത്ത് 38,000 പൈപ്പ് കമ്പോസ്റ്റ് പ്ലാന്റുകൾ വച്ചിട്ടുണ്ട്. ഈ പൈപ്പ് കമ്പോസ്റ്റ് പ്ലാന്റുകൾ വച്ചിട്ടുള്ള സ്ഥലത്ത് വെള്ളം ഊറുന്ന സ്ഥലമാണെങ്കിൽ പുഴുവരും. ഇടയ്ക്കിടയ്ക്ക് ആരെങ്കിലും പോയി അല്പം ചാണകമെങ്കിലും തളിക്കണം. ഇത്തരത്തിലുള്ള കാര്യങ്ങൾ ചെയ്യാനുള്ള സർവ്വീസ് ടീം ഇല്ലെങ്കിൽ ഇത് കുറച്ചു കഴിയുമ്പോൾ ഇളക്കി കളയേണ്ടിവരും. കേരളത്തിൽ വച്ചിട്ടുള്ള മുഴുവൻ ബയോഗ്യാസ് പ്ലാന്റുകളുടെ അനുഭവം ഇതാണ്. അതുകൊണ്ട് ഒരു സർവ്വീസ് ടീമിനെ വയ്ക്കാൻ മുനിസിപ്പാലിറ്റി ബാദ്ധ്യസ്ഥമാണ് എന്ന് നിങ്ങൾ ഈ ബില്ലിൽ വ്യവസ്ഥ ചെയ്യണമെന്നാണ് എന്റെ അഭിപ്രായം.

ഇവിടെ 334 (സി)-യിൽ വേസ്റ്റുകൾ തിരിച്ചുവാങ്ങുന്നതിന് ഉല്പാദകരുമായി മുനിസിപ്പാലിറ്റി കരാർ ഉണ്ടാക്കാമെന്ന് വ്യവസ്ഥ ചെയ്തിട്ടുണ്ട്. എന്തിനാണ് മുനിസിപ്പാലിറ്റി കരാർ ഉണ്ടാക്കുന്നത്? പാശ്ചാത്യ രാജ്യങ്ങളിൽ ഇ-വേസ്റ്റ്, ബൾബുകൾ ഇവയൊക്കെ എവിടെനിന്ന് വാങ്ങിച്ചോ അവിടെ തിരിച്ചു വാങ്ങാൻ ബാദ്ധ്യസ്ഥരാണ്. ഒരു കടയിൽനിന്ന് പുതിയ ഒരു ബൾബ് വാങ്ങുമ്പോൾ പഴയ ബൾബ് തിരിച്ച് വാങ്ങണം. സി എഫ് എൽ ലാമ്പ് എല്ലായിടത്തും വരുന്നു. അത് മെർക്കുറിയുള്ളതല്ലേ. അതവിടേയും ഇവിടേയും കിടന്നുകഴിഞ്ഞാൽ എന്തൊക്കെ ഗൗരവമായ പ്രശ്നങ്ങളാണ് ഉണ്ടാകുന്നത്. അതുകൊണ്ട് പുതിയ ബൾബ് വാങ്ങുമ്പോൾ പഴയ ബൾബ് തിരിച്ചുകൊടുത്താൽ വാങ്ങിക്കാൻ കടക്കാരൻ ബാദ്ധ്യസ്ഥനാണെന്ന് ഈ നിയമ

ത്തിൽ വ്യവസ്ഥ ചെയ്യണം. ആ രീതിയിൽ മുനിസിപ്പാലിറ്റി കച്ചവടക്കാരുമായി കരാറുണ്ടാക്കണം.

ശ്രീ. പാലോട് രവി: നമ്മൾ ഓരോ സ്ഥലത്തുനിന്നും വാങ്ങുന്നത് തിരിച്ച് കടക്കാർക്ക് കൊടുത്താൽ കടക്കാർ ഇത് ബൾക്കായി കൊണ്ടുവന്ന് ഓരോ സ്ഥലങ്ങളിൽ കൊണ്ടുചെന്നിടും.

ശ്രീ. തോമസ് ഐസക്: നമുക്കറിയാമല്ലോ എത്ര കടക്കാർ ബൾബ് വില്ക്കുന്നുണ്ടെന്നുള്ളത്. അവർ കൂട്ടായി ബൾബ് ഡിസ്പോസ് ചെയ്യാനുള്ള സിസ്റ്റമുണ്ടാക്കണം. ഇത് എല്ലാ രാജ്യങ്ങളിലും നടക്കുന്ന കാര്യമാണ്. നിങ്ങൾ ബൾബ് വാങ്ങുമ്പോൾ പഴയ ബൾബ് തിരിച്ചുകൊടുത്താൽ തിരിച്ചെടുക്കാൻ കടക്കാർ ബാദ്ധ്യസ്ഥരാണ്.

നഗരകാര്യവും ന്യൂനപക്ഷക്ഷേമവും വകുപ്പുമന്ത്രി (ശ്രീ. മഞ്ഞളാംകുഴി അലി) : സർ, ബൾബിന്റെ കാര്യത്തിൽ വിദേശരാജ്യങ്ങളിൽ ജോലിചെയ്യുന്നവർ നാട്ടിൽ തിരിച്ചുവരുമ്പോൾ പത്തിരുപത് ബൾബെങ്കിലും സാധാരണഗതിയിൽ കൊണ്ടുവരാറുണ്ട്. എങ്ങനെയാണ് അത് നമുക്ക് ഇവിടെ നിന്ന് തിരിച്ചയയ്ക്കാൻ സാധിക്കുന്നത്. Not possible. അതുമാത്രവുമല്ല ഇവിടെ പറഞ്ഞതുപോലെ ബൾബ് വാങ്ങിയ സ്ഥലത്തുതന്നെ പഴയതാകുമ്പോൾ തിരിച്ചുകൊടുക്കുന്ന ഒരു സിസ്റ്റം ഇന്ത്യയിൽ എവിടേയുമില്ല.

മി. സ്പീക്കർ: ബഹുമാനപ്പെട്ട മിനിസ്റ്റർ, അങ്ങേയ്ക്ക് ഈ ചർച്ചയ്ക്കു ശേഷം മറുപടി പറയാനുള്ള സന്ദർഭമുണ്ട്. അല്ലെങ്കിൽ സമയം അനന്തമായി നീണ്ടുപോകും.

ഡോ. ടി എം തോമസ് ഐസക്: ബഹുമാനപ്പെട്ട സ്പീക്കർ, ഞാൻ നിയമത്തിനുള്ളിൽനിന്നുകൊണ്ട് മാത്രമാണ് സംസാരിക്കുന്നത്. അല്ലാതെ രാഷ്ട്രീയ കാര്യങ്ങളൊന്നും പറയുന്നില്ല.

മി. സ്പീക്കർ: അതുശരിയാണ്. അങ്ങ് 40 മിനിട്ട് എടുത്തു. അതുകൊണ്ട് പറഞ്ഞതാണ്.

ഡോ. ടി എം തോമസ് ഐസക്: ഞാൻ വേഗം അവസാനിപ്പിക്കാം. എത്ര ശതമാനം വരും പുറത്തുനിന്നും വരുന്ന ബൾബുകൾ?

ശ്രീ. മഞ്ഞളാംകുഴി അലി: 20 ശതമാനത്തോളം വരും.

ഡോ. ടി എം തോമസ് ഐസക്: അത്രയൊന്നും വരികയില്ല. This is the only way of handling it. ഇങ്ങനെയുള്ള ഇ-വേസ്റ്റ് തുടങ്ങിയവ ഏത് കടയിൽനിന്ന് വാങ്ങുന്നുവോ അവർക്കുതന്നെ ഉപയോഗശൂന്യമായവ തിരിച്ചുകൊടുക്കാൻ ബാദ്ധ്യതയുമുണ്ട്. ഇന്ത്യയിലെങ്ങുമില്ലെങ്കിൽ കേരളം ഇക്കാര്യത്തിൽ ഒരു മാതൃക കാണിക്കണം. നമുക്ക് അതിനുവേണ്ടി നിയമമുണ്ടാക്കണം. എന്താണ് അതിലൊരു തടസ്സമുള്ളത്? ഒന്നുവാങ്ങുമ്പോൾ പഴയത് തിരിച്ച് വാങ്ങണം. എന്നിട്ട് മുനിസിപ്പാലിറ്റി കച്ചവടക്കാരോട് പറയണം നിങ്ങളൊന്നും ചെയ്യേണ്ട, ഇവിടെക്കൊണ്ടുവന്ന് തന്നാൽ മതി, ഞങ്ങൾ ഹോൾസെയിലായി മാറ്റിക്കൊള്ളാമെന്ന്. അതുകൊണ്ട് ആ ക്ലോസ് ഇത്തരത്തിൽ കൂടുതൽ കർക്കശമാക്കണം എന്നുള്ളതാണ് എന്റെ അഭിപ്രായം.

ഇത്തരത്തിൽ വികേന്ദ്രീകരണം നടക്കണമെന്നുണ്ടെങ്കിൽ സർക്കാർ ഉത്തരവിറക്കിയിട്ടോ നിയമം പാസാക്കിയിട്ടോ കാര്യമില്ല. അതുവേണം, അതോടൊപ്പംതന്നെ ജനങ്ങളെ ആകെ അണിനിരത്താൻ കഴിയുന്ന ഒരു പ്രസ്ഥാനത്തിന് രൂപംനല്കണം. കേരളത്തിൽ നമുക്കതിന് കഴിഞ്ഞിട്ടില്ല. അതാണ്

പ്രശ്നം. അതിലൊരു വലിയ പങ്ക് സർക്കാരിനുണ്ട്. അത് സർക്കാർതന്നെ സ്വയം പരിശോധിക്കുന്നത് നല്ലതാണ്. ഈ ഗവൺമെന്റ് നിലവിൽ വന്നിട്ട് ഇപ്പോൾ രണ്ട് വർഷമാകാൻ പോകുന്നല്ലോ, ബയോഗ്യാസ് പ്ലാന്റുകളുടെ സബ്സിഡി ഉത്തരവ് എന്നാണ് ഇറങ്ങിയത്? നാലോ അഞ്ചോ മാസം മുമ്പല്ലേ; അതുവരെയും ആർക്കെങ്കിലും ഈ ബയോഗ്യാസ് പ്ലാന്റുകൾ കൊടുക്കാൻ കഴിയുമായിരുന്നോ?

ഞാൻ അതിരുവിട്ടു പറയുന്നതല്ല, എന്റെ ഒരു അനുഭവം ഞാൻ ഈ നിയമസഭയിൽ പറഞ്ഞത് വീണ്ടും ആവർത്തിക്കുകയാണ്. ആലപ്പുഴയിൽ ഒരു പ്രശ്നം വന്നു – വിളപ്പിൽശാലയിലേതുപോലെതന്നെ സമരം. അവിടെപ്പോയി പറഞ്ഞു, ഒരുവർഷത്തിനുള്ളിൽ ഇവിടത്തെ മാലിന്യം മുഴുവനും മാറ്റും. 40 വർഷമായി ഡമ്പ് ചെയ്തുകൊണ്ടിരിക്കുന്നതാണ്. തൊഴിലുറപ്പ് പദ്ധതി ഉപയോഗപ്പെടുത്തി ഈ മണ്ണ് ഇവിടെനിന്നും മാറ്റാം, അവശിഷ്ടങ്ങളെല്ലാം വേറെ ലാന്റ് ഫില്ലിങ്ങിന് ഉപയോഗിക്കാം, അങ്ങനെ അത് ക്ലീനാക്കാം, എന്നിട്ട് പ്ലാന്റ് ഭംഗിയായി പ്രവർത്തിപ്പിക്കാം. ഞാൻ നാലഞ്ചു മെമ്മോറാണ്ടം കൊടുത്തു. അങ്ങയുടെ മുൻഗാമിയുമായി ഓഫീസിൽ ഒരു മീറ്റിങ് നടത്തി. നമ്മുടെ പഞ്ചായത്ത് മന്ത്രി അവിടെ വന്ന് മീറ്റിങ് നടത്തി, ബഹുമാനപ്പെട്ട മുഖ്യമന്ത്രിക്ക് രണ്ടു മെമ്മോറാണ്ടം നല്കി. കഴിഞ്ഞ സീസണിൽ മഴ വരുന്നതുവരെ അനങ്ങിയില്ല, മഴ പെയ്തുകഴിഞ്ഞാൽ ആർക്കെങ്കിലും ഈ ചെളിയിൽ ഇറങ്ങാൻ കഴിയുമോ; അതിന്റെ ഫലമെന്തായിരുന്നു? മഴ വന്നതോടു കൂടി സമരമായി. ആലപ്പുഴ മുനിസിപ്പാലിറ്റി മുഴുവനും മാലിന്യം നിറഞ്ഞില്ലേ? ഇനി ജനുവരിയിൽ നോക്കാമെന്നുപറഞ്ഞ് മഴക്കാലത്ത് ഉത്തരവിറങ്ങി. ഇത് നേരത്തെ ചെയ്യാൻ എന്താണ് തടസ്സം?

ഇതുമായി ബന്ധപ്പെട്ടതാണ് തിരുവനന്തപുരത്തെ സംഭവവും. തിരുവനന്തപുരത്തെ വിമർശനമെന്താണ്? ഇങ്ങനെയൊരു പ്രശ്നമുണ്ടെന്ന് കോർപ്പറേഷനും അംഗീകരിക്കുന്നു. ലീച്ചിങ് തടയുന്നതിനുവേണ്ടിയുള്ള പ്ലാന്റ് പ്രവർത്തിക്കുന്നില്ല, അത് പ്രവർത്തിപ്പിക്കണം, യാതൊരു സംശയവുമില്ല. ലാന്റ് ഫില്ലിങ്ങിന് കളിമണ്ണ് ഉപയോഗിച്ചുള്ള രീതി വേണം. ഇത്തരത്തിലുള്ള മാറ്റങ്ങളെല്ലാം അവിടെ വരുത്തേണ്ടതാണ്. അത് വരുത്താനുള്ള ശ്രമത്തിനിടയിൽ സ്വാഭാവികമായും പ്രക്ഷോഭം വരുന്നു. എന്ത് അടിസ്ഥാനത്തിലാണ് ഭരണത്തിൽവന്ന് ഏതാനും മാസം കഴിഞ്ഞപ്പോഴുള്ള യോഗത്തിൽ ഈ പ്ലാന്റ് ഇനി തുറക്കില്ല എന്ന് ബഹുമാനപ്പെട്ട മുഖ്യമന്ത്രി പ്രഖ്യാപിച്ചത്.

അത് പറഞ്ഞതിനുശേഷം പിന്നെ ഇത് ആരുടെയെങ്കിലും കൈയിൽ നില്ക്കുമോ; ആരെങ്കിലും പിടിച്ചാൽ നില്ക്കുമോ?

ശ്രീ. പി സി ജോർജ്: കോടതി പറഞ്ഞതാണ്.

ഡോ. ടി എം തോമസ് ഐസക്: കോടതിയല്ല, യോഗത്തിനുശേഷം അത് മുഖ്യമന്ത്രി പ്രഖ്യാപിച്ചു. പ്രഖ്യാപിച്ചതിനുശേഷം ഇത് ആരുടെയും കൈയിലല്ല. നേടാൻ പറ്റുന്ന ഒരു കാര്യമാണിതെന്ന് തോന്നിക്കഴിഞ്ഞു. പിന്നീടുള്ള ഇടപെടലുകളെല്ലാം പൊളിയുകയല്ലേ ചെയ്തത്?

ശ്രീ. വി ഡി സതീശൻ: അങ്ങ് വിളപ്പിൽശാലയുടെ വിഷയം പറഞ്ഞു. ഇതേ വിഷയം തന്നെയാണ് കൊച്ചി കോർപ്പറേഷനിലെ ബ്രഹ്മപുരം പ്ലാന്റിലുമുണ്ടായത്. നഗരത്തിലെ മുഴുവൻ വേസ്റ്റുംകൂടി, യാതൊരു ട്രീറ്റ്മെന്റ് സംവിധാനവുമില്ലാതെ നഗരത്തിന്റെ മുഴുവൻ വേസ്റ്റ് ബാസ്കറ്റായി ഗ്രാമങ്ങളെ മാറ്റുന്നത് ശരിയാണോ? കേരള നിയമസഭയുടെ പരിസ്ഥിതി സമിതി

ബ്രഹ്മപുരം പ്ലാന്റ് സന്ദർശിച്ചതാണ്. അവിടെ ഡംപിങ് യാർഡ് മാത്രമാണ്. ട്രീറ്റ്മെന്റ് പ്ലാന്റ് അവിടെയില്ല, അത് ഡീ-ഫങ്ഷനിങ്ങാണ്. അതിന്റെ തൊട്ടടുത്ത വീട് സന്ദർശിക്കുകയുണ്ടായി. എനിക്ക് ഇപ്പോഴും ഓർമ്മയുണ്ട്, ഒരു പായിൽ ഒരു കറുത്ത രൂപം കിടക്കുന്നു, ചെറിയ നീളമുള്ള രൂപം. ആ വീട്ടിലെ സ്ത്രീ ഒരു പത്രമെടുത്ത് വീശി. ഒരു വയസ്സ് പ്രായമുള്ള ഒരു കൊച്ചുകുട്ടിയായിരുന്നു അത്. ആ കൊച്ചുകുട്ടിയുടെ മീതെ ഈച്ചകൾ പൊതിഞ്ഞിട്ട് ഒരു കറുത്ത രൂപമായിരിക്കുന്നതാണ്. ആ സ്ഥലത്തെ വീടുകളിലൊന്നും ഭക്ഷണം വച്ച് കഴിക്കാൻ പറ്റില്ല, അവിടേയ്ക്ക് ഒരു ഗസ്റ്റിന് വരാൻ കഴിയുകയില്ല, ഒരു കല്യാണാലോചന നടക്കില്ല. നഗരത്തിലെ വേസ്റ്റ് മുഴുവനും ഗ്രാമങ്ങളിൽ കൊണ്ടുപോയി ഡംപ് ചെയ്ത് അവിടെയുള്ള ആളുകൾ മുഴുവനും ഇത് അനുഭവിക്കണമെന്ന് പറഞ്ഞാൽ ഇത് ഭരണഘടനാവിരുദ്ധമായ ഒരു കാര്യമാണ്. അവിടെ ട്രീറ്റ്മെന്റ് പ്ലാന്റോ മറ്റ് സംവിധാനങ്ങളോ ഒരു സ്മെല്ലുമില്ലാതെ ആളുകൾക്ക് ബുദ്ധിമുട്ടില്ലാത്തവിധം തുടങ്ങിയിരുന്നുവെങ്കിൽ ഈ സമരം അവിടെ ഉണ്ടാകുമായിരുന്നോ? അത് ഇതുവരെ പരിഹരിക്കപ്പെട്ടിട്ടില്ല. ആ വിഷയം പരിഹരിക്കപ്പെടാതെ നിങ്ങൾ നഗരങ്ങളിലെ വേസ്റ്റ് മുഴുവനും ഗ്രാമങ്ങളിൽ കൊണ്ടുപോയി ഇടണമെന്ന് ഏത് ഗവൺമെന്റ് തീരുമാനിച്ചാലും കേരളത്തിൽ ഒരു സ്ഥലത്തും അത് നടപ്പാകാൻ പോകുന്നില്ല.

ഡോ. ടി എം തോമസ് ഐസക്: എന്റെ നിലപാട് നിങ്ങൾ പറയുന്നതേയല്ല, ശ്രീ. വി ഡി സതീശൻ. എന്റെ നിലപാട് ഓരോ വീട്ടിലേയും മാലിന്യങ്ങൾ അവിടെത്തന്നെ സംസ്കരിക്കണമെന്നുള്ളതാണ്. പുറത്തുകൊണ്ടുപോകണം എന്നുള്ളതല്ല. പക്ഷെ എന്തൊക്കെ വന്നാലും ഒരു നഗരത്തിന് ഒരു സ്റ്റാൻഡ്ബൈ കേന്ദ്രീകൃത പ്ലാന്റ് കൂടിയേതീരൂ. അത് ഒഴിവാക്കാൻ കഴിയുകയില്ല. അതേസമയം ഒരു മാനേജിബിൾ ലിമിറ്റിലേക്ക് അങ്ങോട്ടേയ്ക്ക് പോകുന്ന വേസ്റ്റ് പരിമിതപ്പെടുത്താൻ കഴിയണം. അതിനു കഴിയുന്ന കാര്യങ്ങളാണ് ഞാൻ നിയമവുമായി ബന്ധപ്പെട്ട് പറഞ്ഞത്.

ഞാൻ അവസാനിപ്പിക്കുകയാണ്, അപ്പോൾ അവധാനതയോടെയല്ലാത്ത നിലപാടുകൾ ഇന്നത്തെ സ്ഥിതിവിശേഷം വരുത്തുന്നതിൽ വലിയ പങ്ക് വഹിച്ചിട്ടുണ്ട് എന്ന വിമർശനമാണ് എനിക്കുള്ളത്. ഞാൻ കൂടുതൽ വിശദീകരിക്കുന്നില്ല. ഇനിയുള്ള നിരാകരണ ചർച്ചയിൽ പങ്കെടുക്കുന്നവർ അതിനെക്കുറിച്ച് വിശദമായി പറയും. ഈ ഓർഡിനൻസ് നിരാകരിക്കുന്നതിന് കാരണം വിശദീകരിച്ചു. ഭേദഗതികൾ അപര്യാപ്തമാണ്. സബ്ജക്ട് കമ്മിറ്റിയിൽ ഞാനില്ല, സബ്ജക്ട് കമ്മിറ്റിയിലുള്ള അംഗങ്ങൾ പരിശോധിച്ച് ഇതെല്ലാമൊന്ന് ഉൾപ്പെടുത്തിക്കഴിഞ്ഞാൽ ഒരു സംശയവുമില്ല നമ്മുടെ മാലിന്യ പ്രതിസന്ധി പരിഹരിക്കുന്നതിന് ഈ നിയമ ഭേദഗതി വളരെ സഹായകരമായിത്തീരും. അത്തരത്തിൽ മാറ്റങ്ങൾ വരുത്താൻ തയ്യാറാകണം.

12-6-2014ന് കേരള പഞ്ചായത്ത് രാജ് (രണ്ടാം ഭേദഗതി) ബില്ലിന് ഭേദഗതി അവതരിപ്പിച്ചുകൊണ്ടു നടത്തിയ പ്രസംഗത്തിലെ മാലിന്യസംസ്കരണത്തെ സംബന്ധിക്കുന്ന ഭാഗം

ഡോ. ടി എം തോമസ് ഐസക് : സർ, 2014-ലെ കേരള പഞ്ചായത്ത് രാജ് (രണ്ടാം ഭേദഗതി) ബിൽ ഒരു സെലക്ട് കമ്മിറ്റിയുടെ പരിഗണനയ്ക്ക് അയയ്ക്കണമെന്ന 2 (ബി) നമ്പർ ഭേദഗതി ഞാൻ അവതരിപ്പിക്കുന്നു.

ഈ ബില്ലിലെ പ്രധാനപ്പെട്ട വകുപ്പുകൾ എന്താണെന്നുള്ളത് എനിക്കു മുമ്പു സംസാരിച്ച ബഹുമാനപ്പെട്ട കെ എൻ എ ഖാദർ വിശദീകരിച്ചു കഴിഞ്ഞതാണ്. അതുകൊണ്ട് അങ്ങനെയൊരു അവലോകനത്തിലേയ്ക്ക് ഞാൻ കടക്കുന്നില്ല. അതിൽ ഏറ്റവും പ്രധാനപ്പെട്ടതായി എനിക്ക് തോന്നിയത് മാലിന്യസംസ്കരണം സംബന്ധിച്ച വകുപ്പാണ്. കാരണം അതിൽ പറഞ്ഞിരിക്കുന്ന കാര്യങ്ങൾ, ഈ വകുപ്പുമായി ബന്ധപ്പെട്ട് ഇതിനു മുമ്പ് വന്നിട്ടുള്ള ഭേദഗതികൾ, നമ്മുടെ നാട്ടിൽ കഴിഞ്ഞ രണ്ടു പതിറ്റാണ്ടിനിടയിൽ വന്നിട്ടുള്ള പുതിയ അവബോധത്തിന്റെയും കേരളത്തിന്റെ ഭൗതിക സാഹചര്യങ്ങളിൽ വന്നിട്ടുള്ള മാറ്റങ്ങളുടെയും ചൂണ്ടുപലകയാണ്.

1994-ലെ മൂലനിയമത്തിന്റെ 170 ാമത്തെ വകുപ്പിൽ പറയുന്നത് - All rubbish, sewage and other matter collected by a village/panchayath under this act shall belong to it and may be disposed by the same by auction or otherwise. ഇതുകൂടാതെ വരുന്നതാണ് 219 ാം വകുപ്പ്. അതാണിപ്പോൾ ഭേദഗതി ചെയ്യുന്നത്. അതിൽ തീർത്ഥാടന കേന്ദ്രങ്ങളിൽ പഞ്ചായത്തുകൾക്ക് ചെയ്യാൻ കഴിയുന്ന കാര്യങ്ങളെക്കുറിച്ചാണ് പറഞ്ഞിട്ടുള്ളത്. അതും ഇപ്പോൾ ഭേദഗതിയിലൂടെ ഇപ്പോൾ വിപുലീകരിക്കുന്നുണ്ട്.

റബ്ബീഷും സ്വീവേജുമെല്ലാം പഞ്ചായത്തിന്റെ സ്വത്തായിരിക്കും. അവരാൽ കഴിയുന്ന രീതിയിൽ ഡിസ്പോസ് ചെയ്യട്ടെ എന്നാണ് മൂലനിയമത്തിന്റെ 170 ാം വകുപ്പു സൃഷ്ടിച്ച പൊതു അവബോധം. നാട്ടിൻപുറത്ത് മാലിന്യം ഗൗരവമായ ഒരു പ്രശ്നമായി എടുത്തിരുന്നില്ല. വലിച്ചെറിഞ്ഞാലും അതു പറമ്പിൽത്തന്നെ കിടന്നു ചീഞ്ഞു വളമായിക്കൊള്ളും. ഗൗരവമായ ഒരു പ്രശ്നമായി ആരും അതു കണ്ടിരുന്നില്ല.

കാലം മാറിയെങ്കിലും ഈ ശീലത്തിനും ചിന്തയ്ക്കും ഒരു മാറ്റവും വന്നിട്ടില്ല. ഇപ്പോൾ പുതിയ നഗര പ്രദേശങ്ങളും ടൗൺഷിപ്പുകളും വരികയാണ്. ജനവാസം കൂടിയിട്ടുണ്ട്. ജീവിത ശൈലിയിൽ മാറ്റം വന്നിട്ടുണ്ട്. സംസ്കരിച്ച ഉല്പന്നങ്ങൾ യഥേഷ്ടം ലഭ്യമാണ്. അതിന്റെ പാക്കേജും മറ്റും മാലിന്യങ്ങളുടെ അളവു വർദ്ധിപ്പിക്കുന്നു. ഇതൊക്കെ പരിഗണിച്ചാണ് 1999 ൽ ഈ വകുപ്പ് ഭേദഗതി ചെയ്തത്. അന്നാണ് A മുതൽ S വരെയുള്ള ഉപവകുപ്പുകൾ ചേർത്തത്.

അതിൽനിന്നും ഒരു മാറ്റം പുതിയ ഭേദഗതിയിലുണ്ടെന്ന് മൂലനിയമം പരിശോധിച്ചപ്പോൾ മനസ്സിലായി. 1999 ലെ ഭേദഗതിയുടെ പ്രത്യേകത മാലിന്യസംസ്കരണം പഞ്ചായത്തിന്റെ ഉത്തരവാദിത്വം മാത്രമായി കാണുന്നു എന്നതാണ്. നാട്ടുകാരുടെ ഉത്തരവാദിത്വമോ ചുമതലകളോ ഒന്നും നിർവ്വചിച്ചിട്ടില്ല. മാലിന്യം തെരുവിൽനിന്നും നീക്കം ചെയ്യുക, തൂത്ത് വൃത്തിയാക്കുക, വീട് വീടാന്തരം പോയി കളക്ട് ചെയ്യുക ഇതൊക്കെ പഞ്ചായത്തിന്റെ ചുമതലയായി അന്ന് നിർവ്വചിച്ചു. പഞ്ചായത്തുകൾ പറയുന്നതുപോലെ സംഭരണികളിൽ സൂക്ഷിക്കണമെന്ന കർത്തവ്യമാണ് വീട്ടുടമസ്ഥർക്കു ചെയ്യാനുണ്ടായിരുന്നത്. സംഭരണിയിൽനിന്ന് പൊതു സംഭരണിയിലേയ്ക്ക് മാറ്റാനുള്ള ചുമതലയും പഞ്ചായത്തിനെ ഏല്പിച്ചു. D മുതൽ U വരെയുള്ള വകുപ്പുകളിലൂടെ 2009 ൽ നിയമം വീണ്ടും ഭേദഗതി ചെയ്തു. അവ ജലമലിനീകരണത്തിനെതിരായിട്ടുള്ള വകുപ്പുകളാണ്. ജലാശയങ്ങളിലേയ്ക്ക് വലിച്ചെറിയാൻ പാടില്ല. ഇപ്പോഴത്തെ നിയമഭേദഗതിയിലെ പുതിയ വ്യവസ്ഥകളും പോരാ എന്നാണ് അഭിപ്രായം. അതുകൊണ്ടാണ് ഇത് സെലക്ട് കമ്മിറ്റിക്ക്

അയയ്ക്കണമെന്ന് ഞാൻ ആവശ്യപ്പെടുന്നത്. ഇത് ഗൗരവമായി ചർച്ച ചെയ്ത് തീരുമാനിക്കേണ്ട വിഷയങ്ങളാണ്. സെലക്ട് കമ്മിറ്റിക്ക് അയയ്ക്കണമെന്ന കാര്യം ഭരണപക്ഷം തള്ളിക്കളഞ്ഞാലും സബ്ജക്ട് കമ്മിറ്റി കൂടുമ്പോൾ ഞാൻ വയ്ക്കുന്ന ചില നിർദ്ദേശങ്ങൾ പരിഗണിച്ചാൽ അത് നാടിന് നന്നായിരിക്കുമെന്ന് എനിക്ക് തോന്നുന്നു.

ഉറവിടത്തിൽത്തന്നെ ഇവ സംസ്കരിക്കണം എന്ന നിർദ്ദേശത്തിൽനിന്ന് എന്റെ വിമർശനം ആരംഭിക്കട്ടെ. മാലിന്യസംസ്കരണത്തിൽ ആദ്യം വേണ്ടത് വേർതിരിക്കലാണ് (Segregation). വേർതിരിക്കലില്ലാതെ ഒരു സംസ്കരണവും സാദ്ധ്യമല്ല. ഇങ്ങനെ വേർതിരിക്കാൻ വീട്ടുകാർക്കേ കഴിയൂ. വേർതിരിക്കാതെ മാലിന്യം ശേഖരിക്കുന്നതാണ് മുനിസിപ്പാലിറ്റികളുടെയെല്ലാം പരാജയകാരണം. വേർതിരിക്കാത്ത മാലിന്യങ്ങൾ കൊണ്ടുപോയി അരിക്കാൻവേണ്ടി ഇട്ടാൽ അരിപ്പ് ദിവസവും കേടാകും. അതുകൊണ്ട് വേർതിരിക്കൽ അത്യന്താപേക്ഷിതമാണ്. ഇത്തരത്തിൽ വേർതിരിക്കലിനെക്കുറിച്ച് ഒരു ഉപവകുപ്പ് ചേർത്തത് നല്ലത്. അതിന്റെ പരിമിതി എന്താണെന്നുവച്ചാൽ 400 സ്ക്വയർ മീറ്ററിൽ കൂടുതൽ വിസ്തൃതിയുള്ള വീടുകൾ സെഗ്രഗേറ്റ് ചെയ്താൽ മതിയെന്നാണ് പറയുന്നത്. ഇതിനെന്ത് അർത്ഥമാണുള്ളത്?

10000 ചതുരശ്ര അടി വിസ്തീർണ്ണമുള്ള വീട്ടുകാരും മറ്റ് സ്ഥാപനങ്ങളും വേർതിരിക്കൽ നടത്തിയാൽ മതിയോ? ആ വീടുകളിൽ അഞ്ച് ശതമാനം പോലും സെഗ്രഗേറ്റ് ചെയ്യണമെന്ന് ഈ നിയമം അനുശാസിക്കുന്നില്ല. ഇത് ഏറ്റവും വലിയ തെറ്റാണ്. എല്ലാ വീടുകളിലും സംസ്കരണ പ്ലാന്റ് വയ്ക്കണമെന്നോ ബയോഗ്യാസ് പ്ലാന്റ് വയ്ക്കണമെന്നോ പറയുന്നത് ശരിയല്ല. സ്ഥലവും പ്രാപ്തിയുമൊന്നും ഉണ്ടാകണമെന്നില്ല. എന്നാൽ വീട്ടിൽവെച്ചു വേർതിരിക്കുന്നതിന് ചെലവൊന്നുമില്ല. യഥാർത്ഥത്തിൽ നമ്മുടെ വീട് എത്ര ചെറുതാണോ അതനുസരിച്ച് സെഗ്രഗേഷന് പ്രാധാന്യം വരുന്നു. കാരണം മാലിന്യം വലിച്ചെറിയാൻ പറമ്പില്ല. [illegible] ഡിസ്പോസ് ചെയ്യണമെങ്കിൽ ജൈവ–അജൈവം വേർതിരിക്കണം. ഒരു നിശ്ചിത വിസ്തൃതിക്കു മേലേയുള്ള വീടുകളിൽ സംസ്കരണ എക്യുപ്മെന്റ് നിർബ്ബന്ധമാക്കുന്നതിന് നിങ്ങൾക്കു വേണമെങ്കിൽ നിബന്ധന വയ്ക്കാം. അതുകൊണ്ട് സബ്ജക്ട് കമ്മിറ്റി ഇത് പരിഗണിക്കുക. സെഗ്രഗേഷൻ വേറെ ക്ലോസാക്കുക. ഇതാണ് എന്റെ ഏറ്റവും പ്രധാനപ്പെട്ട നിർദ്ദേശം. സെഗ്രഗേഷന് 400 സ്ക്വയർ മീറ്ററിൽ കൂടുതൽ വിസ്തൃതി വേണമെന്ന് പറയുന്നത് ശരിയല്ല.

നിയമത്തിൽ ഇപ്പോൾ ചില ഉപവകുപ്പുകൾ വ്യവസ്ഥ ചെയ്യുന്നത് സെഗ്രഗേറ്റ് ചെയ്തുകഴിഞ്ഞാൽ അത് വീടുമായി ബന്ധപ്പെട്ടുതന്നെ സംസ്കരിക്കണമെന്നാണ്. നമ്മുടെ വീടുകളിലെ കക്കൂസ് മാലിന്യം പുറത്ത് വിടുന്നില്ല. വീടിനുള്ളിൽത്തന്നെ സംസ്കരിക്കുന്നു. എന്നാൽ അടുക്കളമാലിന്യത്തോട് നമുക്ക് വലിയ അറപ്പാണ്. അത് വലിച്ചെറിയുന്നു. അതുകൊണ്ട് അവ വീട്ടിൽ സംസ്കരിക്കണമെന്ന് പറയുന്നത് ശരിയാണ്. പക്ഷേ, എങ്ങനെയാണ് സംസ്കരിക്കേണ്ടത്? അതിന്റെ വിശദാംശങ്ങളൊക്കെ നിയമത്തിൽ എഴുതിവയ്ക്കേണ്ട ആവശ്യമുണ്ടോയെന്ന് ബഹുമാനപ്പെട്ട മന്ത്രി ചോദിക്കും. മുൻ ഭേദഗതിയുടെ ഭാഗമായി മൂലനിയമത്തിൽ ചില കാര്യങ്ങൾ ഇപ്പോൾത്തന്നെ പറഞ്ഞിട്ടുണ്ട്. നിങ്ങളുടെ ഭേദഗതികൾക്കു നിയമപ്രാബല്യം വരുമ്പോഴും അവ തുടരും. അവ മാത്രമേ ഉണ്ടാകൂ. എന്തുകൊണ്ട് സമഗ്രതയ്ക്കു ശ്രമിച്ചുകൂടാ?

മാലിന്യങ്ങളുപയോഗിച്ച് രണ്ടുകാര്യങ്ങൾ ചെയ്യാം. കൂട്ടുവളം (കമ്പോസ്റ്റ്) ഉണ്ടാക്കാം, അതിന് കഴിഞ്ഞില്ലെങ്കിൽ ലാന്റ് ഫിൽ ചെയ്യാം. ഇതാണ് നിലവിലുള്ള നിയമം. ശുചിത്വ മിഷൻ ഇപ്പോൾ ലാന്റ് ഫില്ലിങ് നിരോധിച്ചിരിക്കുകയാണ്. 40 വർഷത്തോളമായി ആലപ്പുഴയിൽ കൂടിക്കിടക്കുന്ന പ്ലാസ്റ്റിക്കും ചപ്പും ചവറും കൂട്ടിയിട്ട് മൂടാനാവുന്നില്ല. അങ്ങനെയുള്ളപ്പോഴും നിയമത്തിൽ ലാന്റ് ഫിൽ വച്ചിരിക്കുകയാണ്. ലാന്റ് ഫിൽ വേണ്ടെന്ന് ഞാൻ പറയുന്നില്ല. കൂട്ടുവളവും ലാന്റ് ഫില്ലുമാണ് ഇപ്പോൾ നിയമത്തിൽ അനുശാസിക്കുന്ന രണ്ടുരീതികൾ. കേരളത്തിലെ വീടുകളിൽ ബയോഗ്യാസ് പ്ലാന്റ് സ്ഥാപിക്കണമെന്നുള്ള പ്രചരണമാണ് ഇന്ന് സർക്കാർ നടത്തുന്നത്. ഈ നിയമത്തിൽ അങ്ങനെയൊരു വാചകം വേണ്ടേ? പഴയ കൂട്ടുവളവും ലാന്റ് ഫില്ലും മതിയോ? അടിസ്ഥാനപരമായി രണ്ടു രീതികളെയാണ് ഇന്ന് പ്രോത്സാഹിപ്പിക്കുന്നത്. കമ്പോസ്റ്റിങ്ങും ബയോഗ്യാസ് പ്ലാന്റും. വായുസമ്പർക്കത്താൽ സംസ്കരിക്കുന്നതാണ് കമ്പോസ്റ്റിങ്. അതുകൊണ്ട് മൂലനിയമത്തിൽ കൂട്ടുവളവും ലാന്റ് ഫില്ലും മാത്രമുള്ളതു മാറ്റി ഈ പുതിയ കാര്യങ്ങൾകൂടി ചേർക്കണം.

ബയോഗ്യാസ് പ്ലാന്റ് ക്യാമ്പയിൻ കേരളത്തിൽ പരാജയപ്പെടുന്നതിന് രണ്ടു കാരണങ്ങളുണ്ട്. ബയോഗ്യാസ് എന്നുപറയുന്നത് വളരെ ലളിതമാണെന്ന് തോന്നാമെങ്കിലും നിരന്തരം പ്രശ്നങ്ങളുണ്ടാകും. കൂടുതൽ മാലിന്യമിട്ടാൽ അത് പ്രവർത്തിക്കാതെയാകും. ആവശ്യത്തിനിടാതിരുന്നാൽ സൂക്ഷ്മജീവികൾ നശിച്ചുപോകും. മഴക്കാലത്ത് തണുപ്പ് കൂടുതലാണെങ്കിൽ ഈ പ്രവർത്തനം നടക്കുകയില്ല. അതിന്റെ പൈപ്പ് വലിച്ചിടുമ്പോൾ വളഞ്ഞ് കിടക്കുകയാണെങ്കിൽ നീരാവി കെട്ടിനിന്ന് ഗ്യാസ് പോകാതാകും. ഇങ്ങനെയുള്ള ധാരാളം പ്രശ്നങ്ങളുണ്ടാകുമ്പോൾ ആരെങ്കിലും അത് പരിശോധിക്കുകയോ മെയിന്റനൻസ് നടത്തുകയോ ചെയ്തില്ലെങ്കിൽ തിരുവനന്തപുരം കോർപ്പറേഷനിൽ സംഭവിച്ചതുപോലെയാകും. എല്ലാം കുറേക്കഴിയുമ്പോൾ ഉപയോഗശൂന്യമാകും.

ബയോഗ്യാസ് പ്ലാന്റ് വച്ചാൽ അതിന് മെയിന്റനൻസ് നടത്തണം. പഞ്ചായത്തിന്റെ അനിവാര്യ ചുമതലയായി. ബയോഗ്യാസ് പ്ലാന്റ് വച്ചു കഴിഞ്ഞാൽ ഒരു മെയിന്റനൻസ് സ്കീം ഉണ്ടാവണം. നൂറ് ബയോഗ്യാസ് പ്ലാന്റിന് ഒരു മെയിന്റനൻസ് പേഴ്സൺ എന്ന് ചട്ടത്തിൽ പറഞ്ഞാൽ മതി. ഒരു എയർ കണ്ടീഷണറുടെ വിലയില്ലേ ഒരു ബയോഗ്യാസ് പ്ലാന്റിന്. ആ എയർകണ്ടീഷണറുകൾക്ക് നൂറെണ്ണത്തിന് ഒരാളാണോ മെയിന്റനൻസിനുള്ളത്? ബയോഗ്യാസ് പ്ലാന്റിന്റെ മെയിന്റനൻസ് സ്കീം പഞ്ചായത്തിന്റെ ചുമതലയാക്കാം. മുഴുവൻ പൈസ കൊടുക്കേണ്ട. ഗുണഭോക്താവിൽനിന്നു പിരിക്കുന്നതിനു തുല്യമായ തുകയെങ്കിലും പഞ്ചായത്തിൽനിന്നു മെയിന്റനൻസ് ടീമിനു കൊടുക്കാൻ അനുവാദം നല്കിയാൽ മതി. അല്ലെങ്കിൽ ഒരുവശത്തുകൂടി നിങ്ങൾ ബയോഗ്യാസ് പ്ലാന്റ് വച്ചുകൊണ്ടിരിക്കും. മറുവശത്തുകൂടി ഉപയോഗശൂന്യമാകും. അതുകൊണ്ട് ഞാൻ മുനിസിപ്പൽ മന്ത്രിയോട് വീണ്ടും പറയുന്നു, പദ്ധതി വിജയിക്കണമെന്നാണല്ലോ നമ്മുടെ ആഗ്രഹം? മറ്റൊന്നും നിങ്ങൾ ചെയ്തില്ലെങ്കിലും വയ്ക്കുന്ന ബയോഗ്യാസ് നൂറെണ്ണത്തിന് ഒരാൾവെച്ചു നിയമിക്കാൻ മുനിസിപ്പാലിറ്റിക്കോ പഞ്ചായത്തിനോ അധികാരം കൊടുക്കണം. ഒരു സീലിങ് നിശ്ചയിക്കാം. ബാക്കി ഗുണഭോക്താക്കളിൽനിന്ന് പിരിക്കണം. പലതിനും ഫീസ് ഈടാക്കാമെന്നു

പറയുന്നുണ്ട്. അത് ഈ കാര്യത്തിലും ആകാമല്ലോ?

രണ്ടാമത്തേത്, ബയോഗ്യാസ് പ്ലാന്റിനെക്കുറിച്ച് ഉപഭോക്താവിനെ പഠിപ്പിക്കണം. അതിപ്പോൾ നിയമത്തിൽ പറയേണ്ട കാര്യമില്ല. പക്ഷേ, ബോധവല്ക്കരണം അഥവാ ഇൻഫർമേഷൻ എഡ്യൂക്കേഷൻ ക്യാമ്പയിൻ വളരെ പ്രധാനപ്പെട്ടതാണ്. ഐ ഇ സി ക്യാമ്പയിൻ പഞ്ചായത്തിന്റെ അനിവാര്യ ചുമതലയാക്കണം.

മൂന്നാമതായി, ചില പൊതു സംസ്കരണ കേന്ദ്രങ്ങളെക്കുറിച്ചും വകുപ്പിൽ പരാമർശമുണ്ട്. നമ്മുടെ എല്ലാ പഞ്ചായത്തിലും ഒരു ചെറിയ വാട്ടർ ട്രീറ്റ്മെന്റ് പ്ലാന്റെങ്കിലും വേണം. ഞാനിപ്പോൾ സെപ്റ്റേജ് എന്ന് പറയുന്നില്ല. പക്ഷെ വാട്ടർ ട്രീറ്റ്മെന്റ് പ്ലാന്റ് വേണം. പഞ്ചായത്തുകളിലെല്ലാം ഒരു കൊച്ചു മാർക്കറ്റ്; പട്ടണം പോലൊരു കേന്ദ്രം; ഇല്ലാത്ത സ്ഥലമെവിടെയാണ്? ഇവിടത്തെ വെയ്സ്റ്റുകൾക്ക് പൊതു ബയോഗ്യാസ് പ്ലാന്റുകളും എയ്റോബിക് കമ്പോസ്റ്ററുകളും വേണ്ടിവരും. ഇവ നടപ്പാക്കാൻ, പരിപാലിക്കാൻ നമ്മുടെ പഞ്ചായത്തിന്റെ പ്രധാനപ്പെട്ട കടമകളിലൊന്നായി വയ്ക്കണം. അപ്പോൾ മൂന്നെണ്ണമായി.

നാലാമത്തേത്, ഇതാദ്യമായിട്ടാണ് പ്ലാസ്റ്റിക് കയറി വരുന്നത്. അത് വളരെ നന്നായി. ഇതുവരെയുള്ള നിയമത്തിൽ പ്ലാസ്റ്റിക്കില്ല. അജൈവമെന്ന് ഒന്നോ രണ്ടോ സ്ഥലത്ത് പറഞ്ഞിട്ടുണ്ട്. പ്ലാസ്റ്റിക് സംബന്ധിച്ച് ഭേദഗതിയിലെ നിർദ്ദേശത്തോട് എനിക്ക് യോജിപ്പില്ല. കുറഞ്ഞ വില നിശ്ചയിക്കണം. എന്നു പറഞ്ഞാലർത്ഥമെന്ത്? വില കൂട്ടി നിശ്ചയിച്ചുകഴിഞ്ഞാൽ പ്ലാസ്റ്റിക് ആരും വാങ്ങുകയില്ല എന്നാണോ? നമുക്ക് പോയി ചെക്ക് ചെയ്യാൻ പറ്റുമോ? അതുകൊണ്ട് പ്ലാസ്റ്റിക് നിരോധിക്കുകയേ മാർഗ്ഗമുള്ളൂ. ഇത്ര മൈക്രോൺ വരെയുള്ളത് വില്ക്കാൻ പറ്റില്ലെന്ന് നിയമത്തിൽ കർശനമായി വ്യവസ്ഥ ചെയ്യണം. രണ്ട്, വില്ക്കുന്ന കടയിൽനിന്ന് ഫീസ് ഈടാക്കാനാണ് ഇപ്പോൾ പറഞ്ഞിട്ടുള്ളത്. വില്ക്കുന്ന കട ടൗണിലാണെങ്കിൽ പഞ്ചായത്തുകാർ എന്തു ചെയ്യും; എവിടെപോയി പിരിക്കും? ഏതു കടയായാലും പ്ലാസ്റ്റിക്ക് ബാഗുകൾ ഉപയോഗിക്കുന്നുണ്ടെങ്കിൽ ഫീസ് വയ്ക്കുക. അവരിൽനിന്ന് ഈടാക്കുക. അതാണ് ഒരു ഡിറ്ററന്റ്.

ഇനി ഇതോടൊപ്പം പ്ലാസ്റ്റിക്ക് നിരോധിക്കുകയാണെങ്കിൽ പഞ്ചായത്തിന്റെ കടമയായി ബദൽ പാക്കേജിങ് മെറ്റീരിയൽ ലഭ്യമാക്കാൻ നിയമത്തിൽ വ്യവസ്ഥ ചെയ്യണം. കുടുംബശ്രീ വഴി തുണിബാഗുണ്ടാക്കാം, പഴയ ന്യൂസ്പേപ്പറുകൾകൊണ്ടു കൂടകൾ ഉണ്ടാക്കാം. ഇതൊക്കെ നിയമത്തിൽ വേണമോയെന്ന് നിങ്ങൾ ചോദിച്ചേക്കാം. എന്തെല്ലാം കാര്യങ്ങൾ ഇപ്പോൾ നിയമത്തിൽ എഴുതിവെച്ചിരിക്കുന്നു. ഞാൻ നിയമം മുഴുവൻ വായിക്കുന്നില്ല. വായിച്ചാൽ ചിരി വരും. അതുപോലുള്ള ഡീറ്റയിൽസാണുള്ളത്.

മറ്റൊന്ന്, ഏറ്റവും പ്രധാനപ്പെട്ട കാര്യമായി തോന്നുന്നത് ഇ-വെയ്സ്റ്റ് സംബന്ധിച്ചാണ്. ഇതു സംബന്ധിച്ച് ഒന്നുമില്ലെന്നു പറയുന്നില്ല. ഇതിലുണ്ട്. നിർദ്ദേശം ശരിയാണ്. അത് നേരത്തെ മുനിസിപ്പൽ നിയമത്തിന്റെ ചർച്ചയിൽ പറഞ്ഞിട്ടും അത് മിനിസ്റ്റർ സ്വീകരിച്ചില്ല. തള്ളിക്കളഞ്ഞു. പക്ഷെ ഇവിടെ നിയമത്തിൽ ഉണ്ട്. ബില്ലിൽ പറഞ്ഞിരിക്കുന്നത് ഞാൻ വായിക്കാം: അത്തരം മാലിന്യങ്ങൾ. ഇ-വേസ്റ്റ് പോലുള്ളവ, കാരണമാകുന്ന സാധനങ്ങൾ ഉല്പാദിപ്പിക്കുന്നതും വിതരണം ചെയ്യുന്നതുമായ സ്ഥാപനങ്ങളുമായോ ആളുമായോ അത്തരം മാലിന്യങ്ങൾ, തിരിച്ചെടുക്കുന്ന കരാറിൽ

ഏർപ്പെടേണ്ടതും ആണ്. ഇപ്പോൾ ഖാദർ ചോദിച്ചല്ലോ മെർക്കുറി ലാമ്പ് എന്തു ചെയ്യുമെന്ന്; വേറൊന്നുമില്ല മെർക്കുറി ലാമ്പ് വയ്ക്കണമെന്നുണ്ടെങ്കിൽ അതിന്റെ ഉപയോഗം കഴിഞ്ഞ് വിറ്റവർ തന്നെ തിരിച്ച് വാങ്ങേണ്ടിവരും. പാശ്ചാത്യരാജ്യങ്ങളിൽ ഇങ്ങനെയാണ്. അവർ തിരിച്ചെടുക്കണം. തിരിച്ചെടുത്ത് കഴിഞ്ഞാൽ അവർ എന്തുചെയ്യുന്നുവെന്നുള്ളതാണ്. അവിടെ ഹോൾസെയിലർ തിരിച്ച് കളക്ട് ചെയ്ത് ഡിസ്പോസ് ചെയ്യാനുള്ള ഏർപ്പാടുണ്ടാക്കുന്നു. അതല്ലാതെ നമുക്ക് ഓരോ പഞ്ചായത്തിലും ഈ മെർക്കുറി ലാമ്പ് ട്രീറ്റ് ചെയ്യാൻ പറ്റുമോ; ഇ-വെയ്സ്റ്റ് ട്രീറ്റു ചെയ്യാൻ പറ്റുമോ? അപ്പോൾ ഇത് വളരെ ശരിയായിട്ടുള്ള ഒരു നീക്കമാണ്. ഇത്തരം നിബന്ധനകൾ വയ്ക്കുന്നതിന് പഞ്ചായത്തിന് അധികാരം നല്കേണ്ടതാണ്.

ഞാൻ ഇതിന്റെ വേറെ കാര്യങ്ങളിലേക്ക് കൂടുതൽ കടക്കുന്നില്ല. പക്ഷെ നിയമത്തിൽ കൂടുതൽ വ്യക്തതയോടുകൂടി മുമ്പു വരുത്തിയിട്ടുള്ള ഭേദഗതികളടക്കം എടുത്ത് പരിശോധിച്ചുകൊണ്ട് സമഗ്രമായ രീതിയിൽ പുതിയ വകുപ്പുകൾ ചേർക്കേണ്ടത് വളരെ പ്രധാനപ്പെട്ടതാണെന്ന് എനിക്ക് തോന്നുന്നു. മാലിന്യനിർമ്മാർജ്ജന ഫണ്ടിലേക്ക് ഈടാക്കുന്ന പിഴയ്ക്ക് തുല്യമായിട്ടുള്ള ഗ്രാന്റ് സർക്കാർ നല്കണമെന്നാണ് എന്റെ അഭ്യർത്ഥന. തൃശ്ശൂർ കോർപ്പറേഷൻ പിഴ ഈടാക്കാൻ തുടങ്ങിയിട്ട് ഏഴോ എട്ടോ ലക്ഷം രൂപയുടെ പിഴ ഈടാക്കി. തൃശ്ശൂർ കോർപ്പറേഷനിലുള്ള മാലിന്യചവർ പണ്ടത്തെപ്പോലെ കാണില്ല. പണ്ട് അവിടെ കാൽ ചവിട്ടാൻ പറ്റില്ലായിരുന്നു. ആരെയെങ്കിലും പിടിച്ചുകഴിയുമ്പോൾ ബാക്കിയുള്ള പാർട്ടിക്കാരെല്ലാം കൂടി ചേർന്നിട്ട് ശുപാർശയ്ക്ക് പോകാതിരുന്നാൽ മതി. അപ്പോൾ മാലിന്യനിർമ്മാർജ്ജന ഫണ്ടിൽ ഇത്തരത്തിലൊരു മാറ്റം വരുത്തണം.

Drawing by Laurie Baker

www.ingramcontent.com/pod-product-compliance
Lightning Source LLC
LaVergne TN
LVHW100842051026
849519LV00006B/2389